நம் காலத்து நாயகன்

நூல்வனம்

நம் காலத்து நாயகன்

நூல்வனம்

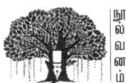

விளக்கப் படங்கள்: ருஷ்ய சோவியத் கூட்டாட்சி சோஷலிஸக் குடியரசின் மக்கள் ஓவியர், அரசாங்கப் பரிசு பெற்றவர், அகாதமீஷியன் **தி.அ.ஷ்மாரினவ்**

மி.யூ. லேர்மன்தவின் உருவப்படத்தை 1883ல் தீட்டியவர் **இ.அஸ்தாபியேவ்**

М. Лермонтовъ

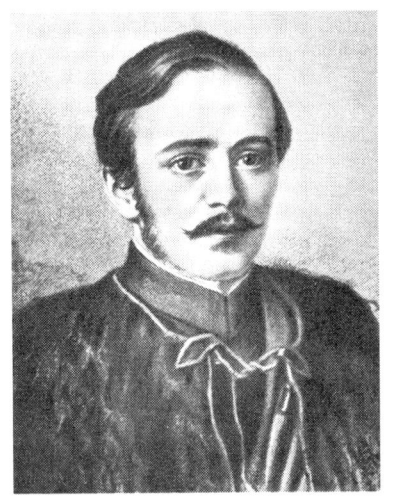

மி.யூ. லேர்மன்தவ்

நம்
காலத்து
நாயகன்

நூல்வனம்
சென்னை

நம் காலத்து நாயகன்
மி.யூ. லேர்மன்தவ்
தமிழில்: பூ. சோமசுந்தரம்

Nam Kaalathu Naayakan
(Tamil translation of A Hero of Our Time)
M.U. Lermontov
In Tamil: *Pu. Somasundram*

Published by: **Noolvanam**, M22, Sixth Avenue
Alagapuri Nagar, Ramapuram
Chennai - 600 089. +91 91765 49991
Email: noolvanampublisher@gmail.com

Noolvanam First Edition: August 2023
312 Pages, Price Rs.550
ISBN: 978-81-9458-860-3

Designed & Printed by **Ramani Print Solution**

First Edition: Progress Publishers, Moscow, USSR

பொருளடக்கம்

முதல் பாகம்

I. பேலா 15

II. மக்ஸீம் மக்ஸீமிச் 84

பிச்சோரினின் நாட்குறிப்பு

I. தமான் 111

இரண்டாம் பாகம்
பிச்சோரினின் நாட்குறிப்பு முடிவு

II. இளவரசி மேரி 135

III. விதிவாதி 283

இ. அந்த்ரோனிக்கவின் விளக்கவுரை குறிப்புகள்

எந்த நூலிலும் முன்னுரை முதலாவதும் அதே சமயம் கடைசியானதும் ஆகிய விஷயம். நூலின் நோக்கத்திற்கு விளக்கமாகவோ அல்லது விமர்சகர்களுக்குச் சமாதானமும் பதிலுமாகவோ அது பணியாற்றுகிறது. ஆனால் சாதாரண வாசகர்களுக்கு நீதிநெறி நோக்கங்களிலோ பத்திரிகைகளின் தாக்குதல்களிலோ அக்கறை கிடையாது, எனவே அவர்கள் முன்னுரையைப் படிப்பதில்லை. இந்த நிலைமை, குறிப்பாக நம் நாட்டில், வருந்தத்தக்கது. கட்டுக்கதையின் முடிவில் நீதி போதனை இல்லாவிட்டால் கதை நமது பொது மக்களுக்குப் புரியாது; அந்த அளவுக்கு அவர்கள் இன்னும் முதிர்ச்சி அடையாதவர்கள், எளிமையுள்ளம் படைத்தவர்கள். கேலி அவர்களுக்கு விளங்குவதில்லை, மறைபொருளான ஏளனம் அவர்கள் அறிவுக்கு எட்டுவதில்லை; அவர்கள் மோசமாகப் பயிற்றி வளர்க்கப்பட்டிருக்கிறார்கள் என்பது தான் விஷயம். முறையான சமூகத்திலும் முறையான நூலிலும் வெளிப்படையான வசை மொழிகள் இடம் பெற முடியாது; இன்னும் கூர்மையானதும், அனேகமாகத் தென்படாததும், ஆயினும் சாவு விளைப்பதுமான ஆயுதத்தைத் தற்காலக் கல்விப் பயிற்சி தெரிந்தெடுத்துக் கொண்டுள்ளது; இந்த ஆயுதம் முகத்துதி என்னும் ஆடை மறைவில் தடுக்க முடியாத, இலக்குத் தப்பாத அடி கொடுக்கிறது என்பவற்றை அவர்கள் அறியார். பகை அரசர்களின் இரண்டு தூதர்களுடைய உரையாடலைக் கேட்டுவிட்டு, அவர்களில் ஒவ்வொருவனும் மிக அன்பார்ந்த பரஸ்பர நட்பின் பொருட்டுத் தனது

அரசாங்கத்தை ஏமாற்றுகிறான் என்று உறுதியாக முடிவு செய்யும் பட்டிக்காட்டானை ஒத்தவர்கள் நமது பொது ஜனங்கள்.

சில வாசகர்களும் சஞ்சிகைகளுங்கூட, சொற்களின் நேரான பொருளை அப்படியே நம்பிவிட்ட துர்ப்பாக்கியம் அண்மையில் இந்த நூலுக்கு ஏற்பட்டது. “நம் காலத்து நாயகன்” போன்ற நெறிகேடனான மனிதன் தங்களுக்கு முன் மாதிரியாகக் காட்டப்படுவதாகக் கூறி, சிலர் உண்மையாகவே பெருத்த மனத்தாங்கல் கொண்டார்கள். ஆக்கியோன் தனது உருவச் சித்திரத்தையும் தனக்குத் தெரிந்தவர்களின் உருவச் சித்திரங்களையும் தீட்டியிருப்பதாக வேறு சிலர் மிகவும் நுட்பமாக விமர்சித்தார்கள்... பழைய, இரங்கத்தக்க கேலி! இவற்றால் ஒன்று தெளிவாகப் புலப்படுகிறது: ருஷ்யா படைக்கப்பட்டிருக்கும் விதத்தில் அதில் எல்லாம் புதுமை பெறுகின்றன - இம்மாதிரி அபத்தங்கள் தவிர! கற்பனையிலும் கற்பனையான கட்டுக்கதை கூடத் தனி நபரை அவமதிக்க முயல்கிறது என்ற கண்டனத்துக்கு உள்ளாகாமல் தப்புவது நம் நாட்டில் அரிதே!

என் அன்பார்ந்த கனவான்களே, “நம் காலத்து நாயகன்” உருவச் சித்திரம் என்பது சரியே, ஆனால் ஒரு மனிதனது அல்ல: நமது தலைமுறை அனைத்தின் குறைபாடுகள் அவற்றின் முழு வளர்ச்சியில் தீட்டப்பட்டிருக்கும் உருவச் சித்திரம் இது. மனிதன் இவ்வளவு கெட்டவனாக இருக்க முடியாது என்று நீங்கள் என்னிடம் மறுபடி சொல்வீர்கள். ஆனால் நான் உங்களுக்குச் சொல்வது இதுதான்: எல்லாத் துன்பியல் கதைகளிலும் காதல் கதைகளிலும் வரும் கேடர்கள் நிலவுவது சாத்தியம் என்று நீங்கள் நம்பினால் பிச்சோரின் யதார்த்தமானவன் என்பதை எதனால் நம்ப மறுக்கிறீர்கள்? இன்னும் எவ்வளவோ பயங்கரமும் விகாரமுமான கற்பனைகளை நீங்கள் வியந்து பாராட்டினீர்கள் என்றால் இந்தப் பாத்திரம், கற்பனை என்ற முறையில், உங்களது கருணைக்கு ஆளாகாதது ஏன்? நீங்கள் விரும்புவதைக்

காட்டிலும் அதிகமான உண்மை இந்தப் பாத்திரத்தில் இருப்பது தான் இதன் காரணம் அல்லவா?

ஒழுக்கம் இதனால் மேம்படாது என்கிறீர்களா? மன்னியுங்கள். மக்களுக்கு இனிப்புப் பண்டங்களை ஊட்டியது போதும், அவர்களது இரைப்பை இதனால் கெட்டுவிட்டது; தேவையானவை கசப்பு மருந்துகள், காட்டமான உண்மைகள். ஆயினும் மக்களின் குறைகளைச் சீர்திருத்துவோன் ஆவதாக இந்நூலின் ஆசிரியன் எப்போதாவது பெருமை சான்ற கனவு கண்டான் என்று இதன் பின் எண்ணிவிடாதீர்கள். இம்மாதிரி அறியாமையிலிருந்து ஆண்டவன் அவனைத் தப்புவிப்பானாக! தற்கால மனிதனை, தான் புரிந்து கொள்ளும் மாதிரியில், சித்திரிப்பது அவனுக்கு மகிழ்ச்சி அளித்தது, அவ்வளவு தான். தன்னுடையவும் உங்களுடையவும் துர்ப்பாக்கியவசத்தால் ஆசிரியன் இந்தத் தற்கால மனிதனை மிக அடிக்கடி எதிர்ப்பட்டிருக்கிறான். நோய் இன்னதென்று குறிக்கப்பட்டுவிட்டதே போதும், அதை எவ்வாறு குணப்படுத்துவது என்பது ஆண்டவனுக்கே வெளிச்சம்!

முதல் பாகம்

I
பேலா

நான் திப்லீஸ் நகரிலிருந்து அஞ்சல் குதிரைகள் பூட்டிய வண்டியில் பயணம் செய்தேன். எனது வண்டியிலிருந்த மொத்தச் சாமான் ஒரு சிறு கைப்பெட்டி மட்டுமே. பெட்டியில் பாதிவரை ஜார்ஜியப் பயணக் குறிப்புக்களால் செம்மச் செம்ம நிறைந்திருந்தது. அவற்றில் பெரும் பகுதி, உங்கள் நற்காலம், தவறிப் போய்விட்டது. ஆனால் மற்றச் சாமான்கள் அடங்கிய பெட்டி, என்னுடைய நற்காலம், பத்திரமாக இருந்தது.

கொய்ஷாவூர் பள்ளத்தாக்கை நான் அடைந்தபோது சூரியன் வெண்பனி அடர்ந்த மலைத்தொடரின் பின்னே மறையலாயிற்று. ஒஸ்ஸேத்திய வண்டியோட்டி இருட்டுவதற்குள் கொய்ஷாவூர் மலை மேல் ஏறிவிடும் நோக்கத்துடன் குதிரைகளைக் களைக்காமல் விரட்டியவாறு முழுக் குரலுடன் வாய்விட்டுப் பாடினான். ரமணியமான இடம் இந்தப் பள்ளத்தாக்கு! எல்லாப் புறங்களிலும் ஏறமுடியாத மலைகள், செம்பாறைகளைத் தழுவித் தொங்கின பசிய ஐவிக் கொடிகள்.

பாறைகளின் உச்சியில் சினார் மரச் சோலைகள் மகுடமிட்டிருந்தன. செங்குத்தான மஞ்சள் நிற மலைச்சரிவுகள் மீது மழைநீர்ப் பெருக்குத் தடங்கள் கோடிட்டிருந்தன. மேலே, மிக மிக உயரே, வெண்பனிப் படிவுகள் பொன் குஞ்சங்கள் போன்று இலங்கின. கீழே அராக்வா ஆறு, கரிய, இருளடர்ந்த மலைப் பிளவிலிருந்து ஓசையுடன் பாய்ந்து வந்த பெயரற்ற சிறு நதியைத் தழுவி, வெள்ளி இழைபோல நீண்டு சென்றது, பளபளக்கும் தோலுள்ள பாம்பு போன்று மினுமினுத்தது.

கொய்ஷாவூர் மலை அடிவாரம் சேர்ந்ததும் நாங்கள் சாப்பாட்டு விடுதி அருகே வண்டியை நிறுத்தினோம். ஒரு இருபது ஜார்ஜியர்களும் மலைவாசிகளும் கூச்சலுடன் அங்கே குழுமியிருந்தார்கள். ஒட்டகக் காரவான் அருகாமையில் இரவைக் கழிப்பதற்காகத் தங்கியிருந்தது. எனது வண்டியை இந்தப் பாழாய்ப் போகிற மலைமேல் இழுத்துச் செல்வதற்காக நான் எருதுகளை வாடகைக்குப் பிடிக்க வேண்டியிருந்தது, ஏனென்றால் ஏற்கனவே கூதிர் காலம் வந்துவிட்டது, பாதைகள் உறைபனியால் வழுக்கலாயிருந்தன. இந்த மலையோ, சுமார் இரண்டு வெர்ஸ்ட்டாக்கள்* நீளம்.

வேறு வழியின்றி ஆறு எருதுகளையும் சில ஒஸ்ஸேத்தியர் களையும் வாடகைக்கு அமர்த்தினேன். அவர்களில் ஒருவன் என் பெட்டியைத் தோளில் தூக்கிக்கொண்டான். மற்றவர்கள் அனேகமாக ஒரே கூச்சலால் மட்டுமே எருதுகளுக்கு உதவி செய்யத் தலைப்பட்டார்கள்.

எனது வண்டிக்குப் பின்னால் இன்னொரு வண்டியை, அது உச்சிவரையில் சுமை ஏற்றப்பட்டிருந்தபோதிலும், நான்கு எருதுகள் அனாயாசமாக இழுத்து வந்தன. இந்த நிலைமை என்னை வியப்பில் ஆழ்த்தியது. அந்த வண்டியின் பின்னே, வெள்ளி முலாம் கொடுத்த சிறு கபார்தீனியச்

---

* வெர்ஸ்ட்டா 3500 அடி கொண்ட ருஷ்ய அளவு.

சுங்கானைப் புகைத்தவாறு நடந்தார் அதன் சொந்தக்காரர். பதவிச் சின்னங்கள் இல்லாத இராணுவக் கோட்டும் செர்க்கேஸிய நீள் மயிர்த் தொப்பியும் அணிந்திருந்தார் அவர். அவருக்குச் சுமார் ஐம்பது வயது இருக்கும். அவரது முகத்தின் பழுப்பு நிறம் காக்கேஷிய வெயிலுக்கு அது வெகுகாலமாகப் பழக்கப்பட்டது என்பதைக் காட்டியது. பருவத்துக்கு முன்பே நரைத்துவிட்ட மீசைகள் அவரது உறுதியான தடைக்கும் உற்சாகம் பொங்கும் தோற்றத்துக்கும் பொருந்தவில்லை. நான் அவர் அருகே போய் வணங்கினேன். அவர் பேசாமல் பதிலுக்கு வணங்கிவிட்டு பெரிய புகைப் படலத்தை வெளிவிட்டார்.

"நாம் இருவரும் சக பிரயாணிகள் போலிருக்கிறது, அப்படித் தானே?"

அவர் மௌனமாக மீண்டும் தலை வணங்கினார்.

"நீங்கள் ஸ்தாவரபல் போகிறீர்களோ ஒரு வேளை?"

"ஆமாம். அரசாங்கச் சாமான்களுடன்."

"தயவு செய்து ஒன்று சொல்லுங்கள்: உங்களுடைய பார வண்டியை நான்கு எருதுகள் விளையாட்டாக இழுத்துச் செல்கின்றன, என்னுடைய வெற்று வண்டியையோ ஆறு மாடுகள் இந்த ஒஸ்ஸேத்தியர்களின் துணையுடன் இழுக்க மாட்டாமல் தள்ளாடுகின்றனவே, ஏன்?"

அவர் தந்திரமாகப் புன்னகைத்து என் மீது பொருள் பொதிந்த பார்வையைச் செலுத்தினார்.

"நீங்கள் காக்கேஷியாவில் கொஞ்ச காலமாகத்தான் இருக்கிறீர்களோ?"

"ஒரு வருஷமாக" என்று பதிலளித்தேன் நான்.

அவர் மறுபடி புன்னகைத்தார்.

"ஏன், என்ன விஷயம்?"

"சும்மா தான்! படு கயவாளிகள் இந்த ஆசியர்கள். அவர்கள் கூச்சலிடுகிறார்களே, இதனால் உதவி செய்கிறார்கள் என்று நினைக்கிறீர்களோ? அவர்கள் என்னதான் கத்துகிறார்களோ, சைத்தானே அறிவான். ஆனால் எருதுகள் அந்தக் கத்தலைப் புரிந்துகொள்கின்றன. நீங்கள் இருபது எருதுகளை வேண்டுமானாலும் பூட்டுங்களேன், அவர்கள் மட்டும் தங்கள் மொழியில் கூச்சலிட்டால் எருதுகள் இடத்தைவிட்டு நகரவே மாட்டா... படு மோசக்காரர்கள்! இவர்களிடம் என்ன வேலை வாங்குவது? பிரயாணிகளிடமிருந்து பணத்தைக் கறந்துவிடுவதில் தான் இவர்களுக்குக் கண்... ருசி கண்ட எத்தர்கள்! பார்த்துக்கொண்டே இருங்கள், உங்களிடமிருந்து இன்னும் வோத்காவுக்கு வேறு காசு பறித்துவிடுவார்கள். நான் இவர்களை அறிந்தவன் ஆயிற்றா, என்னை ஏய்க்க மாட்டார்கள்!"

"நீங்கள் வெகு காலமாக இங்கே இராணுவ சேவை செய்கிறீர்களோ?"

"ஆமாம், அலெக்ஸேய் பித்ரோவிச்* காலத்திலேயே நான் இங்கே பணியாற்றினேன்" என்று அவர் பெருமிதம் தோன்ற விடையளித்தார். "அவர் அரண்வரிசைக்கு வந்தபோது நான் உதவி லெப்டினென்டாக இருந்தேன். மலைவாசிகளுக்கு எதிரான நடவடிக்கைகளுக்காக அவர் காலத்தில் இரு முறை பதவி உயர்வு பெற்றேன்" என்று மேலும் விவரித்தார்.

"இப்போது நீங்கள்?"

"இப்போது மூன்றாவது அரண்வரிசைப் பட்டாளத்தில் இருக்கிறேன். நீங்கள் என்ன செய்கிறீர்கள் என்று கேட்கலாமா?"

நான் அவருக்குக் கூறினேன்.

இத்துடன் எங்கள் உரையாடல் முற்றுப்பெற்று விட்டது. நாங்கள் அக்கம் பக்கமாக மேலே நடந்தோம். மலை உச்சியில்

---

* யெர்மோலவ்.[1] (லேர்மன்தவின் குறிப்பு).

வெண்பனி படிந்திருக்கக் கண்டோம். சூரியன் அஸ்தமித்தது. சாதாரணமாகத் தென் பிரதேசங்களில் நிகழ்வது போன்று இடைவெளி இன்றிப் பகலைத் தொடர்ந்து இரவு வந்துவிட்டது. ஆயினும் வெண்பனிப் படிவுகளின் ஒளிர்வு காரணமாக நாங்கள் பாதையை எளிதாகக் கண்டுகொள்ள முடிந்தது. பாதை முன்போல அவ்வளவு செங்குத்தாக இல்லாவிடினும் இன்னமும் மலையிலேயே சென்றது. என்னுடைய பெட்டியை வண்டியில் வைக்கும்படிக்கும் எருதுகளை அவிழ்த்துவிட்டுக் குதிரைகளைப் பூட்டும் படிக்கும் பணித்துவிட்டுக் கடைசித் தடவையாகக் கீழே பள்ளத்தாக்கில் பார்வை செலுத்தினேன்; ஆனால் கணவாய்களிலிருந்து குமைந்து வந்த அடர்ந்த மூடுபனி அதன் மீது ஒரேயடியாகக் கவிந்துவிட்டது, அங்கிருந்து ஒரு ஒலி கூட எங்கள் காதுகளுக்கு எட்டவில்லை. ஒஸ்ஸேத்தியர்கள் கூச்சலுடன் என்னைச் சூழ்ந்து கொண்டு வோத்காவுக்குக் காசு தரும்படி கேட்டார்கள். ஆனால் உதவிக் காப்டன் பயங்கரமாக அவர்களை அதட்டவே, அவர்கள் கணப்போதில் சிதறி ஓடிவிட்டார்கள்.

"என்ன ஜனங்கள் இவர்கள்! ருஷ்ய மொழியில் ரொட்டி என்பதற்கு வார்த்தை தெரியாது, 'ஆபீசர், வோத்காவுக்குக் காசு கொடு!' என்று கேட்கக் கற்றுக்கொண்டுவிட்டார்கள். என்னைக் கேட்டால் தாத்தாரியர்கள் மேல் என்பேன்; அவர்கள் குடிகாரர்கள் அல்லவே..." என்றார் அவர்.

அஞ்சல் நிலையம் இன்னும் சுமார் ஒரு வெர்ஸ்ட்டா தொலைவில் இருந்தது. நாற்புறமும் ஒரே நிசப்தம் நிலவியது - கொசுவின் ரீங்காரத்தைக் கொண்டு அதன் பறப்பைத் தொடர்ந்து காண இயலும் அளவுக்கு அவ்வளவு நிசப்தம். இடப்புறம் ஆழ்ந்த கணவாய் கருமை படர்ந்திருந்தது. அதற்கு அப்பாலும் எங்கள் எதிரேயும், குண்டும் குழியுமாகச் சுருக்கங்கள் விழுந்து வெண்பனிப் படிவுகள் மூடியிருந்த கருநீல மலைச் சிகரங்கள், மறைந்த கதிரவனின் கடைசி ஒளிர்வை இன்னும் பிரதிபலித்துக் கொண்டிருந்த வெளிறிய

தொடுவானத்தின் மீது நிழலோவியம் தீட்டின. இருண்ட வானில் விண்மீன்கள் மினுமினுக்கலாயின. விந்தை என்னவென்றால் நமது வட பிரதேசத்தில் இருப்பதைவிட மிக அதிக உயரத்தில் அவை இருப்பதாக எனக்குத் தோன்றியது. பாதையின் இரு மருங்கிலும் வெற்றுக் கருங்கற்கள் துருத்திக் கொண்டிருந்தன. ஆங்காங்கு வெண்பனிக்கு அடியிலிருந்து புதர்கள் தென்பட்டன. ஆனால் ஒரு சருகு கூடச் சலசலக்கவில்லை. இயற்கையின் இந்த மரண உறக்கத்திற்கிடையே, அலுத்துப்போன அஞ்சல் வண்டிக் குதிரைகளின் செருமலையும் ருஷ்ய மணிகளின் ஒலி வேறுபாடுகள் கொண்ட கிணுகிணுப்பையும் கேட்க இன்பமாயிருந்தது.

"நாளைக்குப் பருவநிலை அருமையாயிருக்கும்!" என்றேன்.

உதவிக் காப்டன் பதிலுக்கு ஒரு வார்த்தை கூடக் கூறாமல் எங்களுக்கு நேர் எதிரே தென்பட்ட உயரமான மலையை விரலால் சுட்டிக் காட்டினார்.

"அது என்ன?" என்று கேட்டேன்.

"கூத் மலை."

"அப்படியா? அதனால் என்ன?"

"பாருங்கள் எப்படிப் புகை உமிழ்கிறது என்று."

உண்மையாகவே கூத் மலை புகைத்துக்கொண்டிருந்தது. அதன் மருங்குகளில் லேசான மேகத் தாரைகள் ஊர்ந்தன. ஆனால் அதன் உச்சியில் குமைந்து கிடந்தது கருமுகில் - இருண்ட வானிலே கறைபோலத் தென்படும் அளவுக்குக் கருமையானது.

அஞ்சல் நிலையத்தையும் அதைச் சூழ்ந்திருந்த ஸாக்ளி யாக்களின் கூரைகளையும் நாங்கள் துலக்கமாகக் கண்டோம். வரவேற்கும் விளக்குகள் எங்கள் முன்பு மினுக்கிட்டன.

அப்போது ஈரக் கூதல் காற்று வீசியது, கணவாய் சீழ்க்கை அடித்தது, சாரல் தூற்றத் தொடங்கிற்று. நான் புர்க்கா** அணிந்து கொள்வதற்குள் வெண்பனி அடை அடையாகப் பெய்யலாயிற்று. நான் உதவிக் காப்டனைப் பெருமதிப்புடன் நோக்கினேன்.

"நாம் இங்கே இரவைக் கழிக்க வேண்டியிருக்கும். இம் மாதிரிப் பனிப்புயலில் மலைவழியே பயணம் செய்ய இயலாது" என்று வருத்தத்துடன் சொல்லிவிட்டு அவர், "க்ரெஸ்தோவயாவில் பனிச் சரிவுகள் ஏற்பட்டனவா?" என்று வண்டியோட்டியை வினவினார்.

"ஏற்படவில்லை ஐயா, ஆனால் மேலே வெண்பனி ஒரேயடியாகக் கவிந்திருக்கிறது" என்று பதிலளித்தான் ஒஸ்ஸேத்திய வண்டியோட்டி.

பிரயாணிகள் தங்குவதற்கு அஞ்சல் நிலையத்தில் அறைகள் இல்லாமையால் நாங்கள் இரவைக் கழிப்பதற்கு புகை படிந்த ஸாக்ளியா* ஒன்று அமர்த்தப்பட்டது. என்னிடம் இரும்புக் கெட்டில் - காக்கேஷியாவில் பயணங்களின்போது எனக்கு மகிழ்வளித்த ஒரே பொருள் - இருந்தபடியால், என்னுடன் தேநீர் பருக வருமாறு என் சகபிரயாணியை அழைத்தேன்.

ஸாக்ளியா ஒரு பக்கத்தில் மலைப் பாறையை ஒட்டியிருந்தது. வழுக்கலான, நனைந்த மூன்று படிகள் அதன் வாயிலுக்கு இட்டுச் சென்றன. நான் தட்டித் தடவியவாறு உள்ளே புகுந்தவன் பசுவின் மீது மோதிக்கொண்டேன் (இந்த மக்களின் வீடுகளில் பணியாட்களின் அறை இருக்க வேண்டிய இடத்தில் தொழுவம் இருக்கிறது). செம்மறியாடுகள் 'மே' என்று கத்தின, நாய் உறுமிற்று, எனக்கு எங்கே பதுங்குவது என்று தெரியவில்லை. நல்ல வேளையாக ஒரு புறம் மங்கிய வெளிச்சம் பளிச்சிட்டு, அதே போன்ற வாயில் திறப்பைக் கண்டுகொள்ள எனக்கு உதவியது. அங்கே கருத்தை மிகவும்

---

* ஸாக்ளியா - மலைவாசிகளின் கல்வீடு.
** புர்க்கா - காக்கேஷிய மேலாடை.

ஈர்க்கும் காட்சி புலனாயிற்று: புகைக்கரி படிந்த இரண்டு தூண்கள் முகட்டுக்கு ஆதாரமாக நின்ற விசாலமான ஸாக்ளியா ஆட்களால் நிறைந்திருந்தது. நட்ட நடுவில் தரைமேல் மூட்டப்பட்டிருந்த நெருப்பு சடசடத்து எரிந்தது. அதிலிருந்து கிளம்பிய புகை முகட்டிலிருந்த திறப்பின் வழியே வீசிய காற்றால் திருப்பித் தள்ளப்பட்டு கனத்த போர்வை போல அறையில் படர்ந்தது. எனவே வெகுநேரம் வரை என்னால் சுற்றிலும் பார்வை செலுத்த முடியவில்லை. இரு கிழவிகளும் நிறையக் குழந்தைகளும் ஒடிசலான ஒரு ஜார்ஜிய ஆடவனும் நெருப்பினருகே உட்கார்ந்திருந்தார்கள். எல்லோருமே கந்தை அணிந்திருந்தார்கள். வேறு வழியின்றி நாங்கள் நெருப்புக்குப் பக்கத்தில் இடம் பிடித்துக்கொண்டு சுங்கான்களைப் புகைக்கலானோம். விரைவிலேயே கெட்டில் களிப்பூட்டும் வகையில் சீறத் தொடங்கிற்று.

ஏதோ மலைப்புடன் எங்களை மௌனமாக நோக்கிய அழுக்கடைந்த வீட்டுக்காரர்களைச் சுட்டிக்காட்டி, "இரங்கத் தக்க மக்கள்!" என்று உதவிக் காப்டனிடம் சொன்னேன்.

"மட மட்டி ஜனங்கள்! நீங்கள் நம்புவீர்களோ மாட்டீர்களோ? எதற்குமே கையாலாகாதவர்கள், எவ்விதக் கல்விக்கும் திறமை அற்றவர்கள்! என்ன தான் இருந்தாலும் நம்முடைய கபார்தீனியர்களும் செச்சேனியர்களும் கொள்ளைக்காரர்கள், வெற்று மேனியர்கள் என்றாலும் முரட்டுத் துணிச்சல்காரக் கட்டைகள். ஆனால் இந்த ஜனங்களுக்கோ ஆயுதங்கள் மீதும் ஆசையே கிடையாது. உருப்படியான கட்டாரி ஒருவனிடமும் காண முடியாது. சரியான ஒஸ்ஸேத்தியர்கள்!" என்றார் உதவிக் காப்டன்.

"செச்சேனியாவில் நீங்கள் வெகு காலம் இருந்தீர்களோ?"

"ஆமாம். நான் அங்கே கோட்டையில் கம்பெனியுடன் ஒரு பத்து ஆண்டுகள் இருந்தேன், காமின்னிய் ப்ரோத் என்னும் இடத்தில். தெரியுமா அந்த இடம்?"

"கேள்விப்பட்டிருக்கிறேன்."

"அடேயப்பா, அந்தக் கொலைகாரர்களால் எங்கள் பாடு போதும் போதுமென்று ஆகிவிட்டது! இப்போது ஆண்டவன் அருளால் நிலைமை முன்னிலும் அமைதியாக இருக்கிறது. அந்த நாட்களிலோ, கோட்டைச் சுவருக்கு வெளியே ஒரு நூறு தாவடி சென்றோமோ, எங்கேயாவது ஒரு பறட்டைச் சடைப் பிசாசு பதுங்கிக் காவல் காத்துக் கொண்டிருப்பான். கொஞ்சம் அசந்து மறந்தால் போச்சு - சுருக்குக் கயிறு கழுத்தில் மாட்டிவிடும், இல்லாவிட்டால் பிடர்த்தலையில் துப்பாக்கிக் குண்டு பாய்ந்துவிடும். பயல்கள் படுசூரர்கள்!"

"உங்களுக்கு நிறையச் சாகச நிகழ்ச்சிகள் நேர்ந்திருக்குமே?" என்று ஆவலால் தூண்டப்பட்டு வினவினேன்.

"நேராமல் என்ன? நேர்ந்தன..."

இவ்வாறு சொல்லிவிட்டு அவர் இடது மீசையை நெருடியவாறு குனிந்த தலையுடன் சிந்தனையில் ஆழ்ந்தார். அவரிடமிருந்து ஏதாவது நிகழ்ச்சி வருணனையை வெளிக்கொணர வேண்டும் என்ற பேரார்வம் - குறிப்புக்கள் எடுத்துக்கொள்ளும் பிரயாணிகளுக்கு இயல்பான ஆர்வம் - என்னைப் பற்றிக்கொண்டது. இதற்குள் தேநீர் தயாராகிவிட்டது. நான் பெட்டியிலிருந்து இரண்டு பிரயாணத் தம்ளர்களை எடுத்து அவற்றில் தேநீர் ஊற்றி ஒன்றை அவர் முன்னே வைத்தேன். அவர் சிறிது பருகிவிட்டு, "ஆம், நேர்ந்தன" என்று தமக்குத் தாமே சொல்லிக்கொள்பவர் போலக் கூறினார். அவரது இந்தக் கூற்று எனக்குள் பெருத்த எதிர்பார்ப்பை விளைத்தது. காக்கேஷியாவில் நீண்ட காலம் இராணுவ சேவை செய்தவர்கள் உரையாடுவதை, தங்கள் அனுபவங்களை வர்ணிப்பதை விரும்புகிறார்கள் என்பதை நான் அறிவேன். அவர்களுக்கு இதற்கேற்ற தருணம் அரிதாகவே வாய்க்கிறது: ஒருவன் ஐந்து ஆண்டுகள் தன் கம்பெனியுடன் எங்கேனும் அத்துவானத்தில் பணியாற்றுவான்; இந்த ஐந்து ஆண்டுக்

காலம் முழுவதிலும் ஒருவனாவது அவனிடம் "வணக்கம்" என்று சொல்லுவதில்லை (ஏனென்றால் ஹவல்தார் மேஜர் "உடல் நலம் விழைகிறேன்" என்று தான் முகமன் கூறுவது வழக்கம்). பேசுவதற்கு விஷயங்களும் அவர்களிடம் நிறைய இருக்கும். ஏனெனில் நாற்புறமும் அநாகரிகமான, அக்கறைக்குரிய மக்கள். ஒவ்வொரு நாளும் ஆபத்து. நிகழ்ச்சிகள் அசாதாரணமானவை. எனவே நமது நாட்டில் குறிப்புக்கள் எழுதுபவர்கள் மிகக் குறைவு என்பதை எண்ணி நம்மை அறியாமலே வருத்தம் உண்டாகிறது.

"தேநீரில் கொஞ்சம் ரம் கலந்துகொள்ள விரும்ப வில்லையா நீங்கள்? என்னிடம் திப்லீஸிலிருந்து கொண்டு வந்த வெள்ளை ரம் இருக்கிறது. இப்போது குளிர்கிறதே" என்று உதவிக் காப்டனிடம் சொன்னேன்.

"வேண்டாம், நன்றி. நான் மது அருந்துவதில்லை" என்றார் அவர்.

"ஏன் அப்படி?"

"அப்படித்தான். நான் சபதம் செய்திருக்கிறேன். நான் உதவி லெப்டினென்டாக இருந்தபோது ஒரு தடவை நாங்கள் சிலர் மிதமிஞ்சிக் குடித்துவிட்டோம். இரவில் அபாய எச்சரிக்கை செய்யப்பட்டது. நாங்களோ போர் முனைக்கு முன்னே உல்லாசமாக நடை போட்டோம். அலெக்ஸேய் பித்ரோவிச்சுக்குத் தகவல் எட்டியதும் எங்களுக்குக் கிடைத்தது மண்டகப்படி. அட கடவுளே, அவர் தான் எப்படிச் சீறி விழுந்தார்! அவர் எங்கள் மேல் வழக்குத் தொடராமல் விட்டதே பெரிய காரியம். அதுவும் சரிதான்: சில வேளைகளில் வருஷம் முழுவதும் ஒரு மனிதரையும் காணாமல் வாழ வேண்டியிருக்கிறது. இந்த அழகில் வோத்கா வேறு குடித்தால் ஒழிந்தான் ஆள்!"

இதைக் கேட்டதும் நான் அநேகமாக நம்பிக்கை இழந்தேன்.

அவர் பேச்சைத் தொடர்ந்தார்: "ஆமாம், இந்தச் செர்க்கேஸியர்கள் இருக்கிறார்களே, அவர்கள் வெறியேறக் குடித்துவிட்டார்களோ, உடனே வெட்டும் குத்தும் தொடங்கி விடும். ஒரு தடவை நான் உயிரோடு தப்பி இருப்பிடம் சேர்ந்ததே அரும்பாடாகிவிட்டது, அதிலும் ருஷ்ய ஆட்சிக்குக் கீழ்ப்படியும் சிற்றரசன் வீட்டில் விருந்து சாப்பிட்டுவிட்டு."

"இது எப்படி நிகழ்ந்தது?"

"இதோ (அவர் சுங்கானில் புகையிலையை நிறைத்து, புகையை இழுத்து விட்டுச் சொல்லத் தொடங்கினார்), இதோ சொல்கிறேன், கேளுங்கள். அப்போது நான் தேரெக் ஆற்றுக்கு அப்பாலுள்ள கோட்டையில் என் கம்பெனியுடன் பணியாற்றி வந்தேன் - இது நடந்து ஐந்து ஆண்டுகள் ஆகப் போகின்றன. ஒரு தடவை இலையுதிர் காலத்தில் உணவுப்பொருள்களுடன் வண்டிகள் வந்தன. ஒரு வண்டியில் ஓர் ஆபீசர் இருந்தான். இளைஞன், இருபத்தைந்து வயது இருக்கலாம். முழு இராணுவ உடுப்பு அணிந்து அவன் என்னிடம் வந்து தான் கோட்டையில் என்னுடன் பணியாற்றும் பொருட்டு அனுப்பப்பட்டிருப்பதாக அறிவித்தான். அவன் மிக ஒடிசலாக, வெளிர் நிறத்தனாக இருந்தான், அவனது உடுப்பு முற்றிலும் புத்தம் புதியதாக இருந்தது. எனவே அவன் காக்கேஷியாவுக்கு அண்மையில் தான் வந்திருக்கிறான் என்று நான் உடனே ஊகித்துக் கொண்டேன். "நீங்கள் ருஷ்யாவிலிருந்து இங்கு அனுப்பப் பட்டிருக்கிறீர்களோ?" என்று கேட்டேன். "ஆமாம், உதவிக் காப்டன் அவர்களே" என்று பதில் அளித்தான். நான் அவனுடைய கையைப் பற்றிக் கொண்டு, "ரொம்ப சந்தோஷம், ரொம்ப சந்தோஷம். உங்களுக்குக் கொஞ்சம் சலிப்பாயிருக்கும்... ஆனால் நீங்களும் நானும் நண்பர்களாக வாழ்வோம். ஆமாம், என்னைத் தயவு செய்து வெறுமே மக்ஸீம் மக்ஸீமிச் என்று அழையுங்கள். தவிர, இந்த முழு இராணுவ உடுப்பு எதற்காக? என்னிடம் வரும்போது

இராணுவத் தொப்பி மட்டும் அணிந்துகொண்டால் போதும்" என்று சொன்னேன். அவனுக்கு இருப்பிடம் ஒதுக்கப்பட்டது, அவன் கோட்டையில் குடியேறினான்."

"அவன் பெயர் என்ன?" என்று நான் மக்ஸீம் மக்ஸீமிச்சிடம் கேட்டேன்.

"அவன் பெயர்... க்ரிகோரிய் அலெக்ஸாந்திரவிச் பிச்சோரின். அருமையான வாலிபன், உங்களுக்கு உறுதியாகக் கூறுகிறேன். கொஞ்சம் விசித்திரமானவன், அவ்வளவு தான். உதாரணமாக மழையிலும் குளிரிலும் நாள் பூராவும் வேட்டையாடிக் கொண்டிருப்பான். எல்லோரும் குளிரால் விறைத்துக் களைத்துப் போவார்கள், ஆனால் அவனுக்கு ஒரு பொருட்டாகவே இராது. வேறொரு சமயம் அறையில் உட்கார்ந்திருப்பான், காற்று வீசும், தடிமல் பிடித்து விட்டது என்பான். ஜன்னல் கதவு அடித்துக்கொள்ளும், அவன் நடுநடுங்கி முகம் வெளிறிப்போவான். ஆனால் என் கண்ணெதிரே காட்டுப் பன்றியைத் தன்னந்தனியாக எதிர்த்துத் தாக்கியிருக்கிறான். பெரும்பாலும் மணிக்கணக்காக வாயே திறக்காமல் கம்மென்றிருப்பான். சில வேளைகளில் பேசத் தொடங்கிவிட்டானோ, சிரித்துச் சிரித்து வயிறு அறுந்து போகும்... ஆமாம், மிக விசித்திரமான ஆள். பணக்காரனாகவும் இருக்க வேண்டும். விலையுயர்ந்த சாமான்கள் தாம் அவனிடம் எத்தனை இருந்தன!"

"அவன் உங்களோடு நீண்ட காலம் வாழ்ந்தானோ?" என்று நான் மறுபடி கேட்டேன்.

"ஆமாம், ஒரு வருஷம் போல. ஆனால் அந்த வருஷம் என் நினைவில் பதிந்துவிட்டது. அவன் எனக்கு எவ்வளவோ தொல்லை விளைத்தான், ஆண்டவன் அவனை மன்னிப்பாராக! சில மனிதர்கள் பிறக்கும்போதே அவர்களுக்குப் பலவித அசாதாரண நிகழ்ச்சிகள் நேரும் என்று தலையில் எழுதியிருப்பது உண்டல்லவா?"

"அசாதாரண நிகழ்ச்சிகளா?" என்று நான் அவரது தம்ளரில் தேநீர் ஊற்றிவிட்டு ஆவல் தோன்ற வினவினேன்.

"இதோ சொல்லுகிறேன், கேளுங்கள். எங்கள் கோட்டை யிலிருந்து சுமார் ஆறு வெர்ஸ்ட்டா தொலைவில் ருஷ்ய ஆட்சிக்குக் கீழ்ப்படிவுள்ள ஒரு சிற்றரசன் வசித்து வந்தான். அவனுடைய மகன், பதினைந்து வயதுப் பையன், ஒவ்வொரு நாளும் ஏதாவது ஒரு சாக்கிட்டு எங்களிடம் வழக்கமாக வரலானான். நானும் பிச்சோரினும் அவனுக்கு அளவு மீறி இடம் கொடுத்துவிட்டோம் என்பது உண்மை. படு போக்கிரி அந்தப் பயல். நாற்கால் பாய்ச்சலில் ஓடும் குதிரை மேலிருந்தபடியே தொப்பியை உயர்த்துவதானாலும் சரி, துப்பாக்கி சுடுவதானாலும் சரி, எல்லாவற்றிலும் துடியானவன். அவனிடம் ஒரு கெட்ட குணம் இருந்தது: பணம் என்றால் பேயாய்ப் பறப்பான். தன் தகப்பனுடைய மந்தையிலிருந்து எல்லாவற்றிலும் சிறந்த ஆட்டைத் திருடிக் கொண்டுவந்தால் அவனுக்குப் பொன் நாணயம் தருவதாக ஒரு தடவை பிச்சோரின் வேடிக்கைக்காகச் சொன்னான். அவன் என்ன செய்தான் தெரியுமோ? அடுத்த இரவே ஆட்டைக் கொம்புகளைப் பற்றி இழுத்துக்கொண்டு வந்துவிட்டான். அடிக்கடி நாங்கள் அவனை ஏதாவது கேலி செய்வோம். அவ்வளவுதான், அவன் விழிகள் இரத்தமாகச் சிவந்துவிடும், உடனேயே குத்து வாளை எடுத்துக்கொள்வான். "டேய் அஸமாத், உன் தலை கழுத்தின்மேல் நிற்காது, உன் மண்டைக்குப் பிடித்து விடும் கேடு!" என்பேன் நான்.

"ஒரு முறை முதிய சிற்றரசன் திருமண விருந்துக்கு எங்களை அழைக்க வந்தான். அவன் மூத்த மகளுக்குக் கல்யாணம், நாங்கள் அவனுடைய குனாக்குகள்* ஆனபடியால் எங்களால் அழைப்பை மறுக்க முடியாதல்லவா, அவன் தாத்தாரியன் என்றாலும்? போனோம். கிராமத்தில் ஏராளமான நாய்கள் உரத்த குலைப்புடன் எங்களை எதிர்கொண்டன. மாதர்கள் எங்களைக் கண்டதும் மறைந்து

---

* குனாக் என்றால் நண்பன் என்று பொருள். (லேர்மன்தவின் குறிப்பு).

விட்டார்கள். எந்த ஒரு சிலருடைய முகங்களை நாங்கள் பார்க்க முடிந்ததோ அவர்களுக்கும் அழகுக்கும் வெகு தூரம். 'செர்க்கேஸியப் பெண்களைப் பற்றி நான் எவ்வளவோ மேலான எண்ணம் கொண்டிருந்தேனே' என்று பிச்சோரின் என்னிடம் சொன்னான். "கொஞ்சம் பொறுங்கள்!" என்று நான் சிரிப்புடன் விடையளித்தேன். என் மனதில் ஓர் எண்ணம் இருந்தது.

"சிற்றரசனின் ஸாக்ளியாவில் அதற்குள் ஏராளமான மக்கள் கூடியிருந்தார்கள். ஊரில் அகப்பட்டவர்களை எல்லாம் திருமண விருந்துக்கு அழைப்பது ஆசியர்களின் வழக்கம். நாங்கள் சகல மரியாதைகளுடனும் வரவேற்கப்பட்டு விருந்தறைக்கு இட்டுச் செல்லப்பட்டோம். ஆனாலும் நான் எங்கள் குதிரைகள் எங்கே நிறுத்தப்பட்டிருக்கின்றன என்று கவனிக்க மறக்கவில்லை, ஏதேனும் எதிர்பாராதது நிகழ்ந்து விட்டால் தேவைப்படுமே, அதற்காக."

"அவர்கள் திருமணம் எப்படிக் கொண்டாடப் படுகிறது?" என்று நான் உதவிக் காப்டனை வினவினேன்.

"அட சாதாரணமாகத்தான். முதலில் முல்லா குறானிலிருந்து எதையோ படிப்பான். பின்பு மணமக்களுக்கும் அவர்களுடைய எல்லா உறவினர்களுக்கும் பரிசுகள் வழங்கப் படும். அப்புறம் சாப்பாடு, குடி. பிறகு குதிரையேற்றப் பயிற்சிப் போட்டிகள் நடக்கும். வழக்கமாக எவனாவது எண்ணெய்ப் பிசுக்கேறிய ஒரு பஞ்சைப் பயல், மூர்க்கமான நொண்டிக் குதிரை மேல் ஏறிக்கொண்டு கோரணி காட்டுவான், விகடம் பண்ணுவான், வெகுளியான மக்களுக்குச் சிரிப்பூட்டுவான். பிற்பாடு அந்தி மயங்கும் வேளையில் விருந்தறையில், நமது முறைப்படி சொல்வதானால், கூட்ட நடனம் தொடங்கும். மூன்று தந்தி வாத்தியம் ஒன்றை பாவம் ஒரு கிழவன் தாறுமாறாக வாசிப்பான்... அவர்கள் மொழியில் அதற்கு என்ன பெயர் என்பதை மறந்துவிட்டேன்... போகிறது, ருஷ்ய பலலாய்க்கா வாத்தியம் போன்றது அது. கன்னிகைகளும் இளைஞர்களும் எதிரெதிரான இரண்டு வரிசைகளாக நின்று

கொண்டு கைகளைக் கொட்டியவாறு பாடுவார்கள். ஒரு கன்னியும் ஒரு வாலிபனும் நடுவுக்கு வந்து தோன்றியபடி எல்லாம் செய்யுள்களைக் கவனம் செய்து நீட்டிய குரலில் ஒருவரோடொருவர் உரையாடுவார்கள். மற்றவர்கள் ஒன்று சேர்ந்து திருப்பிப் பாடுவார்கள். நானும் பிச்சோரினும் மதிப்புக்குரிய இடத்தில் அமர்ந்திருந்தோம். அப்போது சிற்றரசனின் இளைய மகள், பதினாறு வயதுப் பெண், பிச்சோரின் அருகே வந்து அவனைக் குறித்துப் பாடினாள்... எப்படிச் சொல்வது அதை? ஒரு வகையில் புகழ்ச்சிப் பாட்டு."

"அப்படி அவள் என்ன பாடினாள்? உங்களுக்கு நினைவில்லையா?"

"ஊம், அவள் இந்த மாதிரிச் சொன்னாள் என்று நினைக்கிறேன்: 'எங்கள் இளம் வீரர்கள் வடிவான உடற்கட்டு உள்ளவர்கள். அவர்களுடைய நீளச் சட்டைகளில் வெள்ளிச் சரிகை இழைக்கப்பட்டிருக்கிறது. இளம் ருஷ்ய ஆபீசரோ அவர்களைக் காட்டிலும் வடிவான மேனி அமைப்பு உள்ளவன். அவனுடைய பதவிச் சின்னங்கள் பொன்னால் ஆனவை. அவர்களுக்கு நடுவே அவன் பாப்ளார் மரம் போன்றவன். ஆனால் நமது தோட்டத்தில் அவன் வளரவோ மலரவோ போவதில்லை.' பிச்சோரின் எழுந்து நெற்றி மீதும் நெஞ்சின் மீதும் கையை வைத்து அவளுக்கு வணக்கம் தெரிவித்தான். அவளுக்கு விடை கூறும்படி என்னைக் கேட்டுக்கொண்டான். நான் அவர்கள் பாஷையை நன்றாக அறிவேன் ஆதலால் அவனுடைய பதிலை மொழிபெயர்த்துச் சொன்னேன்."

"அவள் எங்களிடமிருந்து அப்பால் போனதும் நான் பிச்சோரினிடம், 'என்ன சொல்கிறீர்கள், பெண் எப்படி?' என்று கிசுகிசுத்தேன்.

" 'அற்புதம்!' என்று அவன் பதிலளித்தான். அவள் பெயர் என்ன?" என வினவினான். 'பேலா' என்றேன்.

"உண்மையாகவே அவள் அழகி. உயரமும் ஒடிசலுமான மேனி. மலை மானுடையவை போன்ற கரு விழிகள் நமது உள்ளத்தை ஊடுருவி நோக்கும். சிந்தனையில் ஆழ்ந்திருந்த பிச்சோரின் அவள் மீது பதித்த பார்வையை அகற்றவே இல்லை. அவளும் அவனை அடிக்கடி கடைக்கணித்துக் கொண்டிருந்தாள். ஒரே விஷயம் என்னவென்றால் வனப்பு மிக்க இளவரசியை வியந்து நோக்கிக்கொண்டிருந்தவன் பிச்சோரின் மட்டுமே அல்ல: அறையின் மூலையிலிருந்து அவளைப் பார்த்துக் கொண்டிருந்தன வேறு இரண்டு விழிகள் - அசைவற்றவை, நெருப்பாய்க் கனல்பவை. நான் சுற்றிலும் நோட்டமிட்டவன் எனக்கு வெகுகாலமாக அறிமுகமான காஸ்பிச் என்பவனைக் கண்டுகொண்டேன். அவன் ருஷ்ய ஆட்சிக்குக் கீழ்ப்படிபவன் என்றும் சொல்ல முடியாது, கீழ்ப்படியாதவன் என்றும் சொல்ல முடியாது. அவன் மேல் சந்தேகம் நிறைய இருந்தது, ஆனால் அவன் எதுவும் விஷமம் செய்ததாகத் தெரியவில்லை. அவன் எங்கள் கோட்டைக்கு அடிக்கடி ஆடுகளை ஓட்டிக்கொண்டு வந்து மலிவான விலைக்கு விற்பதுண்டு. பேரம் பேச மட்டும் மாட்டவே மாட்டான். அவன் கேட்ட விலையைக் கொடுத்துவிட வேண்டும். அவனை வெட்டிப் போட்டாலும் சரியே, விலையில் விட்டுக்கொடுக்க மாட்டான். அப்ரேக்குகளுடன்* குபானுக்குப் போவது அவனுக்கு உவப்பானது என்று பேசிக் கொண்டார்கள். உண்மையைச் சொன்னால் பார்வைக்கு அவன் சரியான கொள்ளைக்காரன் போலவே இருப்பான்: சிறு கூடான வறண்ட தேகம், அகன்ற தோள்கள்... சாமர்த்தியத்திலோ, சாமர்த்தியத்திலோ அரக்கன் தான்! அவனுடைய குட்டை மேல்கோட்டு எப்போதும் கிழிந்து ஒட்டுப் போட்டிருக்கும். ஆயுதமோ வெள்ளி இழைத்திருக்கும்! அவனுடைய குதிரை கபார்தா முழுவதிலும் புகழ் பெற்றிருந்தது. மெய்யாகவே

---

* அப்ரேக்குகள் - காக்கேஷியாவில் ஜாராட்சிக்கு எதிராக கொரில்லாத் தாக்குதல்கள் நடத்தி வந்த மலைவாசிகள் அந்தக் காலத்தில் அப்ரேக்குகள் என அழைக்கப்பட்டனர்.

அதைக் காட்டிலும் சிறந்த பரியைக் கற்பனை செய்யவே இயலாது. குதிரையேற்றக்காரர்கள் எல்லோரும் அவன் மேல் பொறாமை கொண்டது வெறுமே அல்ல. அவர்கள் அந்தப் புரவியைத் திருடப் பல தடவை முயன்றார்கள், பலிக்கத்தான் இல்லை. இப்போதுகூட அந்தக் குதிரையை என் கண் முன்னே காண்கிறேன்: கன்னங்கறேல் என்ற மேனி, கீலெண்ணெய் போல. கால்கள் முறுக்கிய கம்பிகள் போன்றவை. விழிகளோ பேலாவின் கண்களுக்குக் குறைந்தவை அல்ல. அப்புறம் என்ன வலிமை! ஐம்பது வெர்ஸ்ட்டாக்கள் ஆனாலும் நாற்கால் பாய்ச்சல். எப்படிப் பழக்கப்பட்டிருந்தது தெரியுமா? எஜமானன் பின்னே நாய்போல ஓடும். அவன் குரலைக்கூட அடையாளம் தெரிந்துகொள்ளும்! அவன் அதை ஒரு போதும் கட்டிப் போட்டதே கிடையாது. அவ்வளவு சூட்டிக்கையான குதிரை!

“அன்று மாலை காஸ்பிச் முன் எப்போதையும் விடக் கடுகடுப்பாக இருந்தான். மேல் கோட்டுக்கு உள்ளே அவன் இரும்புக் கம்பிக் கவசம் அணிந்திருந்ததை நான் கவனித்தேன். ‘இவன் கவசம் புனைந்திருப்பது வெறுமே அல்ல. நிச்சயமாக ஏதோ திட்டமிட்டிருக்கிறான்’ என்று நினைத்துக் கொண்டேன்.

“ஸாக்ளியாவில் இறுக்கமாயிருந்தது, எனவே கொஞ்சம் காற்றாட வெளியே வந்தேன். மலைமேல் இருள் கவிந்திருந்தது, கணவாய்களில் மூடுபனி படரலாயிற்று.”

“எங்கள் குதிரைகள் நின்றிருந்த கொட்டிலுக்குச் சென்று அவற்றுக்குத் தீனி போடப்பட்டிருக்கிறதா என்று பார்க்க எனக்கு எண்ணம் உண்டாயிற்று. தவிர, கொஞ்சம் முன் எச்சரிக்கையாக இருப்பது ஒருபோதும் தவறல்லவே: என்னிடமோ இருந்தது அருமையான குதிரை. எத்தனையோ கபார்தீனியர்கள் அதை இனிமையாகப் பார்வையிட்டுவிட்டு ‘**யஸீ த்ஹே, ச்சேக் யஹ்!**’* என்று பாராட்டியதுண்டு.

---

* “அழகியது, மிக அழகியது!” செர்க்கேஸிய மொழி).

“வேலியோரமாக நடந்தவன் திடீரெனக் குரல்களைச் செவிமடுத்தேன். ஒரு குரலை உடனே இனங்கண்டு கொண்டேன். அது எங்களுக்கு விருந்தளித்த சிற்றரசனின் மகன், அயோக்கியப் பயல் அஸமாத்தின் குரல். மற்றவன் தணிந்த குரலில் எப்போதாவது தான் பேசினான். ‘இவர்கள் எதைப் பற்றிப் பேசுகிறார்கள்? என் குதிரையைப் பற்றியே தானோ?’ என்று சிந்தித்தேன். வேலியருகே குந்திக்கொண்டு அவர்கள் பேச்சில் ஒரு வார்த்தையைக்கூட விடாதிருக்க முயன்றவாறு உற்றுக்கேட்கலானேன். சில வேளைகளில் ஸாக்ளியாவிலிருந்து பாட்டொலியும் பேச்சுக் குரல்களும் வந்து எனது அக்கறைக்குரிய உரையாடலை அமுக்கிவிட்டன.

“ ‘உன் குதிரை அருமையானது! நான் மட்டும் வீட்டு எஜமானனாக இருந்து முன்னூறு குதிரைகள் கொண்ட மந்தை என்னிடம் இருந்தால் உன் பாய் புரவிக்கு மாற்றாகப் பாதி மந்தையைக் கொடுத்துவிடுவேன், காஸ்பிச்!’ என்றான் அஸமாத்.

“ ‘ஆ, காஸ்பிச்சா!’ என்று எண்ணி, கம்பிக் கவசத்தை நினைவு கூர்ந்தேன்.

“காஸ்பிச் சற்று நேர மௌனத்துக்குப் பிறகு பேசினான்: ‘ஆமாம், கபார்தா முழுவதிலும் இந்த மாதிரிக் குதிரையைக் காணமாட்டாய். ஒரு தடவை - இது தேரெக்கின் மறு புறத்தில் நடந்தது - ருஷ்யர்களின் குதிரைக் கூட்டங்களைக் கவர்வதற்காக அப்ரேக்குகளுடன் குதிரைமேல் போனேன். எங்கள் நோக்கம் ஈடேறவில்லை. நாங்கள் ஆளுக்கு ஒரு பக்கமாகச் சிதறி ஓடினோம். நான்கு கஸாக்கியர்கள் என்னைத் துரத்திக்கொண்டு தொடர்ந்தார்கள். அந்தக் காப்பிரிகளின் கூச்சல்கள் பின்னிருந்து என் காதுக்கு எட்டின. எனக்கு முன்னே இருந்தது அடர்ந்த காடு. நான் சேணத்தின் மேல் சாய்ந்து படுத்து, என்னை அல்லாவின் கையில் ஒப்படைத்து விட்டேன்; அப்போது தான் வாழ்க்கையிலேயே முதல் தடவை நான் என் குதிரையைச் சவுக்கடியால் அவமானப்படுத்தினேன். அது

பட்சியைப்போலக் கிளைகளுக்கு இடையே பாய்ந்து புகுந்து சென்றது. கூரிய முட்கள் என் ஆடையைக் கிழித்தன. கராகாச் மரங்களின் உலர்ந்த சுள்ளிகள் என் முகத்தில் அடித்தன. என் குதிரை பைன் மரங்களுக்கு ஊடாகத் தாவிச் சென்றது. புதர்களை மார்பால் பிளந்து விலக்கியபடி பாய்ந்தது. அதைக் காட்டோரத்தில் விட்டுவிட்டு நான் கால் நடையாகக் காட்டுக்குள் புகுந்து பதுங்கிக்கொள்வது மேலாயிருந்திருக்கும் தான். ஆனால் குதிரையைப் பிரிய எனக்கு வருத்தமாயிருந்தது. ஆண்டவன் எனக்கு அருள் செய்தான். சில குண்டுகள் என் தலைக்கு மேலாகச் சீறிச் சென்றன. குதிரைகள் மேலிருந்து இறங்கிய கஸாக்கியர்கள் என்னைத் தடம் பற்றி விரைந்தது காதில் பட்டது... திடீரென்று எதிரே ஆழமான கிடங்கு காணப்பட்டது. என் பாய்பரி கொஞ்சம் தயங்கிவிட்டுத் தாவியது. அதன் பின்குளம்புகள் எதிர்க் கரையிலிருந்து பிடி நழுவிச் சரிந்து விட்டன. அது முன் கால்களில் தொங்கியது. நான் கடிவாள வாரை எறிந்து விட்டுக் கிடங்கில் குதித்தேன். இந்தச் செயல் என் குதிரையைக் காப்பாற்றியது. அது துள்ளி மேலேறிவிட்டது. கஸாக்கியர்கள் இதை எல்லாம் பார்த்துக்கொண்டிருந்தார்கள், ஆனால் ஒருவனாவது என்னைத் தேடுவதற்காக இறங்கவில்லை. நான் அடிபட்டு இறந்துவிட்டேன் என்று அவர்கள் நினைத்திருப்பார்கள். என் குதிரையைப் பிடிப்பதற்காக அவர்கள் பாய்ந்து முன்னே சென்றது என் செவிகளுக்கு எட்டியது. என் இதயத்தில் துன்ப இரத்தம் பெருகிற்று. கிடங்கு ஓரமாக அடர்ந்த புல் வழியே நான் ஊர்ந்து சென்றேன். பார்க்கிறேனோ, காடு முடிந்துவிட்டது. சில கஸாக்கியர்கள் அதிலிருந்து வெளிப்பட்டுத் திறப்புக்கு வந்தார்கள். என்னுடைய கராகியோஸ் நேரே அவர்களை நோக்கித் துள்ளி வந்தது. எல்லோரும் பெருங்கூச்சலுடன் அதன்மேல் பாய்ந்தார்கள். வெகு நேரம், மிக நீண்ட நேரம் அவர்கள் அதைத் துரத்தினார்கள். அதிலும் ஒருவன் இரண்டொரு தடவை அதன் கழுத்தில் சுருக்குக் கயிற்றை அனேகமாக வீசிவிட்டான்.

நான் நடு நடுங்கினேன், கண்களைத் தாழ்த்திக்கொண்டு பிரார்த்தனை செய்யலானேன். சில கணங்களுக்குப்பின் விழிகளை உயர்த்தினேன். பார்க்கிறேனோ, என் கராகியோஸ் வாலை உயர்த்திக்கொண்டு காற்றுப் போலச் சுயேச்சையாகப் பறக்கிறது. காப்பிரிகள் களைத்துச் சோர்ந்துபோன குதிரைகளின் மேல் ஒருவர் பின் ஒருவராக ஸ்தெப்பி வெளியில் ஊர்கிறார்கள். வல்லாஹ்! இது உண்மை, முழுக்க முழுக்க உண்மை! இரவு வெகு நேரம் வரை நான் கிடங்கிலேயே உட்கார்ந்திருந்தேன். திடீரென்று என்ன நடந்தது என்று நினைக்கிறாய், அஸமாத்? கிடங்கின் கரை மேலாகக் குதிரை ஓடுவதும் செருமுவதும் கனைப்பதும் குளம்புகளால் தரையில் அடிப்பதும் இருட்டில் காதில் பட்டன. என் கராகியோஸின் குரலை நான் அடையாளம் தெரிந்து கொண்டேன். அதுவே தான், என் தோழனே தான்! அப்போது முதல் நாங்கள் இணை பிரிந்ததே இல்லை.'

'தன் பாய்புரவியின் மழமழப்பான பிடரியைத் தடவிக்கொடுத்தவாறு அவன் அதைப் பல விதச் செல்லப் பெயர்களால் அழைப்பது கேட்டது.'

"என்னிடம் ஆயிரம் குதிரைகள் கொண்ட மந்தை இருந்தால் அது முழுவதையும் உன்னுடைய கராகியோஸுக்கு மாற்றாகக் கொடுத்துவிடுவேன்" என்றான் அஸமாத்.

"யோக்*, வேண்டாம்" என்று அலட்சியமாகப் பதிலிறுத்தான் காஸ்பிச்.

"அஸமாத் அவனைக் கொஞ்சிக் குழைந்தபடி பேசலுற்றான்: 'நான் சொல்வதைக் கேள், காஸ்பிச். நீ பெருந்தன்மையுள்ள மனிதன், வீரம் நிறைந்த ஜிகித். என் தகப்பனார் ருஷ்யர்களிடம் பயப்படுகிறார், என்னை மலைக்குப் போகவிட மாட்டேன் என்கிறார். உன் குதிரையை எனக்குக் கொடு, மாற்றாக நீ விரும்புவதை எல்லாம் நான் செய்கிறேன். அப்பாவின் மிகச் சிறந்த துப்பாக்கியோ

* "இல்லை." (செர்க்கேஸிய மொழி).

உடைவாளோ எது உனக்கு வேண்டுமானாலும் திருடித் தருகிறேன். அவருடையது அசல் குர்தா* அதன் அலகு முனையைக் கையில் பிடித்தால் தானாகவே உடலுக்குள் சரக்கென்று பாய்ந்து விடும். உன்னுடையது போன்ற கம்பிக் கவசம் அதைத் தடுத்துவிட முடியாது.

"காஸ்பிச் பேசாதிருந்தான்.

"அஸமாத் பேச்சைத் தொடர்ந்தான்: 'முதல் தடவை நான் உன் குதிரையைப் பார்த்தபோது, அது உன்னைச் சுமந்தவாறு மூக்குத் துளைகளை அகலப் பரப்பிக்கொண்டு சுற்றிச் சுழன்றது, துள்ளிக் குதித்தது, அதன் குளம்புகளுக்கு அடியிலிருந்து பருக்கைக் கற்கள் தெறித்துப் பறந்தன. அதைக் கண்ட கணம் முதல் எனக்கு எல்லாவற்றிலும் வெறுப்பு தட்டிவிட்டது. என் தகப்பனாரின் மிகச் சிறந்த குதிரைகளை நான் இகழ்ச்சியுடன் நோக்கினேன். அவற்றின் மேல் நாலு பேர் காணும்படி சவாரி செய்வதற்கே எனக்கு வெட்கமாயிருந்தது. ஏக்கம் என்னை ஆட்கொண்டது. வருத்தத்தில் ஆழ்ந்தவனாக விடாமல் பல நாட்கள் பாறைமேல் உட்கார்ந்திருப்பேன். வடிவமைந்த நடையும், மழமழப்பான, அம்பு போல் நேரான முதுகுந்தண்டும் கொண்ட உன் குதிரை கணந்தோறும் என் எண்ணத்தில் காட்சிதரும். அறிவு சுடரும் விழிகளால் அது என்னை விழிபொருந்த நோக்கும், ஏதோ சொல்லாட விரும்பியது போல. காஸ்பிச், நீ உன் குதிரையை எனக்கு விற்காவிட்டால் நான் இறந்துபோ வேன்!' இவ்வாறு நடுங்கும் குரலில் சொன்னான் அஸமாத்.

"அவன் அழுதது என் காதில் பட்டது. இங்கே நான் உங்களுக்கு ஒன்று சொல்லிவிட வேண்டும்: அஸமாத் பெரும் பிடிவாதக்காரப் பையன். அவன் இன்னும் சின்னவனாயிருந்த போதுகூட எந்தக் காரணத்தைக் கொண்டும் வழக்கமாக அவனை அழவைக்க முடியாது.

*குர்தா - குர்தா என்ற வாள் சிற்பியின் பெயர் கொண்ட உயரிய எஃகு அலகுள்ள வாள். காக்கேஷியாவில் மிகப் பெயர் பெற்றது.

|35|

"அவனுடைய அழுகைக்குப் பதிலாகச் சிரிப்பு போல ஏதோ கேட்டது.

"அஸமாத் உறுதியான குரலில் சொன்னான்: 'கேள்! நான் எதற்கும் துணிந்துவிட்டேன், பார்த்தாயா! உனக்காக என் சகோதரியைத் திருடித் தருகிறேன், வேண்டுமா? அவள் எவ்வளவு ஒயிலாக நடனம் ஆடுகிறாள்! எப்படிப் பாடுகிறாள்! ஜரிகையால் சித்திரத் தையல் செய்கிறாளே, அற்புதம்! இந்த மாதிரி மனைவி துருக்கியப் பாதுஷாவுக்குக்கூட இருந்த தில்லை... விரும்புகிறாயா? கணவாயில் நீரோட்டத்தின் அருகே நாளை இரவு எனக்காகக் காத்திரு. நான் அந்த வழியாக அவளுடன் பக்கத்துக் கிராமத்துக்கு வருவேன். அப்புறம் அவள் உன்னுடையவள். பேலா உன் பாய்புரவிக்கு ஈடாக மாட்டாளா என்ன?'

"காஸ்பிச் மிக மிக நீண்ட நேரம் பேசாதிருந்தான். முடிவில் விடை அளிப்பதற்குப் பதிலாக அவன் பழமையான பாட்டு ஒன்றை அரைக் குரலில் ராகம் போட்டுப் பாடினான்:*

" 'எழில் நங்கையர் பலர் எங்கள் ஊரில், அவர்
விழிகளின் கருவானில் விண்மீன்கள் சுடர்ந்திடும்.
இனிமை, பெரும்பேறு அவரைக் காதலித்தல்,
எனின் இன்னும் களிதரும் இளைஞர் - சுதந்திரம்.
விலைகொள்ளும் பொன் இங்கு மனைவியர்
நால்வரை, விலை மதிப்பற்றது வீரப் புரவிதான்:
வீசுகாற்றுக் கீடாய் வெளியில் விரைந்திடும்,
மோசம் புரியாது, துரோகம் இழைக்காது.'

"அவனை இணங்க வைப்பதற்காக அஸமாத் வீணாக மன்றாடினான், அழுதான், இச்சகம் பேசினான், ஆணையிட்டான். முடிவில் காஸ்பிச் பொறுமை இழந்து அவனை இடைமுறித்தான்:

---

* காஸ்பிச்சின் பாட்டு எனக்கு உரைநடையில் தான் விவரிக்கப்பட்டது என்பது கூறாமலே விளங்கும். அதைச் செய்யுள் வடிவில் மாற்றி அமைத்திருப்பதற்காக நான் வாசகர்களிடம் மன்னிப்பு கோருகிறேன். என்ன செய்வது? வழக்கம் இரண்டாவது இயற்கைக் குணம் ஆயிற்றே. (லேர்மன்தவின் குறிப்பு).

“அட போடா மதிகெட்ட சிறு பயலே! நீயாவது, என் குதிரைமேல் சவாரி செய்யவாவது! முதல் மூன்று தாவடிகளுக்குள் அது உன்னைத் தூக்கி எறிந்துவிடும், நீ விழுந்து கல்லில் மோதிப் பிடர்த்தலையை உடைத்துக்கொள்வாய்.”

“ ‘என்னையா?’ என்று வெறிக்கூச்சலிட்டான் அஸமாத். குழந்தைக் கட்டாரியின் இரும்பு கம்பிக் கவசத்தில் தாக்கி ஒலித்தது. வலிய கரம் அவனை அப்பால் நெட்டித் தள்ளியது. அவன் வேலியில் மோதிய வேகத்தில் வேலி அசைந்தாடிற்று. ‘இப்போது நடக்கும் கோலாகலம்!’ என்று நினைத்துக் கொண்டேன். லாயத்துக்குப் பாய்ந்தோடிக் குதிரைகளைக் கட்டவிழ்த்துப் பின் முற்றத்துக்கு நடத்திச் சென்றேன். இரண்டு நிமிடங்களுக்கெல்லாம் ஸாக்ளியாவில் ஒரே அல்லோல கல்லோலம் ஏற்பட்டது. நடந்தது இது தான்: அஸமாத் கிழிந்த கோட்டுடன் அங்கே ஓடி, காஸ்பிச் தன்னை வாளால் வெட்ட முயன்றதாகச் சொன்னான். எல்லோரும் துள்ளி எழுந்து ஆயுதங்களை எடுத்துக்கொண்டார்கள். அவ்வளவு தான் - தொடங்கிவிட்டது கோலாகலம்! கத்தல், கூச்சல், குண்டுகள் வெடிக்கும் ஓசை. ஆனால் இதற்குள் காஸ்பிச் குதிரையேறிக் கூட்டத்தின் இடையே தெருவில் புகுந்து, அரக்கன் போல வாளை வீசியவாறு திரும்பி நெளிந்து பாய்ந்து விட்டான்.

“நான் பிச்சோரினின் கையைப் பிடித்துக்கொண்டு, ‘வேற்றார் விவகாரத்தில் தலையிடுவது நல்லதல்ல. நாம் விரைவில் அகன்றுவிடுவதே மேல் அல்லவா?’ என்றேன்.

“ ‘கொஞ்சம் பொறுங்கள், முடிவு என்ன ஆகிறது என்று பார்ப்போம்.’

“ ‘முடிவு நிச்சயமாக இன்னும் மோசமாயிருக்கும். இந்த ஆசியர்கள் விஷயமே அப்படித்தான். சற்று நேரம் குடிப்பார்கள், பின்பு வெட்டும் குத்தும்!’ என்றேன். நாங்கள் குதிரைகள் மேல் அமர்ந்து வீட்டுக்கு விரைந்தோம்.”

“காஸ்பிச் என்ன ஆனான்?” என்று நான் பொறுமை இன்றி உதவிக் காப்டனிடம் வினவினேன்.

"இந்த ஜனங்களுக்கு ஆவது என்ன? அவன் தான் நழுவி விட்டானே!" என்று தம்ளர் தேநீரை முழுவதும் பருகிவிட்டு அவர் பதிலளித்தார்.

"அவனுக்குக் காயம் படவில்லையா?"

"ஆண்டவனுக்கே வெளிச்சம்! இந்தப் போக்கிரிகளுக்கு உயிர் கல்லு. இவர்களோடு போரிடும்போது நான் பார்த்திருக்கிறேன்: துப்பாக்கிச் சனியன்களால் உடம்பெல்லாம் சல்லடைக் கண்களாகத் துளைத்திருக்கும், அப்போதும் வாள் வீசிய வண்ணமாயிருப்பார்கள்." சிறிது நேரம் பேசாதிருந்த பின் உதவிக் காப்டன் தரைமீது காலைத் தொப்பென்று அடித்துப் பேச்சைத் தொடர்ந்தார்:

"நான் செய்த ஒரு காரியத்துக்காக ஒரு போதும் என்னை மன்னித்துக்கொள்ள மாட்டேன். எந்தச் சைத்தான் தூண்டிவிட்டானோ, வேலியோரத்தில் உட்கார்ந்தபடி நான் கேட்டவற்றை எல்லாம் கோட்டைக்கு வந்ததும் பிச்சோரினுக்கு விவரித்தேன். அவன் சிரித்தான் - தந்திரக் காரன்! ஆனால் தனக்குள்ளாக ஏதோ சிந்தனையில் ஆழ்ந்தான்."

"என்ன நேர்ந்தது அப்படி? சொல்லுங்களேன்."

"வேறு ஒன்றும் செய்வதற்கில்லை! கதை சொல்ல ஆரம்பித்துவிட்டபின் தொடர்ச்சியாக விவரிக்க வேண்டியது தான்.

"ஒரு நான்கு நாட்களுக்கு அப்புறம் அஸமாத் கோட்டைக்கு வந்தான். பிச்சோரின் அவனுக்கு எப்போதும் இனிய தின்பண்டங்கள் கொடுத்து உபசரிப்பான், எனவே வழக்கம்போல அவன் பிச்சோரினிடம் சென்றான். நானும் அங்கே இருந்தேன். குதிரைகளைப் பற்றிச் சர்ச்சை தொடங்கியது. காஸ்பிச்சின் குதிரையைப் பிச்சோரின் வானளாவப் புகழலானான் - அது மிகத் துடியானது, மலை மான் போல வனப்புள்ளது என்றெல்லாம். அவன் சொற்படி, அது போன்ற குதிரை உலகம் முழுவதிலும் இல்லை.

“தாத்தார் பையனின் கண்கள் ஒளி சுடர்ந்தன, ஆனால் பிச்சோரின் அதைக் கண்டுகொள்ளாதது போலப் பாவனை செய்தான். நான் வேறு பேச்சு எடுத்தேன். அவனோ, உடனேயே உரையாடலைக் காஸ்பிச்சின் குதிரை விஷயத்துக்குத் திருப்பினான். அஸமாத் வந்த போதெல்லாம் இதே கதை தொடர்ந்தது. ஒரு மூன்று வாரங்களுக்குப் பின் நான் பார்க்கிறேன், அஸமாத் வெளிறி உலர்ந்து போயிருந்தான் - கதைகளில் வரும் காதலன் போல. விந்தைதான்!

“கேட்டீர்களா! இந்த வேடிக்கை எல்லாம் காலங்கடந்த பின்னரே எனக்குத் தெரியவந்தது. பிச்சோரின் அந்தப் பையனைப் போதும் போதும் என்னும் அளவுக்கு ஏளனம் செய்தான். ஒரு தடவை அவன் சிறுவனிடம் சொன்னான்:

“ ‘அஸமாத், இந்தக் குதிரைமேல் உனக்கு ஒரே மோகம் விழுந்துவிட்டதைக் காண்கிறேன். அதுவோ, உன் பிடர்த் தலையைப் போலவே உன் கண்களுக்குத் தென்படாமல் மறைந்திருக்கிறது! ஒருவன் உனக்கு அதைப் பரிசளித்தால் அவனுக்கு நீ என்ன கொடுப்பாய்? சொல்லு...’

“ ‘அவன் விரும்புவதை எல்லாம்’ என்றான் அஸமாத்.

“ ‘அப்படியானால் நான் உனக்கு அதை வாங்கித் தருகிறேன். ஒரே நிபந்தனை... அதை நிறைவேற்றுவதாக ஆணையிடு...’

“ ‘ஆணையிடுகிறேன்... நீயும் ஆணையிடு!’

“ ‘ஆகா! ஆணையிடுகிறேன், நீ அந்தக் குதிரைக்குச் சொந்தக்காரன் ஆவாய் என்று. ஆனால் அதற்கு மாற்றாக நீ உன் சகோதரி பேலாவை எனக்குத் தர வேண்டும். கராகியோஸ் அவளுக்காக நான் தரும் விலைப்பணமாக இருக்கும். இந்த பேரம் உனக்கு லாபகரமானதே என்று நம்புகிறேன்.’

“அஸமாத் பேசாதிருந்தான்.

" 'விருப்பம் இல்லையா? அப்புறம் உன் இஷ்டம்! நீ ஆண் மகன் என்று நினைத்தேன், நீயோ இன்னும் சிறுவன்: குதிரைச் சவாரி செய்ய உனக்கு வயது பற்றாது...'

"அஸமாத் சீறி வெடித்தான்.

" 'என் தகப்பனார்?' என்றான்.

" 'அவர் ஒருபோதும் வெளியூர் போவதில்லையா என்ன?'

" 'உண்மை தான்...'

" 'இணங்குகிறாயா?'

" 'இணங்குகிறேன். எப்போது?' என்று சாவடைந்தது போல முகம் வெளிறக் கிசுகிசுத்தான் அஸமாத்.

" 'காஸ்பிச் இங்கே முதல் தடவை வரும்போது, அவன் ஒரு பத்துச் செம்மறியாடுகளை ஓட்டி வருவதாகச் சொல்லியிருக்கிறான். மற்றதெல்லாம் என் வேலை. பார்த்துக் கொள், அஸமாத்!'

"ஆக அவர்கள் இந்த வேலையைச் சரிப்படுத்திக் கொண்டார்கள்... உண்மையாகச் சொன்னால் மோசமான வேலை இது! பிற்பாடு நான் பிச்சோரினிடம் இப்படிச் சொல்லவும் சொன்னேன். அவனோ, காட்டுமிராண்டிச் செர்க்கேஸியப் பெண் இம்மாதிரி இனிய கணவனைப் பெறுவதற்குக் கொடுத்து வைத்திருக்க வேண்டும் என்றும், அவர்களுடைய மரபுப்படி அவன் அவளுடைய கணவன் ஆகிவிட்டதாகவும், காஸ்பிச் கொள்ளைக்காரன், தண்டிக்கத் தகுந்தவன் என்றும் சொல்லிவிட்டான். நான் இதற்கு எதிராக என்ன கூறியிருக்க முடியும் என்று நீங்களே தீர்மானியுங்கள்... ஆனால் அப்போது எனக்கு அவர்களுடைய சதியாலோசனை பற்றி ஒன்றுமே தெரியாது. ஒரு தடவை காஸ்பிச் வந்து செம்மறியாடுகளும் தேனும் வேண்டுமா என்று கேட்டான். மறுநாள் கொண்டு வரும்படி சொன்னேன்.

“ ‘அஸமாத்! நாளைக்குக் கராகியோஸ் என் கையில் இருக்கும். இன்று இரவு பேலா இங்கு வந்து சேராவிட்டால் அந்தக் குதிரையை நீ பார்த்தாற்போலத்தான்...’ என்றான் பிச்சோரின்.

“ ‘நல்லது!’ என்று கூறிவிட்டு அஸமாத் குதிரையேறிக் கிராமத்துக்கு விரைந்தான்.

“மாலையில் பிச்சோரின் ஆயுதபாணியாகக் கோட்டையிலிருந்து வெளியேறினான். இந்த வேலையை அவர்கள் எப்படிச் சமாளித்தார்களோ அறியேன். ஆனால் இரவில் அவர்கள் இருவரும் கோட்டைக்குத் திரும்பினார்கள். அஸமாத்தின் குதிரைச் சேணத்துக்குக் குறுக்காக, துப்பட்டியால் தலையை மூடிப் போர்த்து, கைகால்கள் கட்டப்பட்டிருந்த ஒரு மாது கிடந்ததைப் பாராக்காரன் கண்டானாம்.”

“குதிரையோ?” என்று உதவிக் காப்டனை வினவினேன்.

“இதோ, இதோ சொல்கிறேன். மறு நாள் அதிகாலையில் காஸ்பிச் பத்துச் செம்மறியாடுகளை விற்பதற்கு ஓட்டி வந்தான். குதிரையை வெளிச் சுவரருகே கட்டிவிட்டு அவன் என் அறைக்குள் வந்தான். என்னதான் கொள்ளைக்காரன் ஆனாலும் என் குனாக் ஆதலால் நான் அவனுக்குத் தேநீர் கொடுத்து உபசரித்தேன்.

“நாங்கள் ஏதேதோ விஷயங்களைப் பற்றி உரையாடினோம்... திடீரென்று பார்க்கிறேனோ, காஸ்பிச்சின் உடல் சிலிர்த்தது, முகத் தோற்றம் மாறியது, அவன் ஜன்னல் அருகே பாய்ந்தான். துர்ப்பாக்கியவசமாக ஜன்னல் பின் முற்றத்தைப் பார்த்திருந்தது.

“ ‘உனக்கு என்ன?’ என்று கேட்டேன்.

“ ‘என் குதிரை... குதிரை!’ என்று சொல்கையில் அவன் உடம்பு நடுங்கியது.

“மெய்தான். குதிரைக் குளம்படிச் சத்தம் எனக்குக் கேட்டது. ‘யாரேனும் கஸாக்கிய வீரன் வந்திருப்பான்’ என்றேன்.

“ ‘இல்லை! உரூஸ் யமான், யமான்!’* என்று கர்ஜித்து விட்டுக் காட்டுப் பனிச்சிறுத்தை போல ஒரே பாய்ச்சலில் வெளியே தாவினான். இரண்டே தாவல்களில் வெளிமுகப்பை அடைந்துவிட்டான். கோட்டை வாயிலில் பாராக்காரன் துப்பாக்கியால் அவன் வழியை மறித்தான். காஸ்பிச் துப்பாக் கியைத் தாண்டிக் குதித்துத் தெருவில் பாய்ந்தோடினான்... தொலைவில் புழுதி கிளம்பிச் சுழன்றது - அஸமாத் வீரப் புரவி மேல் விரைந்தோடினான். காஸ்பிச் ஓடிக்கொண்டே உறைக்குள்ளிருந்து துப்பாக்கியை எடுத்துச் சுட்டான். குறி தவறிவிட்டது என்று நிதானப்படும்வரை நிமிட நேரம் அசையாது நின்றான். அப்புறம் வீரிட்டு, துப்பாக்கியைக் கல்லில் அடித்துத் துண்டு துண்டாக நொறுக்கி விட்டுத் தரையில் விழுந்து புரண்டு பாலகன் போலத் தேம்பி அழுதான்... கோட்டையிலிருந்து ஆட்கள் வெளிவந்து அவனைச் சூழ்ந்து மொய்த்தார்கள். அவனோ, எவரையும் ஏறெடுத்தும் பார்க்கவில்லை. ஆட்கள் சற்று நின்றார்கள், வார்த்தையாடினார்கள், அப்புறம் திரும்பிவிட்டார்கள். ஆடுகளுக்கு உரிய பணத்தை அவன் அருகே வைக்கும்படி உத்தரவிட்டேன். அவன் அதைத் தொடவே இல்லை, முகங்குப்புறப்படுத்து, பிணம் போலக் கிடந்தான். அதே மாதிரி நள்ளிரவு வரையிலும், இரவு முழுவதுமே கிடந்தான் என்றால் நம்புவீர்களா? மறுநாள் காலையில் தான் அவன் கோட்டைக்குள் வந்து திருடியவன் யார் என்று சொல்லும்படி கேட்டான். அஸமாத் குதிரையை அவிழ்த்து அதன் மேல் ஏறிப் போனதைக் கண்டிருந்த பாராக்காரன் அதை மறைப்பது அவசியம் என்று எண்ணவில்லை. இந்தப் பெயரைக் கேட்டதும் காஸ்பிச்சின் கண்கள் அனல் சிந்தின. அவன் அஸமாத்தின் தகப்பன் வசித்த கிராமத்துக்குப் புறப்பட்டான்.”

---

* “ருஷ்யன் கெட்டவன், கெட்டவன்!” (சேர்க்கேஸிய மொழி).

“தகப்பன் என்ன சொன்னானாம்?”

“அது தானே விஷயம்! காஸ்பிச் அவனைக் காணவே இல்லை. அவன் ஒரு ஆறு நாட்களுக்கு எங்கோ போயிருந்தான். இல்லாவிட்டால் தமக்கையைக் கடத்தி வருவது அஸமாத்துக்கு முடிந்திருக்குமா?

“தகப்பன் திரும்பி வந்தபோது வீட்டில் மகளும் இல்லை, மகனும் இல்லை. படு தந்திரக்காரன் அஸமாத். அகப்பட்டால் தலை கழுத்தின்மேல் தரிக்காது என்று கண்டுகொண்டான். இன்றுவரை அவன் போன இடம் தெரியவில்லை. அப்ரேக்குகளின் கூட்டம் எதிலாவது சேர்ந்திருப்பான், தேரெக் அல்லது குபானுக்கு அப்பால் உயிரைப் பலி கொடுத்திருப்பான், அதற்குத்தானே இதெல்லாம் வழி!...”

“நானும் போதிய அளவு பட நேர்ந்தது என்பதை ஒப்புக்கொள்கிறேன். செர்க்கேஸியப் பெண் பிச்சோரின் வீட்டில் இருக்கிறாள் என்பது தெரிந்ததுமே நான் பதவிச் சின்னங்களையும் உடைவாளையும் அணிந்து கொண்டு அவனிடம் போனேன்.

“அவன் முதல் அறையில் கட்டிலில் படுத்திருந்தான். ஒரு கையைத் தலைக்கடியில் வைத்திருந்தான், இன்னொரு கையில் அணைந்த சுங்கானைப் பிடித்திருந்தான். இரண்டாவது அறைக்கதவு பூட்டப்பட்டிருந்தது, பூட்டில் சாவி இல்லை. இவற்றை எல்லாம் நான் உடனேயே கவனித்தேன்... நான் இருமவும் நிலையில் பூட்சுக் குதிகளால் டக்டக்கென்று அடிக்கவும் தொடங்கினேன். அவனோ, ஒன்றும் காதில் படவில்லை போலப் பாவனை செய்தான்.

“ ‘என்ஸைன்* அவர்களே! நான் உங்களிடம் வந்திருப்பதை நீங்கள் பார்க்கவில்லையோ?’ என்று முடிந்தவரை கடுமையான குரலில் சொன்னேன்.

* கீழ்நிலை இராணுவ அதிகாரி. (மொ - ர்.)

" 'ஆ, வணக்கம், மக்ஸீம் மக்ஸீமிச்! சுங்கான் புகைக் கிறீர்களா?' என்று எழுந்திருக்காமலே கூறினான் பிச்சோரின்.

" 'மன்னிக்க வேண்டும். நான் மக்ஸீம் மக்ஸீமிச் அல்ல, உதவிக் காப்டன் நான்.'

" 'எல்லாம் ஒன்று தான். தேநீர் அருந்துகிறீர்களா? எப்பேர்ப்பட்ட தொல்லை என்னை வாட்டுகிறது என்பது தெரிந்தால் சொல்வீர்கள்!'

" 'எனக்கு எல்லாம் தெரியும்' என்று கூறிக் கட்டில் அருகே சென்றேன்.

" 'அந்த மட்டுக்கு நல்லது தான். விவரிப்பதற்கு ஏற்ற மனநிலையில் நான் இல்லை.'

" 'என்ஸைன் அவர்களே, நீங்கள் புரிந்திருப்பது குற்றம். அதற்கு நானும் பொறுப்பு ஏற்க வேண்டி வரலாம்...'

" 'நன்றாக வரட்டுமே! இதில் என்ன சங்கடம்? வெகு காலமாக எல்லாவற்றையும் ஆளுக்குப் பாதியாகத் தானே அனுபவித்து வருகிறோம்.'

" 'இதென்ன வேடிக்கை? உங்கள் உடைவாளைக் கொடுங்கள்!'

" 'மீத்கா, உடைவாளைக் கொண்டுவா!'

"மீத்கா உடைவாளைக் கொண்டுவந்தான். என் கடமையை நிறைவேற்றிய பின் நான் அவனருகே கட்டிலில் உட்கார்ந்து கொண்டேன்.

" 'கேள், பிச்சோரின். இது மோசம் என்பதை ஒப்புக் கொள்' என்றேன்.

" 'எது மோசம்?'

" 'பேலாவை நீ தூக்கி வந்திருப்பது... அந்தப் படு போக்கிரி அஸமாத் மேல் எனக்கு ஒரே எரிச்சலாக வருகிறது! ஊம், ஒப்புக்கொள்' என்று கூறினேன்.

" 'அவளை எனக்குப் பிடித்திருக்கும்போதோ?'

"இவனுக்கு என்ன பதில் கூறுவது, நீங்களே சொல்லுங்கள்... நான் திக்குமுக்காடிப் போனேன். ஆயினும் சிறிது நேரம் பேசாதிருந்தபின், தகப்பன் அவளைத் தரும்படி கோரினால் கொடுத்துவிட வேண்டியிருக்கும் என்று சொன்னேன்.

" 'வேண்டவே வேண்டாம்.'

" 'அவள் இங்கே இருப்பதை அவன் தெரிந்து கொள்வானே.'

" 'எப்படித் தெரிந்து கொள்வானாம்?'

"நான் மறுபடி வாயடைத்துப் போனேன்.

"பிச்சோரின் எழுந்து உட்கார்ந்து, 'கேளுங்கள், மக்ஸீம் மக்ஸீமிச்! நீங்கள் நல்லியல்பு உள்ளவர் ஆயிற்றே. அந்தக் காட்டுமிராண்டியிடம் மகளை ஒப்படைத்தோமானால் அவன் அவளை வெட்டிப் போட்டுவிடுவான் அல்லது விற்று விடுவான். காரியமோ நடந்துவிட்டது, விஷயத்தை வீணே கெடுக்க வேண்டாம். அவளை என்னிடம் இருக்க விடுங்கள். என்னுடைய உடைவாள் உங்களிடம் இருக்கட்டும்...' என்றான்.

" 'எனக்கு அவளைக் காட்டுங்களேன்' என்றேன் நான்.

" 'அவள் இந்தக் கதவுக்கு மறுபுறம் இருக்கிறாள். நான் தான் இன்று அவளைப் பார்க்க வீணாக விரும்பினேன்; போர்வையால் முக்காடு இட்டுக்கொண்டு மூலையில் உட்கார்ந்திருக்கிறாள். பேசவோ ஏறெடுத்துப் பார்க்கவோ மாட்டேன் என்கிறாள். மிரண்டு போயிருக்கிறாள் - மலைமான் போல. நான் நமது சாப்பாட்டுக் கடைக்காரியை உதவிக்கு அமர்த்திக் கொண்டிருக்கிறேன். அவள் தாத்தாரிய மொழி அறிந்தவள். பேலாவிடம் அவள் வந்துபோய்க் கொண்டிருப்பாள். அவள் என்னுடையவள் என்ற

எண்ணத்துக்கு அவளைப் பழக்கப்படுத்துவாள், ஏனென்றால் பேலா என்னைத் தவிர வேறு யாருக்கும் சொந்தமாக மாட்டாள்.' இவ்வாறு சொல்லி மேஜைமேல் குத்தினான் பிச்சோரின்.

"நான் அதை ஒப்புக்கொண்டேன்... என்ன செய்வது, சொல்லுங்கள்? சில மனிதர்களுடன் எப்போதும் இணங்கிப் போக வேண்டியிருக்கிறது."

"அப்புறம் என்ன? அவன் உண்மையாகவே அவளைத் தனக்குப் பழகச் செய்தானா அல்லது அவள் இந்தச் சிறையிருப்பில், சொந்த நாடு பற்றிய ஏக்கத்தில் வாடி வதங்கிப் போனாளா?" என்று நான் மக்ஸீம் மக்ஸீமிச்சிடம் கேட்டேன்.

"தயவு செய்து சொல்லுங்களேன், சொந்த நாடு பற்றிய ஏக்கத்துக்கு இடம் ஏது? கிராமத்திலிருந்து தென்படும் அதே மலைகள் தாம் கோட்டையிலிருந்தும் தெரிந்தன. இந்தக் காட்டு மக்களுக்கோ வேறு எதுவுமே தேவை இல்லை. தவிர பிச்சோரின் ஒவ்வொரு நாளும் அவளுக்கு ஏதாவது பரிசு அளித்த வண்ணமாயிருந்தான். முதல் நாட்களில் அவள் பேசாமல் கர்வத்துடன் பரிசுகளை அப்பால் தள்ளினாள். அப்போது அவை கடைக்காரிக்குக் கிடைத்தன, அவளுடைய வாக்கு வன்மையைத் தூண்டி ஊக்கின. ஆ, பரிசுகள்! வண்ணத் துணிக்காகப் பெண் என்னதான் செய்ய மாட்டாள்! ஊம், இது சும்மா ஒரு பேச்சுக்கு... பிச்சோரின் அவளோடு நெடுங்காலம் மண்டையை உடைத்துக் கொண்டான். இதற்கிடையே தாத்தாரிய மொழி பேசக் கற்றுக் கொண்டான். அவளும் நமது பாஷையைப் புரிந்து கொள்ளலானாள். கொஞ்சம் கொஞ்சமாக அவள் அவனை நோக்குவதற்குப் பழகிவிட்டாள். ஆரம்பத்தில் சிறக்கணித்து, ஓரக் கண்ணால் பார்ப்பாள், ஏக்கமே வடிவாயிருப்பாள், தன் பாட்டுக்களை வாய்க்குள்ளாகப் பாடிக் கொள்வாள். பக்கத்து அறையிலிருந்து அவள் பாட்டைக் கேட்கையில் என்னையும் துயரம் கவ்விக்கொள்ளும். ஒரு காட்சியை நான்

மறக்கவே மாட்டேன்: அந்தப் பக்கமாகப் போனவன் ஜன்னல் வழியே உள்ளே பார்த்தேன். பேலா தலையை மார்பில் படும்படி தொங்கவிட்டவாறு மஞ்சத்தில் அமர்ந்திருந்தாள். பிச்சோரின் அவள் எதிரே நின்றிருந்தான்.

"அவன் சொன்னான்: 'கேள், என் மோகினிப் பெண்ணே. ஒரு நாள் இல்லாவிட்டால் ஒரு நாள் நீ என்னுடையவள் ஆக வேண்டியவள் தான், இதை நீ அறிவாய். பின்பு எதற்காக என்னை வெறுமே வதைக்கிறாய்? யாராவது செச்சேனியனைக் காதலிக்கிறாயா என்ன? அப்படியானால் இந்தக் கணமே உன்னை வீட்டுக்குப் போக விடுகிறேன்.' அரிதாகவே புலப்படும் வகையில் அவள் நடுங்கினாள், தலையை அசைத்தாள். அவன் பேச்சைத் தொடர்ந்தான். 'அல்லது உனக்கு என்னைக் கண்டாலே கரிக்கிறதா?' அவள் பெருமூச்செறிந்தாள். 'அல்லது உன் மதம் என்னைக் காதலிப்பதைத் தடுக்கிறதா?' அவள் வெளிறிப்போய் மௌனமாயிருந்தாள். 'நான் சொல்வதை நம்பு. எல்லா இனத்தவருக்கும் அல்லா ஒருவனேதான். உன்னைக் காதலிப்பதற்கு அவன் என்னை அனுமதிக்கிறான் என்றால் மாற்றாக நீ என்னைக் காதலிப்பதை அவன் எதற்காகத் தடை செய்யப்போகிறான்?' இந்தப் புதிய கருத்தால் பெரு வியப்புற்றவள் போல அவள் அவனை நிலைக்குத்திட்டு நோக்கினாள். நம்பிக்கையின்மையும் உறுதிப்படுத்திக்கொள்ளும் விருப்பமும் அவள் விழிகளில் புலப்பட்டன. எப்பேர்ப்பட்ட விழிகள்! அவை இரண்டு நெருப்புக் தணல்கள் போலச் சுடர்ந்தன. பிச்சோரின் தொடர்ந்தான்: 'எனக்கு இனிய, நல்லியல்புள்ள பேலா, நீயே காண்கிறாய், நான் உன்னை எப்படிக் காதலிக்கிறேன் என்பதை. உனக்கு மகிழ்வூட்டுவதற்காக நான் எதையும் வழங்கச் சித்தமாயிருக்கிறேன். நீ இன்புற வேண்டும் என்பதே நான் விரும்புவது. நீ மறுபடி கருங்குருமென்றிருந்தால் நான் இறந்து போவேன். சொல்லு, நீ சந்தோஷமாக இருப்பாயா?'

"அவள் தன் கருவிழிகளை அவன் மீதிருந்து அகற்றாமல் சிந்தித்தாள். பின்பு கனிவுடன் புன்னகை புரிந்து இசைவு

தெரிவிப்பதற்கு அடையாளமாகத் தலை அசைத்தாள். அவன் அவள் கைகளைப் பற்றியவாறு, தன்னை முத்தமிடும்படி அவளை வேண்டினான். அவள் பலவீனமாகத் தற்காத்துக் கொண்டு 'தயவு செய்யுங்கள், தயவு செய்யுங்கள், வேண்டாம், வேண்டாம்' என்று திரும்பத் திரும்பச் சொன்னாள். அவன் வற்புறுத்தத் தொடங்கினான். அவள் மேனி நடுங்கிற்று. அழலானாள்.

" 'நான் உன்னுடைய கைதி. உன் அடிமை. நீ என்னைக் கட்டாயப்படுத்தலாம்' என்று கூறி மீண்டும் கண்ணீர் பெருக்கினாள்.

"பிச்சோரின் நெற்றியில் குட்டிக்கொண்டு அடுத்த அறைக்குப் பாய்ந்து சென்றான். நான் அவனிடம் போனேன். அவன் கைகளைக் கட்டிக்கொண்டு முன்னும் பின்னுமாகக் கடுகடுப்புடன் பற்றி உலாவினான்.

" 'என்ன அப்பனே?' என்றேன்.

" 'பேய்மகள், பெண் அல்ல! ஆனால் உங்களுக்கு நான் ஆணையிட்டுக் கூறுகிறேன், அவள் என்னுடையவள் ஆகிவிடுவாள்...' என்றான்.

"நான் தலையசைத்தேன்.

" 'பந்தயம் கட்டுகிறீர்களா? இன்னும் ஒரு வாரத்துக்குள்!' என்றான்.

" 'சம்மதம்!'

"நாங்கள் கையடித்துப் பந்தயம் கட்டிவிட்டுப் பிரிந்தோம்.

"மறு நாள் அவன் பல வகைப் பண்டங்கள் வாங்குவதற்காக கீஸ்லியார் என்னும் இடத்துக்கு அவசரமாக ஆளை அனுப்பினான். விதம் விதமான பாரசீகத் துணி மணிகள் வாங்கி வரப்பட்டன. எண்ண முடியாதபடி அவ்வளவு நிறைய இருந்தன.

“எனக்கு அந்தப் பரிசுகளைக் காட்டி, ‘நீங்கள் என்ன நினைக்கிறீர்கள், மக்ஸீம் மக்ஸீமிச். ஆசிய அழகி இம் மாதிரிப் பெருந்தாக்குதலுக்கு எதிர் நிற்பாளா?’ என்று கேட்டான்.

“ ‘செர்க்கேஸியப் பெண்களை நீர் அறியீர். இவர்கள் ஜார்ஜியப் பெண்களையோ காக்கேஷியத் தாத்தார் பெண் களையோ போன்றவர்கள் அல்லவே அல்ல. இவர்களுக்கே உரிய விதிமுறைகள் உண்டு. இவர்கள் வேறு விதமான வளர்ப்பும் பயிற்சியும் பெற்றவர்கள்’ என்று நான் பதில் அளித்தேன். பிச்சோரின் புன்னகைத்து அணிநடை இசையைச் சீழ்க்கை அடிக்கலானான்.

“நான் சொன்னதே சரியாயிற்று: பரிசுகள் ஓரளவு தான் பயன் அளித்தன. பேலா முன்னை விட அதிக அன்பும் நம்பிக்கையும் காட்டலுற்றாள் – அவ்வளவுதான். ஆகவே பிச்சோரின் கடைசி முறையைக் கையாளத் தீர்மானித்தான். ஒரு நாள் காலை அவன் குதிரைக்குச் சேணம் பூட்ட உத்தரவிட்டுவிட்டு, செர்க்கேஸியப் பாணியில் உடை அணிந்து, ஆயுதங்களைத் தரித்துக்கொண்டு அவளிடம் போனான். ‘பேலா! நான் உன்னை எப்படிக் காதலிக்கிறேன் என்பதை நீ அறிவாய். நான் உன்னைத் தூக்கிவர நிச்சயித்தது என்னை அறிந்து கொண்டதும் நீ என்னைக் காதலிப்பாய் என்ற எண்ணத்தில் தான். நான் நினைத்தது தவறாயிற்று. விடை கொடு! என் உடைமைகள் எல்லாவற்றுக்கும் நீயே எஜமானியாக இரு. விரும்பினால் தகப்பனாரிடம் திரும்பிப்போ, நீ சுதந்திரமானவள். நான் உனக்குக் குற்றம் இழைத்துவிட்டேன், எனவே என்னை நான் தண்டித்துக்கொள்ள வேண்டும். விடைகொடு. நான் போகிறேன். எங்கே? எனக்கு எப்படித் தெரியும்? சிறிது காலத்திற்குள்ளேயே நான் துப்பாக்கிக் குண்டுக்கோ வாள் வீச்சுக்கோ இரையாகி விடலாம். அப்போது என்னை நினைவு வைத்துக்கொள், மன்னித்துவிடு.’ இவ்வாறு சொல்லி விட்டு, அவன் முகத்தைத் திருப்பிக்கொண்டு விடைபெறுவதற்காக

அவள் பால் கையை நீட்டினான். அவள் அவன் கையைப் பிடித்துக்கொள்ளாமல் பேசாதிருந்தாள். ஆனால் கதவுக்கு மறுபுறம் நின்ற நான் இடுக்கு வழியாக அவள் வதனத்தைக் காண முடிந்தது. எனக்கு வருத்தம் பொங்கியது - அவளது இனிய முகம் முழுதும் மரண வெளிறல் படர்ந்திருந்தது! மறுமொழி கிடைக்காததால் பிச்சோரின் கதவை நோக்கிச் சில அடிகள் எடுத்து வைத்தான். அவன் உடல் நடுங்கிற்று. ஒன்று சொல்லிவிடட்டுமா உங்களுக்கு? நான் நினைக்கிறேன், அவன் விளையாட்டாகச் சொன்னதை உண்மையிலேயே நிறைவேற்றிவிடும் மன நிலையில் இருந்தான். அப்படிப் பட்டவன் அவன், ஆண்டவன் அறிவான்! ஆனால் அவன் கதவைத் தொட்டதும் தொடாததுமாக அவள் துள்ளிப் பாய்ந்தாள், வீரிட்டு அழுதாள், தாவி அவன் கழுத்தைக் கட்டிக் கொண்டாள். நம்புவீர்களா? கதவுக்கு மறுபுறம் நின்றவாறு நானும் அழலானேன், அதாவது, உரக்க அழுதேன் என்று அர்த்தமல்ல, ஆனால் வெறுமே - மடத்தனம்!"

உதவிக் காப்டன் மௌனமானார்.

அப்புறம் மீசையை நெருடிக்கொண்டே சொன்னார்: "ஆம், ஒப்புக்கொள்கிறேன், எந்தப் பெண்ணும் என்னை ஒருபோதும் இந்த மாதிரிக் காதலித்ததில்லை என்பதனால் எனக்குத் துயரம் உண்டாயிற்று."

"அவர்களுடைய இன்பம் நீடித்ததா?" என்று வினவினேன்.

"ஆமாம். பிச்சோரினைக் கண்ட நாள் முதல் அவன் அவள் கனவில் அடிக்கடி தோன்றியதாகவும், எந்த ஆடவனும் அவள் உள்ளத்தில் இவ்வளவு ஆழ்ந்த பதிவு ஒருபோதும் ஏற்படுத்தவில்லை என்றும் அவள் எங்களிடம் ஒப்புக் கொண்டாள். ஆமாம், அவர்கள் இன்பம் அனுபவித் தார்கள்!"

"எவ்வளவு சப்பென்று போய்விட்டது!" என்று என்னையும் அறியாமல் கூவிவிட்டேன். துன்பியல் நிகழ்ச்சி வருணனையை நான் உண்மையில் எதிர்பார்த்தேன்.

திடீரென்று இப்படி என் நம்பிக்கையை வீணாக்குவது என்றால்! "ஆமாம், அவள் உங்கள் கோட்டையில் இருப்பதைத் தகப்பன் ஊகிக்கவில்லையா என்ன?" என்று தொடர்ந்தேன்.

"அதாவது, அவன் சந்தேகித்தான் என்று தோன்றுகிறது. சில நாட்களுக்குப் பிறகு அவன் கொல்லப்பட்டுவிட்டான் என்ற தகவல் எங்களுக்குக் கிடைத்தது. இது நடந்தது எப்படி என்றால்..."

என் ஆர்வம் மீண்டும் துளிர்த்தது.

"ஒன்று உங்களுக்குச் சொல்ல வேண்டும். அஸமாத் தகப்பனின் சம்மதத்துடன் தன் குதிரையைத் திருடியதாகக் காஸ்பிச் எண்ணினான். குறைந்தபட்சம் எனக்கு அப்படிப் படுகிறது. ஆக ஒரு தடவை காஸ்பிச் கிராமத்துக்கு வெளியே ஒரு மூன்று வெர்ஸ்ட்டாக்களுக்கு அப்பால் வழியில் காத்திருந்தான். கிழவன் மகளை வீணாகத் தேடியலைந்து விட்டுத் திரும்பினான். அவனுடைய பரிஜனங்கள் பின்தங்கி விட்டார்கள் - இது மங்குல் வேளையில் நடந்தது. சிற்றரசன் சிந்தனையில் ஆழ்ந்தவனாகக் குதிரைமேல் மெது நடையாக வந்தான். திடீரென்று காஸ்பிச் பூனை போலப் புதருக்குப் பின்னிருந்து வெளிவந்து குதிரைமேல் கிழவன் பின்னே பாய்ந்து, கட்டாரியால் ஓங்கிக் குத்தி அவனைத் தரையில் வீழ்த்திவிட்டுக் கடிவாள வாரைப் பிடித்துக்கொண்டு காற்றாய்ப் பறந்துவிட்டான். சில பரிஜனங்கள் குன்றிலிருந்து இதை எல்லாம் பார்த்தார்கள். அவர்கள் காஸ்பிச்சை எட்டிப் பிடிக்க விரைந்தார்கள். ஆனால் பிடிக்கத் தான் இல்லை."

"இழந்த குதிரைக்கு ஈடு செய்து கொண்டான், பழியும் வாங்கிவிட்டான்" என்றேன் நான், உதவிக் காப்டனின் கருத்தை வெளிப்படுத்தும் நோக்கத்துடன்.

"சந்தேகமில்லாமல் அவர்கள் மரபுப்படி அவன் செய்தது முற்றிலும் சரியே" என்றார் உதவிக் காப்டன்.

தான் எந்த மக்களிடையே வாழ நேர்கிறதோ அவர் களின் பழக்கவழக்கங்களுக்கு இணங்கிக்கொள்ளும் ருஷ்ய மனிதனின் திறமை நான் அறியாமலே என்னை வியப்பில் ஆழ்த்தியது. அறிவின் இந்த இயல்பு கண்டனத்துக்கு உரியதா, புகழ்ச்சிக்கா என்பதை அறியேன். ஒன்று மட்டும் நிச்சயம்: அறிவின் சமயோசித சாமர்த்தியத்தையும், அவசியமானது அல்லது அழிக்க முடியாதது என்று தான் கருதும் தீமையை எங்கும் மன்னித்துவிடும் நலம் வாய்ந்த எண்ணம் அதில் நிலவுவதையும் இந்த விஷயம் நிரூபிக்கிறது.

இதற்குள் நாங்கள் தேநீர் பருகி முடித்துவிட்டோம். வெகு நேரம் முன்பே வண்டிகளில் பூட்டப்பட்டுவிட்ட குதிரைகள் வெண்பனி மீது குளிரால் நடுங்கிக் கொண்டிருந்தன. மேற்கே திங்கள் மங்கியது; தார் தாராகக் கிழிந்த திரைச்சீலைத் துண்டுகள் போலத் தொலைதூரச் சிகரங்கள் மீது தொங்கிய கரு முகில்களுக்குள் மூழ்கி மறைய அது ஆயத்தமாயிருந்தது. நாங்கள் ஸாக்ளியாவிலிருந்து வெளியே வந்தோம். எனது சக பிரயாணியின் முன்னெச்சரிக்கைக்கு மாறாக வானம் தெளிந்துவிட்டது, அமைதியான காலைக்கு உரிய அறிகுறிகள் தென்பட்டன. வட்ட நடனக் கூட்டங்கள் போன்ற தாரகைகள் தொலைவில் தொடுவானில் அற்புதக் கோலங் களாகப் பின்னிப் பிணைந்திருந்தன. கீழ்த்திசையின் மங்கிய ஒளிர்வு கருநீல வான வளையத்தில் மேலும் மேலும் பெருகி, கன்னி வெண்பனி மூடிய செங்குத்தான மலைச்சரிவுகளைப் படிப்படியாக ஒளியுறுத்தத் தொடங்கியதும் தாரகைகள் ஒன்றன் பின் ஒன்றாக மறைந்தன. இடப்புறமும் வலப்புறமும் கருண்ட தோற்றம் அளித்தன துயர்தேங்கிய மர்ம அகாதங்கள். அவற்றுக்குள் பக்கத்துப் பாறைகளின் சுருக்கங்கள் வழியாகக் குமைந்து பாம்புகள் போன்று நெளிந்து ஊர்ந்து வந்தன மூடுபனித் திரள்கள் - பகல் நெருங்குவதை உணர்ந்து திகிலடைந்தவை போல.

காலை வழிபாட்டு நேரத்து மனிதனது உள்ளத்தை போன்று வானத்திலும் வையத்திலும் எங்கும் அமைதி

நிலவியது. எப்போதாவது மட்டுமே கிழக்கிலிருந்து குளிர் காற்று வீசி, குதிரைகளின் உறைபனி படிந்த பிடரிகளைச் சிலுப்பிற்று. நாங்கள் பயணம் புறப்பட்டோம். ஐந்து நோஞ்சல் குதிரைகள் எங்கள் வண்டிகளை வளைந்து வளைந்து சென்ற பாதை வழியே கூத் மலைக்குச் சிரமத்துடன் இழுத்துப் போயின. நாங்கள் வண்டியின் பின்னே நடந்தோம். குதிரைகள் திராணியற்றுப் போகும்போது சக்கரங்களுக்குக் கற்களை அண்டை கொடுத்தோம். பாதை வானத்துக்கு இட்டுச் செல்வது போன்று தோன்றியது, ஏனெனில் கண்ணுக்கு எட்டிய வரை அது மேலே மேலே ஏற்றத்தில் போய், கூத் மலையின் சிகரத்தின் மீது இரையை எதிர்பார்த்திருக்கும் வேட்டைப் பருந்து போல முந்திய நாள் மாலையிலிருந்தே இளைப்பாறிக்கொண்டிருந்த மேகத்துக்குள் முடிவில் புகுந்து மறைந்தது. எங்கள் பாதங்களுக்கு அடியில் வெண்பனி கறுமுறுத்தது. காற்று மிகவும் அருகிவிட்டபடியால் மூச்சுவிடுவது வேதனையாயிருந்தது. இரத்தம் இடை விடாமல் தலைக்குப் பாய்ந்த வண்ணமாயிருந்தது. இவை எல்லாம் இருந்தபோதிலும் ஏதோ ஒரு களிபொங்கும் உணர்ச்சி என் எல்லா நரம்புகளிலும் பரவியது. நாம் உலகுக்கு இவ்வளவு உயரத்தில் இருக்கிறோம் என்ற எண்ணம் எனக்கு எதனாலோ குதூகலம் ஊட்டியது. இது குழந்தை உணர்ச்சி தான், நான் மறுக்கவில்லை, ஆனால் சமூக நிலைமைகளிலிருந்து விலகி இயற்கையை நெருங்கியதும் நம்மை அறியாமலே நாம் குழந்தைகள் ஆகி விடுகிறோம். வெளியிலிருந்து நாம் பெற்றவை எல்லாம் உள்ளத்திலிருந்து கழன்று விழுந்து விடுகின்றன. அது ஒரு காலத்தில் தான் எவ்வாறு இருந்ததோ, மீண்டும் எப்போதாவது நிச்சயமாக எவ்வாறு இருக்கப் போகிறதோ, அவ்வாறு மறுபடி ஆகிவிடுகிறது. என்னைப் போல வெறுமையான மலைகள்மீது அலைந்து திரியவும், அவற்றின் அற்புதத் தோற்றங்களை நீண்ட நீண்ட நேரம் வியந்து நோக்கவும், அவற்றின் கணவாய்களில் பெருகி வழியும் உயிரூட்டும் அமுதக் காற்றை ஆர்வத்துடன்

பருகவும் எவருக்கு வாய்த்திருக்கிறதோ அவர் இந்த மாயக் காட்சிகளை மற்றவர்களுக்குக் காட்டவும் வருணிக்கவும் ஓவியந் தீட்டவும் எனக்கு உண்டாகும் விருப்பத்தைக் கட்டாயமாகப் புரிந்து கொள்வார். ஆக, கடைசியில் நாங்கள் கூத் மலையை அடைந்து, சற்று நின்று சுற்றிலும் பார்வையைச் செலுத்தினோம். மலை மீது சாம்பல் நிற மேகம் கவிந்திருந்தது. அதன் குளிர் மூச்சு புயல் நெருங்கி வருவதற்கான அறிகுறிகளைக் காட்டி அச்சுறுத்தியது. ஆனால் கிழக்கே வானமெல்லாம் தெள்ளத் தெளிவாகவும் பொன்மயமாகவும் இருந்தபடியால் நாங்கள், அதாவது நானும் உதவிக் காப்டனும், அதை அறவே மறந்து விட்டோம்... ஆம், உதவிக் காப்டனுங்கூட: காகிதத்தின் மீது சொற்களால் உற்சாகம் பொங்கக் கதைக்கும் எங்களைக் காட்டிலும் சாதாரண மக்களின் உள்ளங்களில் இயற்கையின் வனப்பையும் மாண்பையும் பற்றிய உணர்வு நூறு மடங்கு அதிகத் தீவிரமானது.

"இந்த அற்புதக் காட்சிக்கு நீங்கள் பழக்கப்பட்டிருப் பீர்கள் என்று நினைக்கிறேன், அப்படித்தானே?" என நான் அவரைக் கேட்டேன்.

"ஆமாம். துப்பாக்கிக் குண்டின் சீழ்க்கைக்குக்கூடப் பழக்கப்பட முடியும், அதாவது தன் வசமின்றி நெஞ்சு அடித்துக்கொள்வதை மறைப்பதற்கு."

"மாறாக, சில பழங்காலப் படை வீரர்களுக்கு இந்த இசை உவப்பாகக்கூட இருக்கும் என்று கேள்விப்பட்டிருக் கிறேன்."

"கேட்பானேன்! வேண்டுமானால் அது உவப்பானது என்று கூடச் சொல்லலாம். எனினும் அதற்குக் காரணம் இதயம் இன்னும் தீவிரமாக அடித்துக் கொள்வது தான். பாருங்கள், எப்பேர்ப்பட்ட இடம்!" என்று கிழக்குத் திசையைச் சுட்டிக் காட்டினார் உதவிக் காப்டன்.

மெய்யாகவே அத்தகைய பல்வகைக் காட்சி வேறு எங்கேனும் எனக்குக் காணக் கிடைப்பது அரிதே: எங்களுக்குக்

கீழே பரந்து கிடந்தது கொய்ஷாவூர் பள்ளத்தாக்கு. அராக்வா ஆறும் மற்றொரு சிற்றாறும் இரண்டு வெள்ளி நூல்கள் போல அதன் குறுக்கே சென்றன. இளநீல மூடுபனி வெப்பமான காலைக் கதிர்களுக்குத் தப்பி அண்டையிலுள்ள மலைப் பள்ளங்களில் பதுங்குவதற்காக அதன் மீது வழுக்கிப் பரிந்தது. வலப்புறமும் இடப்புறமும் ஒன்றைவிட ஒன்று உயர்ந்த மலைமுடிகள் ஒன்றின் குறுக்கே ஒன்றாக நீண்டு சென்றன. அவற்றின் மீது வெண்பனி அடர்ந்திருந்தது, புதர்கள் மண்டியிருந்தன. தொலைவில் அதே மலைகள், ஆனால் ஒன்றுக்கொன்று ஒப்பான இரு பாறைகள் காணப்படவில்லை. இந்த வெண்பனிக் குவைகள் யாவும் களிபொங்கப் பளிச்சென்று செவ்வொளியுடன் திகழ்ந்தன. என்றென்றும் இங்கேயே தங்கி வாழ்வோமே என்று தோன்றும் அளவுக்குக் கண்ணைக் கவர்ந்தது அந்தக் காட்சி. பழக்கப்பட்ட கண்கள் மட்டுமே புயல் மேகங்களிலிருந்து பிரித்துக் காணக் கூடியவையாக இருந்த கருநீல மலைகளின் பின்னிருந்து கதிரவன் அப்போது தான் மேலெழுந்தான். ஆனால் பரிதிக்கு மேலே குருதிப் பட்டை தீட்டியிருந்தது. என் நண்பர் அதன்பால் சிறப்பாகக் கவனத்தைத் திருப்பினார். "நான் சொன்னேன் அல்லவா உங்களிடம், இன்று பருவநிலை மோசமாயிருக்கும் என்று! துரிதப்படுத்த வேண்டும். இல்லாவிட்டால் நாம் க்ரெஸ்தோவயா போய்ச் சேர்வதற்குள் பருவநிலை மோசமாகிவிடும்."

இவ்வாறு என்னிடம் கூறிவிட்டு, "முடுக்குங்கள் குதிரைகளை!" என்று வண்டிக்காரர்களை நோக்கிக் கத்தினார்.

வண்டிச் சக்கரங்கள் உருண்டு கழன்று விடாதிருப் பதற்காக அவற்றின் அடியில் முட்டுக்கட்டைகளுக்குப் பதில் சங்கிலிகள் பொருத்தப்பட்டன. வண்டிக்காரர்கள் குதிரைகளைக் கடிவாளங்களை இழுத்துப் பிடித்து ஓட்டினார்கள். வண்டிகள் இறக்கத்தில் இறங்கலாயின. வலப்புறம் பாறை. இடப்புறமோ ஒரே கிடுகிடு பாதாளம்.

அடியிலிருந்த ஒஸ்ஸேத்தியக் கிராமம் முழுவதும் தகைவிலான் குருவிக் கூடுபோலத் தென்படும் அளவுக்கு ஆழமானது அந்த அகாதம். இரண்டு வண்டிகள் ஒன்றையொன்று விலகிச் செல்ல முடியாத இந்தப் பாதையில், எவனேனும் அஞ்சல் சேவகன் தனது கடகடத்த வண்டியிலிருந்து இறங்காமலே ஆண்டுக்குப் பத்து தடவையாவது இந்த இடத்தைப் பெரும்பாலும் நள்ளிரவில் கடந்து செல்வான் என்று எண்ணியதும் எனக்கு விதிர்விதிர்ப்பு உண்டாயிற்று. எங்கள் வண்டிக்காரர்களில் ஒருவன் ருஷ்ய யாரொஸ்லாவல் குடியானவன், மற்றவன் ஒஸ்ஸேத்தியன். ஒஸ்ஸேத்தியன் தனது வண்டியின் இரண்டு பக்கக் குதிரைகளையும் முன்னதாக நுகத்திலிருந்து அவிழ்த்து அகற்றிவிட்டு, நடுக் குதிரையைச் சர்வ ஜாக்கிரதையாகக் கடிவாளத்தைப் பற்றி நடத்திச் சென்றான். எங்கள் கவலையற்ற ருஷ்யனோ வண்டிக்காரனது பீடத்திலிருந்து இறங்கக்கூட இல்லை! என் பெட்டியின் பொருட்டாகவாவது அவன் சிறிது அக்கறை எடுத்துக்கொள்ளலாம் என்றும், பெட்டிக்காக இந்த அதல பாதாளத்தில் இறங்குவதற்கு நான் விரும்பவே இல்லை என்றும் நான் அவனிடம் சொன்னதற்கு அவன், "இதோ பாருங்கள், சீமானே! ஆண்டவன் அருளால் மற்றவர்களுக்கு மோசமில்லாமல் இடம் போய்ச் சேர்ந்துவிடுவோம். நமக்கு இது முதல் தடவை அல்லவே" என்று பதில் அளித்தான். அவன் சொன்னபடியே நடந்தது. நாங்கள் இடம் போய்ச் சேரமாட்டோம் போலத் தோன்றியபோதிலும் எப்படியோ போய்ச் சேர்ந்தேவிட்டோம். எல்லோருமே கொஞ்சம் அதிகமாகச் சிந்தனை செய்தார்களானால் வாழ்க்கை இவ்வளவு நிறையக் கவலைப்படுவதற்குத் தகுதியுள்ளது அல்ல என்பதை உணர்வார்கள்...

ஆனால் ஒருவேளை நீங்கள் பேலாவின் கதை முடிவை அறிய விரும்புகிறீர்களோ? முதலாவதாக நான் நெடுங்கதை அல்ல, பிரயாணக் குறிப்புக்களே எழுதுகிறேன். ஆகவே, உதவிக் காப்டன் உண்மையில் தாமாகவே கதை சொல்லத்

தொடங்குவதற்கு முன் அவரை வற்புறுத்திச் சொல்ல வைக்க என்னால் முடியாது. எனவே, சற்று பொறுங்கள், அல்லது நீங்கள் விரும்பினால், சில பக்கங்களைப் புரட்டுங்கள். ஆனால் அவ்வாறு செய்யும்படி நான் உங்களுக்கு யோசனை சொல்ல மாட்டேன். ஏனெனில் க்ரெஸ்தோவயா மலை (அல்லது, அறிஞர் காம்பா அழைப்பது போல le Mont St.Christophe) வழியாக நடந்த பயணம் உங்கள் அக்கறைக்கு உரியது. ஆக நாங்கள் கூத் மலையிலிருந்து செர்த்தவா பள்ளத்தாக்கில் இறங்கினோம். எவ்வளவு பாவனை நவிற்சி நிறைந்த பெயர்! ஏற முடியாத செங்குத்துப் பாறைகளிலேயே சைத்தானின் தீய ஆவி குடியிருப்பதை நாம் காண்கிறோம். உண்மையிலோ, விஷயமே வேறு. செர்த்தவா பள்ளத்தாக்கின் பெயர் "செர்த்தா" (கோடு) என்ற சொல்லின் அடியாகப் பிறந்தது, "சோர்த்" (சைத்தான்) என்ற சொல்லிலிருந்து அல்ல. ஏனென்றால் ஒரு காலத்தில் ஜார்ஜியாவின் எல்லைக்கோடு இங்கே இருந்தது. ஸராத்தவ், தாம்போவ் முதலிய நம் தாய் நாட்டின் இனிய இடங்களை நினைவுபடுத்தும் வெண்பனிக் குவியல்கள் இந்தப் பள்ளத்தாக்கில் நிறைந்திருந்தன.

நாங்கள் செர்த்தவா பள்ளத்தாக்கை அடைந்ததும் உதவிக் காப்டன் வெண்பனித் திரை மூடியிருந்த ஒரு குன்றைக் காட்டி, "அது தான் க்ரெஸ்தோவயா!" என்றார். அதன் உச்சியில் கற்சிலுவை கரு உருக் காட்டியது. சிலுவை யின் அருகாகச் சென்றது மிக மிக அரிதாகவே புலப்பட்ட பாதை. பக்கத்துப் பாதை வெண்பனிக் குவைகளால் நிறைந்து விடும்போது மட்டுமே அந்தப் பாதையில் வண்டிகள் போவது வழக்கம். எங்கள் வண்டிக்காரர்கள் வெண்பனிச் சரிவுகள் இன்னும் ஏற்படவில்லை என்று அறிவித்து, குதிரை களை வீண் சிரமத்திலிருந்து காப்பாற்றுவதற்காக எங்களைச் சுற்று வழியாகவே இட்டுச் சென்றார்கள். திருப்பத்தில் ஒரு ஐந்து ஒஸ்ஸேத்தியர்கள் எங்களுக்கு எதிர்ப்பட்டார்கள். அவர்கள் எங்களுக்கு உதவி செய்ய முன்வந்து, சக்கரங்களின் பின் பகுதியைப் பிடித்துக்கொண்டு உரத்த கூச்சலுடன்

எங்கள் வண்டிகளைத் தள்ளவும் தாங்கிக்கொள்ளவும் தலைப்பட்டார்கள். உண்மையாகவே பாதை அபாயகரமானது. வலப்புறம் எங்கள் தலைக்கு உயரே கவிந்திருந்தன வெண்பனிக் குவைகள். முதலாவது காற்று வீச்சிலேயே பள்ளத்தில் சரிந்து விழுவதற்கு ஆயத்தமாயிருப்பவை போலக் காணப்பட்டன அவை. குறுகிய பாதையின் ஒரு பகுதியை வெண்பனி மூடியிருந்தது. சில இடங்களில் அது கால்களுக்கு அடியில் நொறுங்கியது, வேறு இடங்களிலோ, சூரிய கிரணங்களாலும் இரவில் அடித்த கூதலாலும் பனிக்கட்டி ஆகியிருந்தது. எனவே நாங்களே கஷ்டத்துடன்தான் தட்டித் தடவி முன்னேறினோம். குதிரைகள் விழுந்தன. இடப்புறம் ஆழ்ந்த பிளவு ஆவென்று வாயைத் திறந்து கொண்டிருந்தது. சில இடங்களில் பனிக்கட்டிப் பாளங்களுக்கு அடியில் மறைந்தும் வேறு சில இடங்களில் கருங்கற்கள் வழியே நுரைத்துத் தத்திக்கொண்டும் அதிலே பாய்ந்தது நீரோடை. இரண்டு மணி நேரத்தில் நாங்கள் க்ரெஸ்தோவயா மலையை அரும்பாடுபட்டுத் தான் சுற்றிக் கடக்க முடிந்தது. இரண்டு மணி நேரத்தில் இரண்டு வெர்ஸ்ட்டாக்கள்! இதற்குள் மேகங்கள் தாழ வந்துவிட்டன, ஆலங்கட்டி மழையும் வெண்பனியும் பெய்தது. கணவாய்களில் பிய்த்துக்கொண்டு அடித்த காற்று கர்ஜித்தது, கொள்ளைக்கார ஸலவேய்* போலச் சீழ்க்கை அடித்தது. விரைவிலேயே கற்சிலுவை மூடுபனியில் மறைந்து விட்டது. ஒன்றைவிட ஒன்று அடர்ந்து நெருங்கிய மூடுபனி அலைகள் கிழக்கே இருந்து பாய்ந்து வந்தன... நிற்க, இந்தச் சிலுவையைப் பற்றி விந்தையான, ஆனால் பொது வழக்கிலுள்ள கர்ணபரம்பரைக் கதை ஒன்று நிலவுகிறது. பேரரசன் முதலாவது பீட்டர் காக்கேஷியா வழியாகக் கடந்து செல்கையில் இதை நாட்டியதாக அந்தக் கதை கூறுகிறது. ஆனால், முதலாவதாக, பீட்டர் தாகெஸ்தானுக்கு மட்டுமே போனான்; இரண்டாவதாக, இந்தச் சிலுவை ஜெனரல் யெர்மோலவின் உத்தரவுப்படி

---

* கொள்ளைக்கார ஸலவேய் - ருஷ்யப் புராணங்களில் வருணிக்கப்படும் பூதம், தன் சீழ்க்கையொலியால் எல்லோரையும் செவிடாக்குவது.

1824ம் ஆண்டு நாட்டப்பட்டதாக அதன் மேல் கொட்டை எழுத்துக்களில் பொறிக்கப்பட்டிருந்தது. எனினும் இந்தக் குறிப்பைப் பொருட்படுத்தாமல் கர்ணபரம்பரைக் கதை ஆழமாக வேரூன்றிவிட்டபடியால் எதை நம்புவது என்று உண்மையிலேயே தெரியவில்லை, அதிலும் குறிப்புகளை நம்ப நாம் பழக்கப்படவில்லை ஆதலால்.

பனிக்கட்டி மூடிய பாறைகள் மீதும் வெண்பனிச் சேறு வழியாகவும் நாங்கள் இன்னும் ஒரு ஐந்து வெர்ஸ்ட்டாக்கள் இறங்க வேண்டியிருந்தது - கோபி என்னும் அஞ்சல் நிலையத்தை அடைவதற்கு. குதிரைகள் களைத்துச் சோர்ந்து போயிருந்தன, நாங்களோ குளிரால் நடுங்கினோம். வெண் பனிப்புயல் நமது சொந்தமான வடபிரதேசப் பனிப்புயல் போன்றே வர வர உரக்கச் சீழ்க்கையடித்தது. ஒரே வித்தியாசம், இதன் காட்டுத்தனமான இசையில் அதிக ஏக்கமும் அவலமும் ததும்பியது என்பதே. "நாடு கடத்தப் பட்டவளே, நீயும் உனது விசாலமான, கங்கு கரையற்ற ஸ்தெப்பி வெளிகளை நினைந்து தேம்புகிறாயா! உனது குளிர் சிறகுகளை விரிப்பதற்கு அங்கே உனக்கு நிறைய இடம் உண்டு. இங்கேயோ தனது இரும்புக் கூண்டின் அழிக் கம்பிகள் மீது கத்தலுடன் சிறகுகளை அடித்துக்கொள்ளும் கழுகு போல உனக்கு இறுக்கமாகவும் நெருக்கமாகவும் இருக்கிறது" என்று எண்ணிக் கொண்டேன்.

"மோசம்! பாருங்கள், நாற்புறமும் ஒன்றுமே கண்ணுக்குப் புலப்படவில்லை. ஒரே மூடுபனியும் வெண்பனியுந்தான். திடீரென்று அகாதத்தில் உருண்டு விழுவோம் அல்லது ஏதேனும் புதரில் சிக்கிக்கொள்வோம். கீழேயோ பைதாரா ஆறு கரை புரண்டு ஓடுகிறது, அதைக் கடப்பது நடவாத காரியம். நல்ல ஆசியாதான் போங்கள்! மக்களையும் சரி, ஆறுகளையும் சரி, நிதானித்துத் தெரிந்து கொள்ளவே முடிவதில்லை!" என்றார் உதவிக் காப்டன்.

வண்டிக்காரர்கள் கத்தலும் திட்டலுமாகக் குதிரைகளை அடித்து விளாசினார்கள். அவையோ, செருமின,

கால்களை வலிவாக ஊன்றி நின்றன, எதற்காகவானாலும் சரி, இடத்தைவிட்டு நகர விரும்பவில்லை. உக்கிரமான சாட்டையடிகளையும் அவை பொருட்படுத்தவில்லை.

கடைசியில் ஒரு வண்டிக்காரன் சொன்னான்: "கனவானே, நாமோ இன்றைக்குக் கோபி போய்ச் சேர மாட்டோம். தற்போதைக்கு வாய்ப்பு இருக்கும்போது இடப்புறம் திரும்ப உத்தரவு கொடுக்க மாட்டீர்களா? அங்கே மலைச் சரிவில் ஏதோ கறுப்பாகத் தென்படுகிறது - நிச்சயமாக ஸாக்ளியாக்கள்தான். மோசமான பருவத்தில் பிரயாணிகள் எப்போதும் அங்கே தங்குவதுண்டு. வோத்காவுக்குக் காசு கொடுத்தால் அங்கே கொண்டு விடுவதாக இவர்கள் சொல்லுகிறார்கள்" என்று ஒஸ்ஸேத்தியனைச் சுட்டிக் காட்டினான்.

"தெரியும், தம்பீ, நீ சொல்லு முன்பே தெரியும்! அட இந்தப் பிசாசுகள்! வோத்காவுக்குக் காசு பறிப்பதற்கு ஏதாவது சாக்குக் கிடைத்தால் இவர்களுக்குக் கொம்மாளம்" என்றார் உதவிக் காப்டன்.

"ஆனால் இவர்கள் இல்லாவிட்டால் நம் பாடு இன்னும் மோசமாகியிருக்கும் என்பதை ஒப்புக்கொள்ளுங்கள்" என்றேன் நான்.

"எல்லாம் சரிதான், எல்லாம் சரிதான். வழிகாட்டிகள் வந்து வாய்த்தார்களே எனக்கு. எங்கேயடா சுங்கம் பிடிக்க லாம் என்று மோப்பம் கண்டுகொள்வார்கள். ஏதோ இவர்கள் இல்லாவிட்டால் வழியே காண முடியாது போல" என்று முணுமுணுத்தார் உதவிக் காப்டன்.

ஆக நாங்கள் இடப்புறம் திரும்பி, பல தொந்தரவுகளுக்குப் பின், இரண்டு ஸாக்ளியாக்கள் கொண்ட அற்பப் புகலிடம் ஒன்றை அடைந்தோம். கற்பாளங்களையும் சரளைக் கற்களையும் கொண்டு கட்டப்பட்டு அதே மாதிரிச் சுற்றுச் சுவர் அமைந்தது அந்த விடுதி. கந்தலணிந்த விடுதிக்காரர்கள் எங்களை மகிழ்வுடன் வரவேற்றார்கள். மோசமான பருவ

நிலையில் அகப்பட்டுக் கொண்ட வழிப்போக்கர்களுக்குத் தங்க இடம் கொடுக்க வேண்டும் என்ற நிபந்தனையின் பேரில் அரசாங்கம் அவர்களுக்குச் சம்பளம் கொடுத்துப் போஷிக்கிறது என்ற விஷயத்தை நான் அப்புறம் தெரிந்து கொண்டேன்.

நான் கணப்பருகே உட்கார்ந்து, "எல்லாம் நன்மைக்கே. பேலா பற்றிய உங்கள் கதையை இப்போது முடிவுவரை சொல்லுங்கள். அது இவ்வளவோடு முடிந்து விடவில்லை என்று நம்புகிறேன்" என்றேன்.

உதவிக் காப்டன் தந்திரப் புன்னகையுடன் கண் சிமிட்டி, "நீங்கள் அவ்வாறு நம்புவது எதனால்?" என்று கேட்டார்.

"எதனால் என்றால் இது நடப்பு முறைக்கு ஒத்ததா யில்லை. வழக்கத்துக்கு மாறான விதத்தில் தொடங்கியது அதே விதத்தில் முடிய வேண்டும்."

"சரியாக அனுமானித்தீர்கள்..."

"நிரம்ப சந்தோஷம்."

"உங்களுக்கு என்ன, சந்தோஷப்படலாம், எனக்கோ, அதை நினைக்கும்போது துயரம் நெஞ்சைக் கவ்விக் கொள்கிறது. அருமையான பெண் இந்த பேலா! கடைசியில் நான் சொந்த மகளிடம் போல அவளிடம் பழகிவிட்டேன், அவளும் என்மேல் அன்பாயிருந்தாள். எனக்கு மனைவி மக்கள் கிடையாது என்பதை நான் உங்களுக்குச் சொல்லிவிட வேண்டும். தாயார் தகப்பனாரைப் பற்றி ஒரு பன்னிரண்டு ஆண்டுகளாக எனக்குத் தகவலே கிடையாது. மனைவியைத் தேடிக்கொள்வது பற்றி நான் முன்னதாக எண்ணிப் பார்க்கவில்லை. இப்போதோ, அது பொருத்தமாகாது, அல்லவா? சீராட்டுவதற்கு ஒரு பெண் கிடைத்தாளே என்று நான் மகிழ்ந்தேன். அவள் எங்களுக்குப் பாட்டுக்கள் பாடுவாள், லெஸ்கீன்கா நடனம் ஆடுவாள். ஆகா, அவள் தான் என்னவாக நடனம் புரிவாள்! நமது

குபேர்னியாச் சீமாட்டிகளை நான் பார்த்திருக்கிறேன், ஒரு தடவை மாஸ்கோவில் பிரபுக்கள் சங்க நடன விருந்துக்கும் போயிருக்கிறேன், ஒரு இருபது வருஷங்களுக்கு முன்னால் - ஆனால் அந்தப் பெண்கள் பேலாவுக்கு முன்னே நிற்க முடியுமா? கொஞ்சங்கூட இணையாக மாட்டார்கள்! பிச்சோரின் அவளுக்குப் பொம்மைபோல அலங்காரம் செய்வான், பேணிச் சீராட்டுவான், அவளோ எழில் சுடர்ந்தாள், அற்புதமாக. முகத்திலும் கைகளிலும் பழுப்பு நிறம் நிகுநிகுத்தது, கன்னங்களில் செம்மை திகழ்ந்தது... அடேயப்பா, எப்போதும் எவ்வளவு குதூகலமும் கல கலப்புமாக இருப்பாள்! என்னை எப்பொழுது பார்த்தாலும் கேலி செய்து கொண்டிருப்பாள், வம்புக்காரி... ஆண்டவன் அவளை மன்னிப்பாராக!"

"அவள் தந்தையின் மரணச் செய்தியை நீங்கள் அறிவித்தபோது என்ன ஆயிற்று?"

"நாங்கள் இந்தச் செய்தியை அவளிடமிருந்து வெகு நாட்களுக்கு மறைத்து வைத்திருந்தோம், அவள் தனது நிலைமைக்குப் பழகும் வரை. அப்புறம் நாங்கள் தெரிவித்ததும் அவள் ஓரிரு நாட்கள் அழுது கொண்டிருந்தாள், பிறகு மறந்துவிட்டாள்.

"ஒரு நான்கு மாதங்களுக்கு எல்லாம் மிக நன்றாக நடந்தது. பிச்சோரினுக்கு வேட்டையாடுவதில் அபார மோகம் என்பதை நான் ஏற்கனவே சொல்லியிருக்கிறேன். காட்டுப் பன்றிகளையோ ஆடுகளையோ துரத்திக்கொண்டு காட்டிலேயே சுற்றிக் கொண்டிருக்க அவனுக்கு எப்போதும் அடங்காத வேட்கை. இப்போதோ, கோட்டைச் சுவருக்கு வெளியே அவன் அடி எடுத்து வைப்பதே இல்லை. இருந்தாற்போலிருந்து பார்க்கிறேனோ, அவன் சிந்தனையில் ஆழவும் கைகளை முதுகுப்புறம் வைத்தவாறு அறையில் நடக்கவும் மறுபடி தொடங்கிவிட்டான். பின்பு ஒரு நாள் ஒருவரிடமும் சொல்லாமல் வேட்டையாடப் போனவன் காலை முழுவதும் கண்ணிலேயே படவில்லை. இன்னொரு நாளும் இப்படியே. வர வர அடிக்கடி இவ்வாறு

செய்யலானான்... 'இது நல்லதற்கில்லை. நிச்சயமாக இவர்களுக்குள் ஏதோ பிணக்கு போலிருக்கிறது!' என்று நினைத்துக்கொண்டேன்.

"ஒரு நாள் காலை அவர்களிடம் போனேன் - அந்தக் காட்சி இப்போது கூட என் கண் முன் நிற்கிறது. பேலா கறுப்புப் பட்டு ஜாக்கெட் அணிந்து மஞ்சத்தின் மேல் அமர்ந்திருந்தாள், முகமெல்லாம் வெளிறி, ஏக்கமே வடிவாக. அவளைக் கண்டு நான் கலவரம் அடைந்தேன்.

" 'பிச்சோரின் எங்கே?' என்று கேட்டேன்.

" 'வேட்டைக்குப் போயிருக்கிறார்.'

" 'இன்றைக்கா?' அவள் மௌனமாயிருந்தாள், பேசுவது அவளுக்குக் கடினமாயிருந்தது போல.

"கடைசியில் துயரப் பெருமூச்சுவிட்டு, 'இல்லை, நேற்றைக்கே போய்விட்டார்' என்றாள்.

" 'அவனுக்கு ஏதேனும் நேர்ந்துவிட்டதோ?'

" 'நேற்று நான் நாள் முழுவதும் ஓயாமல் எண்ணமிட்டுக் கொண்டிருந்தேன். பற்பல விதமான கெட்ட நிகழ்ச்சிகளைக் கற்பனை செய்து கொண்டிருந்தேன்: அவரைக் காட்டுப் பன்றி காயப்படுத்திவிட்டது போலத் தோன்றும் ஒரு சமயம். செச்சேனியன் அவரை மலைக்கு இழுத்துச் சென்றுவிட்டது போல மறுசமயம் பிரமையுண்டாகும்... இன்றோ, அவர் என்னைக் காதலிக்கவில்லை என்று தோன்றுகிறது' என்று கண்ணீருக்கிடையே கூறினாள்.

" 'என் அருமைப் பெண்ணே, மெய்யாகவே இதைவிட மோசமானதை உன்னால் கற்பனை செய்யவே முடியாது!' என்றேன் நான்.

"அவள் வாய்விட்டு அழுதாள். பின்பு பெருமிதத்துடன் தலை நிமிர்ந்து, கண்ணீரைத் தடைத்துக்கொண்டு மேலே தொடர்ந்தாள்:

" 'அவருக்கு என்மேல் காதல் இல்லை என்றால் என்னை வீட்டுக்கு அனுப்ப அவருக்கு என்ன தடை? நான் அவரைக் கட்டாயப்படுத்தவில்லையே. நிலைமை இம்மாதிரியே தொடருமானால் நானாகவே வெளியேறிவிடுவேன். நான் அவருக்கு அடிமை அல்ல, நான் சிற்றரசன் மகள்!'

"நான் அவளைத் தேற்றலானேன்.

" 'கேள், பேலா. சதாகாலமும் உன் ஆடைத் தலைப் புடன் ஒட்டிக்கொண்டு இங்கேயே குந்தியிருக்க அவனால் முடியாது அல்லவா? அவன் இளைஞன். வேட்டைப் பிராணிகளை விரட்டிச் செல்வதில் ஆர்வம் உள்ளவன். வேட்டைக்குப் போனான் என்றால் திரும்பியும் வருவான். நீ துயரப்பட்டுக்கொண்டு இருந்தாயானால் விரைவில் அவனுக்குச் சலிப்பூட்டி விடுவாய்.'

" 'மெய்தான், மெய்தான்! நான் குதூகலமாயிருப்பேன்' என்று கூறினாள் பேலா. பிறகு கலகலவென நகைத்துக் கொண்டு கஞ்சிராவை எடுத்து, பாடவும் என் அருகே ஆடவும் குதிக்கவும் தொடங்கினாள். ஆனால் இதுவும் நீடிக்கவில்லை. அவள் மறுபடி மஞ்சத்தில் விழுந்து முகத்தைக் கைகளில் புதைத்துக்கொண்டாள்.

"நான் அவளை என்ன செய்வது? பெண்களுடன் நான் பழகியதே கிடையாது. இவளை எப்படித் தேற்றுவது என்று மறுபடி மறுபடி சிந்தித்தேன், ஆனால் ஒரு உபாயமும் எனக்குத் தட்டுப்படவில்லை. சற்று நேரம் இருவரும் பேசா திருந்தோம்... மிக மிக இக்கட்டான நிலைமை.

"கடைசியில் நான் அவளிடம் 'கோட்டைச் சுவர் மேல் உலாவலாம், வருகிறாயா? பருவ நிலை இன்பமாயிருக்கிறது!' என்று சொன்னேன். அப்போது செப்டெம்பர் மாதம். உண்மையிலேயே அற்புதமான பகல்போது. பளிச்சென்று வெயிலடித்தது, ஆனால் வெக்கை இல்லை. மலைகள் எல்லாம் தட்டின் மேல் வைக்கப்பட்டவை போலத் துலக்கமாகத் தெரிந்தன. நாங்கள் வெளியேறிக் கோட்டைச்

சுவர் மேல் மௌனமாக முன்னும் பின்னும் உலாவினோம். முடிவில் அவள் புல் தரையில் உட்கார்ந்தாள், நான் அருகே அமர்ந்தேன். உண்மையில் இப்போது நினைத்துப் பார்த்தால் சிரிப்பு வருகிறது. நான் ஒரு தாதிபோல அவளைக் கவனித்துக்கொண்டேன்.

"எங்கள் கோட்டை உயரமான இடத்தில் இருந்தது. சுற்றுப்புறக் காட்சி ரமணீயமாகத் திகழ்ந்தது. ஒரு புறம் விசாலமான திறப்புவெளி நடு நடுவே மலைப் பள்ளங்களுடன் இலகியது. வெளியின் கோடியில் தொடங்கிய காடு மலைத் தொடர்வரையிலும் நீண்டு பரந்திருந்தது. மலை மீது ஆங்காங்கு கிராமங்கள் புகை உமிழ்ந்தன, மந்தைகள் நடந்தன. கோட்டையின் மறுபுறம் சிற்றாறு ஓடியது. மேட்டுப் பாறைகள் மீது அடர்ந்து செறிந்த புதர்கள் ஆற்றை ஒட்டியிருந்தன. இந்தப் பாறைகள் பிரதானக் காக்கேஷிய மலைத் தொடருடன் இணைந்து ஒன்றாயின. நாங்கள் கொத்தளத்தின் மூலையில் உட்கார்ந்திருந்தோம் ஆதலால் இரு மருங்கிலும் எல்லாவற்றையும் எங்களால் காண முடிந்தது. திடீரென்று பார்க்கிறேனோ, யாரோ ஒருவன் சாம்பல் நிறக்குதிரை மீது அமர்ந்து காட்டிலிருந்து வெளியே பாய்ந்து, மேலும் மேலும் அருகே நெருங்கி, ஆற்றின் மறுகரையில் நாங்கள் இருந்த இடத்திலிருந்து சுமார் இருநூறு மீட்டர் தொலைவில் நின்று வெறிகொண்டவன் போலக் குதிரையைச் சுற்றிச் சுற்றி ஓடச் செய்தான். இது என்ன விடுகதை!

" 'இதோ பார், பேலா, நீ இளையவள், உனக்குப் பார்வை கூர்மை. அதோ அந்த ஜிகித் யார்? யாருக்கு வேடிக்கை காட்ட வந்திருக்கிறான்?' என்று கேட்டேன்.

"அவள் உற்று நோக்கியவள், வீரிட்டாள்:

" 'இது காஸ்பிச்!'

" 'அடே அந்தத் திருட்டுப்பயலா! நம்மைக் கேலி செய்வதற்காக வந்திருக்கிறானா என்ன?' நான் கூர்ந்து

பார்த்தேன். காஸ்பிச்தான். அவனுடைய கரும்பழுப்பு மூஞ்சி, கந்தல் உடை, அழுக்கு, எல்லாம் எப்போதும் போலவே இருந்தன.

"பேலா என் கரத்தைப் பற்றிக்கொண்டு, 'இந்தக் குதிரை என் தகப்பனுடையது!' என்று கூறினாள். அவள் மேனி இலை போலச் சிலிர்த்தது, கண்கள் சுடர்ந்தன. 'அப்படியா! உனக்குள்ளேயும் கொள்ளைக்கார இரத்தம் சும்மா இருக்க மாட்டேன் என்கிறதா!' என நினைத்துக்கொண்டேன்.

"பாராக்காரனை நோக்கி, 'இந்தா, இப்படி வா. துப்பாக்கியைச் சரிப்படுத்திக்கொள். அதோ அந்த இளைஞனைச் சுட்டு வீழ்த்து. ஒரு வெள்ளி ரூபிள் பரிசு பெறுவாய்' என்றேன்.

" 'உத்தரவு ஐயா. அவன் ஒரு இடத்தில் நிலைத்து நிற்க மாட்டேன் என்கிறானே, அது தான் பார்க்கிறேன்...'

" 'நிற்கும்படி கட்டளையிடு!' என்று சிரித்துக்கொண்டே சொன்னேன்.

" 'டேய், தம்பீ! கொஞ்சம் பொறு. என்ன நீ பம்பரமாகச் சுழல்கிறாய்?' என்று பாராக்காரன் கையாட்டிச் சைகை செய்தவாறு கத்தினான்.

"காஸ்பிச் உண்மையிலேயே நிலைத்து நின்று உற்றுக் கேட்கலானான். தன்னோடு பேச்சுவார்த்தை நடத்துவார்கள் என்று எதிர்பார்த்திருப்பான் - வேறு என்ன? என் படைவீரன் குறி வைத்தான்... டுமீல்! இலக்கு பிசகிவிட்டது. வெடி மருந்து அப்போது தான் எங்கள் அருகே மூண்டெரிந்தது. காஸ்பிச் குதிரையை இடித்தான், அது துள்ளி ஒரு புறம் ஒதுங்கியது. அவன் அங்கவடிகளில் நின்றவாறு தன் பாஷையில் ஏதோ கத்தினான், சாட்டையைக் காட்டி அச்சுறுத்தினான், பின்பு சிட்டாய்ப் பறந்துவிட்டான்.

" 'உனக்கு வெட்கமாயில்லையா?' என்று பாராக் காரனைக் கடிந்து கொண்டேன்.

" 'ஐயா, சாகத்தான் போயிருக்கிறான், ஆனால் பாழாய்ப் போகிற ஜனங்களை உடனே கொல்ல முடிவதில்லை' என்றான் அவன்.

"கால் மணி நேரத்துக்குப் பிறகு பிச்சோரின் வேட்டை யிலிருந்து திரும்பி வந்தான். பேலா பாய்ந்து அவனைத் தழுவிக் கொண்டாள். நீண்ட நேரம் வெளியே போயிருந்ததைப் பற்றி ஒரு குறையோ கடுஞ்சொல்லோ கூறவில்லை... எனக்குக்கூட அவன் மேல் கோபம் பொங்கிற்று.

" 'கொஞ்சம் தயவு செய்து கேளும். இப்போது சற்று முன்பு ஆற்றின் அக்கரையில் இருந்தான் காஸ்பிச். நாங்கள் அவன் மேல் சுட்டோம். ஊம், நீர் அவனுக்கு எதிர்ப்பட வெகுகாலம் ஆகுமா என்ன? இந்த மலைவாசிகள் பழி வெறி கொண்ட மக்கள். நீர் அஸமாத்துக்கு ஓரளவு உதவி செய்தீர் என்பதை அவன் ஊகித்துக் கொள்ளவில்லை என்று எண்ணுகிறீரா? இன்று அவன் பேலாவை அடையாளங் கண்டு கொண்டான் என்று நான் திண்ணமாகச் சொல்லுவேன். ஒரு வருஷத்துக்கு முன்பு அவள் மேல் அவன் அடங்கா மையல் கொண்டிருந்தான் என்பது எனக்குத் தெரியும். இந்த விஷயத்தை என்னிடம் அவனே சொன்னான். போதுமான மொய்ப் பணம் திரட்ட அவனுக்கு நம்பிக்கை இருந்திருந்தால் நிச்சயமாக அவளைப் பெண் கேட்டிருப்பான்...' என்றேன்.

"பிச்சோரின் சிந்தனையில் ஆழ்ந்தான். 'ஆமாம், இன்னும் எச்சரிக்கையாக இருக்க வேண்டும்... பேலா, இன்று முதல் நீ கோட்டைச் சுவர் மேல் நடமாட வேண்டாம்' என்றான்.

"மாலையில் நான் அவனோடு நீண்ட நேரம் பேசிக் கொண்டிருந்தேன். இந்த அப்பாவிப் பெண் விஷயத்தில் அவன் மாறிவிட்டதைக் கண்டு எனக்கு வருத்தம் உண்டாயிற்று. பாதி நாட்களை அவன் வேட்டையாடுவதில் கழித்தான் என்பது தவிர அவனுடைய போக்கிலேயே நல்லுணர்ச்சி

குன்றி விட்டது. அவளை அரிதாகவே கொஞ்சினான். அவளோ வெளிப்படையாகத் தெரியும் அளவுக்கு வாடிப் போக ஆரம்பித்தாள். அவளது வதனம் நீண்டுவிட்டது, பெரிய கண்கள் ஒளி இழந்துவிட்டன. 'எதற்காகப் பெருமூச்செறிகிறாய், பேலா? உனக்கு ஏக்கமாயிருக்கிறதா?' என்று கேட்பேன். 'இல்லை' என்பாள். 'உனக்கு ஏதேனும் வேண்டுமா?' 'வேண்டாம்.' 'சொந்தக்காரர்களுக்காக ஏங்குகிறாயா?' 'எனக்குச் சொந்தக்காரர்கள் கிடையாது.' சில சந்தர்ப்பங்களில் நாள் முழுதும் 'ஆம்', 'இல்லை' என்பதைத் தவிர வேறு பேச்சையே அவளிடமிருந்து வருவிக்க முடியாது.

'இதை எல்லாம் பற்றித்தான் நான் பிச்சோரினிடம் பேசினேன். அவன் பதில் சொன்னான்: 'என் சுபாவமே துர்ப்பாக்கியமானது. வளர்ப்பு தான் என்னை இப்படி ஆக்கிற்றோ, இல்லை, ஆண்டவன் தான் என்னை இப்படிப் படைத்தானோ, அறியேன். ஒன்று மட்டும் அறிவேன். அதாவது மற்றவர்களுக்கு நான் துன்பம் விளைக்கிறேன் என்றால் நானும் அவ்வளவே துன்பப்படுகிறேன். இதனால் அவர்களுக்கு எவ்வித ஆறுதலும் ஏற்பட முடியாது என்பது உண்மையே. எனினும் விஷயம் இது தான். எனது புத்திளமையில், நான் உறவினர்களின் அரவணைப்பிலிருந்து வெளியேறிய கணம் முதலே, பணத்தால் பெறக்கூடிய எல்லா இன்பங்களையும் வெறிபிடித்தவன் போலத் துய்க்க ஆரம்பித்தேன். இந்த இன்பங்கள் எனக்கு வெறுத்துப் போய்விட்டன என்பது கூறாமலே விளங்கும். பிறகு நான் பரந்த சமூகத்தில் புகுந்து அளவளாவினேன். சமூகமும் எனக்கு அலுத்துப் போயிற்று. நாகரிக அழகிகள் மேல் நான் மையல் கொண்டேன், காதலிக்கவும் பட்டேன். ஆனால் அவர்களுடைய பிரேமை என் கற்பனையையும் ஆணவத்தையும் தூண்டிவிட்டதே தவிர, என் இதயம் வெறுமையாகவே இருந்தது... நான் படிக்கவும் கற்கவும் தொடங்கினேன். அறிவியல்களும் எனக்குச் சலித்து விட்டன. புகழோ இன்பமோ அவற்றைச் சிறிதும் சார்ந்தவை

அல்ல என்பதை நான் கண்டேன். ஏனெனில் எல்லாரிலும் இன்பம் நிறைந்த மக்கள் அறிவிலிகள். புகழோ வெறும் தற்செயல் வாய்ப்பு. அதைத் தேடிப் பெறுவதற்கு ஒருவன் தந்திரசாலியாக மட்டும் இருந்தால் போதும். இவற்றை எல்லாம் அனுபவித்து அறிந்ததும் எனக்கு ஒரே சலிப்பாக இருந்தது... விரைவில் நான் காக்கேஷியாவுக்கு அனுப்பப்பட்டேன். என் வாழ்க்கையில் யாவற்றிலும் இன்பமான நேரம் அது தான். செச்சேனியர்களின் குண்டுகளின் முன்னே சலிப்பு தங்கியிருக்க முடியாது என்று நம்பினேன். வீண் நம்பிக்கை: ஒரு மாதத்திற்கெல்லாம் குண்டுகளின் ரீங்காரத்துக்கும் சாவை அருகாமையில் காண்பதற்கும் நான் ஒரேயடியாகப் பழகிப் போய்விட்டபடியால் மெய்யாகவே அவற்றைவிட அதிகமாகக் கொசுக்கள்மேல் கவனம் செலுத்தலுற்றேன். எனக்கு முன்னிலும் மிகுந்த சலிப்பு ஏற்பட்டது, ஏனெனில் கடைசி நம்பிக்கையையும் இழந்துவிட்டேன். பேலாவை என் வீட்டில் கண்டபோது, முதன் முறை அவளை மடிமீது அமர்த்திக்கொண்டு அவளது கருங்குழல் சுருள்களை முத்த மிட்டபோது, என் மீது பரிவுள்ள விதியினால் அனுப்பப்பட்ட தேவி அவள் என்று நினைத்தேன் நான், மூடன்... மறுபடியும் நான் எண்ணியது தவறாயிற்று: இந்த அநாகரிக நங்கையின் காதல் பிரபுவம்ச மகளின் மையலைக் காட்டிலும் மிக மேலானது அல்ல. ஒருத்தியின் அறிவின்மையும் எளிய உள்ளமும் மற்றவளின் தளுக்கு மினுக்கைப் போலவே திகட்டிப் போகிறது. நீங்கள் அறிய விரும்பினால் சொல்லுகிறேன்: நான் அவளை இப்போதும் காதலிக்கிறேன். போதிய அளவு இனிமையான சில நிமிடங்களுக்காக நான் அவளுக்குக் கடமைப்பட்டிருக்கிறேன். அவளுக்காக என் உயிரையே கொடுப்பேன். ஆனால் அவளுடைய சகவாசம் எனக்குச் சலித்துப் போய்விட்டது... நான் மடையனா அல்லது கயவனா என்பதை அறியேன். ஆனால் ஒன்று மட்டும் உண்மை: நானும் அவளைப் போலவே, ஒருகால் அவளைக் காட்டிலும் அதிகமாகவே அனுதாபத்துக்கு உரியவன். எனது ஆன்மா உலகத்தால் கெடுக்கப்பட்டுவிட்டது, கற்பனை

அமைதியற்றது, இதயம் அடங்கா வேட்கை கொண்டது. எதுவும் எனக்குப் போதுவதில்லை. ஆனந்தத்தைப் போன்றே துயரத்துக்கும் நான் எளிதில் பழக்கப்பட்டு விடுகிறேன், ஆகவே என் வாழ்வு நாளுக்கு நாள் மேலும் வெறுமை ஆகிக்கொண்டு போகிறது. எனக்கு எஞ்சி யிருப்பது ஒரு சாதனம் மட்டுமே. அது தான் சுற்றுப் பயணம். வாய்ப்பு கிடைத்ததுமே புறப்பட்டு விடுவேன் – ஆனால் ஐரோப்பாவுக்கு அல்ல, கடவுளே காப்பாற்று – அமெரிக்காவுக்கு, அரேபியாவுக்கு, இந்தியாவுக்கு ஒருவேளை எங்கேனும் வழியில் இறந்துபோவேன்! இந்தக் கடைசி ஆறுதல் புயல்கள், மோசமான வழிகள் ஆகியவற்றின் உதவியால் விரைவில் தீர்ந்து போய்விடாது என்று குறைந்தபட்சம் நான் நம்புகிறேன்.' இந்த மாதிரி அவன் நெடுநேரம் பேசிக்கொண்டு போனான். அவனுடைய வார்த்தைகள் என் நெஞ்சில் செதுக்கெழுத்துக்கள் போலப் பதிந்துவிட்டன, ஏனென்றால் இருபத்தைந்து வயது மனிதனிடமிருந்து இந்த மாதிரி விஷயங்களை நான் அப்போது தான் முதல் தடவையாகக் கேட்டேன், அதுவே கடைசித் தடவையாகவும் இருக்கும்படி ஆண்டவன் அருள்வானாக... என்ன ஆச்சரியம்!" உதவிக் காப்டன் என்னை நோக்கி, "தயவு செய்து சொல்லுங்கள், நீங்கள் சமீபத்தில் தான் தலைநகரில் இருந்தீர்கள் என்று தோன்றுகிறது. அங்கே உள்ள இளைஞர்கள் எல்லாரும் இப்படிப்பட்டவர்கள் தாமோ?" என்று கேட்டார்.

இதே மாதிரிப் பேசுபவர்கள் நிறைய இருக்கிறார்கள் என்றும், உண்மை சொல்பவர்களும் நிச்சயமாக உள்ளனர் என்றும், நிற்க, இந்த ஏமாற்றம் எல்லா மோஸ்தர்களையும் போலவே சமூகத்தின் மேல் வட்டாரங்களில் தொடங்கி, கீழ் வட்டாரங்களுக்கு இறங்கியிருக்கிறது என்றும், அவர்கள் இதைச் சக்கையாக அடிக்கிறார்கள் என்றும், இப்போது எல்லோரிலும் அதிகமாகவும் உண்மையாகவும் சலிப்படைந் திருப்பவர்கள் இந்தத் துன்பத்தைக் குறையைப் போன்று

மறைக்கிறார்கள் என்றும் நான் பதில் அளித்தேன். உதவிக் காப்டன் இந்த நுட்பங்களைப் புரிந்து கொள்ளவில்லை. அவர் தலை அசைத்துத் தந்திரமாக முறுவலித்தார்:

"மொத்தத்தில் சலிப்படைவதை மோஸ்தர் ஆக்கியவர்கள் பிரெஞ்சுக்காரர்களோ ஒருவேளை?"

"இல்லை, ஆங்கிலேயர்கள்."

"ஓகோ, அப்படியா சேதி! அவர்கள் தாம் எப்போதுமே படு குடிகாரர்கள் ஆயிற்றே!" என்றார் அவர்.

இதைக் கேட்டதும் எனக்கு மாஸ்கோ உயர்குல நங்கை ஒருத்தி சொன்னது தானே நினைவுக்கு வந்தது. ஆங்கிலக் கவி பைரன் குடிகாரர் தவிர வேறு ஒன்றுமில்லை என்று அவள் சாதித்தாள். ஆனால் உதவிக் காப்டன் சொன்னது மன்னிக்கக் கூடியது தான். மதுப் பழக்கத்திலிருந்து விலகி இருப்பதற்காக அவர் உலகில் உள்ள துன்பங்கள் யாவும் வெறியேறக் குடிப்பதிலிருந்தே உண்டாயின என்று தனக்கே நம்பிக்கையூட்ட முயன்றார்.

நிற்க, அவர் தம் கதையைப் பின் வருமாறு தொடர்ந்தார்:

"காஸ்பிச் மறுபடி தென்படவில்லை. என்ன காரணமோ அறியேன், அவன் வெறுமே வரவில்லை என்றும் ஏதோ சூழ்ச்சி செய்கிறான் என்றும் எனக்கு உண்டான எண்ணத்தை மனத்திலிருந்து அகற்றவே என்னால் முடியவில்லை.

"ஒரு நாள் பிச்சோரின் காட்டுப் பன்றி வேட்டைக்குத் தன்னுடன் வரும்படி என்னையும் கட்டாயப்படுத்தினான். வெகுநேரம் நான் மாட்டேன் என்றேன். காட்டுப் பன்றியை வேட்டையாடுவதில் எனக்கு என்ன அக்கறை! இருந்தாலும் அவன் எப்படியோ என்னைத் தன்னோடு அழைத்துச் சென்று விட்டான். நாங்கள் ஒரு ஐந்து படைவீரர்களை உடனழைத்துக் கொண்டு அதிகாலையில் புறப்பட்டோம். பத்து மணி வரையிலும் பாறைகளிலும் காட்டிலும் துருவித் தேடினோம், விலங்கைக் காணோம். 'ஏய், திரும்பி

விடுவோமா? எதற்காகப் பிடிவாதம் பிடிக்க வேண்டும்? ஆக்கங்கெட்ட நாள் என்பது தான் தெரிகிறதே' என்றேன். ஆனால் பிச்சோரினோ, வெக்கையும் களைப்பும் இருந்த போதிலும் வேட்டை இல்லாமல் வெறுங்கையாகத் திரும்ப இசையவில்லை... அவன் ஆளே அப்படி: ஒன்று வேண்டுமென்று எண்ணிவிட்டானானால் அது கிடைத்தாக வேண்டும். குழந்தைப் பருவத்தில் தாயார் செல்லங்கொடுத்துக் கெடுத்துவிட்டாள் என்பது தெரிகிறது... முடிவில் நண்பகலில் அந்தப் பாழாய்ப்போகிற காட்டுப் பன்றியைக் கண்டு பிடித்தோம்: டுமீல்! டுமீல்! காரியம் பலிக்கவில்லை: அது பாறைகளுக்கிடையே புகுந்து ஓடிவிட்டது... அவ்வளவு அதிர்ஷ்டமில்லாத நாள்! ஆக நாங்கள் கொஞ்ச நேரம் இளைப்பாறிவிட்டு வீடு திரும்பினோம்.

"நாங்கள் கடிவாள வாரைத் தொய்யவிட்டு அக்கம் பக்கமாகப் பேசாமல் சவாரி செய்தோம். அனேகமாகக் கோட்டைக்கே வந்துவிட்டோம். ஒரு புதர்தான் அதை எங்கள் பார்வையிலிருந்து மறைத்தது. திடீரென்று துப்பாக்கி வெடி! நாங்கள் ஒருவரையொருவர் பார்த்துக் கொண்டோம். ஒரே மாதிரிச் சந்தேகம் எங்களைத் திகைப்பில் ஆழ்த்தியது... குண்டு வெடித்த இடத்தை நோக்கி நாற்கால் பாய்ச்சலில் குதிரைகளை விரட்டிச் சென்றோம். பார்க்கிறோமோ, கோட்டைச் சுவர்மேல் படைவீரர்கள் கும்பலாகக் கூடி, திடலைச் சுட்டிக்காட்டிக்கொண்டிருந்தார்கள். அங்கே ஒருவன் கண் தலை தெரியாத வேகத்தில் குதிரையை விரட்டிச் சென்றுகொண்டிருந்தான். குதிரைச் சேணத்தின் மேல் அவன் வெள்ளையாக எதையோ பிடித்துக் கொண்டிருந்தான். பிச்சோரின் எந்தச் செச்சேனியனையும் விட உரக்கக் கூவி, துப்பாக்கியை உறையிலிருந்து எடுத்துக் கொண்டு அந்தத் திசையில் பாய்ந்தான். நான் அவனைத் தொடர்ந்து சென்றேன்.

"நல்ல வேளையாக வேட்டை கிட்டாமையால் எங்கள் குதிரைகள் களைத்துச் சோர்ந்துபோய்விடவில்லை. அவை

பிய்த்துக்கொண்டு பறந்தன. ஒவ்வொரு கணமும் நாங்கள் முன்னே போனவனை மேலும் மேலும் நெருங்கினோம்... கடைசியில் நான் காஸ்பிச்சை அடையாளம் கண்டு கொண்டேன். தனக்கு முன்னே அவன் வைத்துக் கொண்டிருப்பது என்ன என்பதைத்தான் நான் புரிந்து கொள்ள முடியவில்லை. அப்போது நான் பிச்சோரினின் பக்கத்தில் வந்து 'இவன் காஸ்பிச்!' என்று கத்தினேன். அவன் என்னை நோக்கித் தலை அசைத்துவிட்டுக் குதிரையைச் சாட்டையால் அடித்தான்.

"ஆகக் கடைசியில் நாங்கள் காஸ்பிச்சைத் துப்பாக்கி சுடும் தூரத்துக்கு நெருங்கிவிட்டோம். காஸ்பிச்சின் குதிரை அலுத்துக் களைத்துத் தான் போயிருந்ததோ அல்லது எங்களுடையவற்றைவிட மட்டமானதோ தெரியாது. ஆனால் அவன் எவ்வளவோ முயன்றும் அது வெகுவாக முன்னேறிவிடவில்லை. அந்தக் கணத்தில் அவன் தன் கராகியோஸை நினைத்துக் கொண்டிருப்பான் என்று எண்ணுகிறேன்...

"பார்க்கிறேனோ, பிச்சோரின் ஓடுகிற ஓட்டத்தில் துப்பாக்கியைக் குறிவைத்தான்... 'சுடாதேயும்! குண்டுகளை வீணாக்காதேயும். நாம் எப்படியும் அவனை எட்டிப்பிடித்து விடுவோம்' என்று கத்தினேன். அட இந்த இளவட்டங்கள்! எப்போதும் வீண் படபடப்பு... துப்பாக்கி வெடித்தது, குண்டு குதிரையின் பின் காலில் பட்டுவிட்டது. ஓட்ட வேகத்தில் குதிரை இன்னும் ஒரு பத்துத் தாவல்கள் முன்னே போயிற்று, பின்பு தடுமாறி முழங்கால்களை மடித்து விழுந்து விட்டது. காஸ்பிச் எகிறிக் குதித்தான். அப்போது தான் நாங்கள் பார்த்தோம், முக்காடிட்ட ஒரு பெண்ணை அவன் தன் கைகளில் பிடித்திருந்ததை... அவள் பேலா... பாவம் பேலா! அவன் எங்களை நோக்கித் தன் பாஷையில் ஏதோ கத்திவிட்டு அவளுக்கு மேல் கட்டாரியை ஓங்கினான்... தாமதிக்க இடமில்லை. நான் மானாங்காணியாகச் சுட்டேன் சரியாகச் சொன்னால் குண்டு அவன் தோளில் பாய்ந்தது.

ஏனெனில் அவன் சட்டென்று கையைத் தொங்கவிட்டான்... புகை விலகியதும் தரைமீது காயமடைந்த குதிரை கிடந்தது, அருகே பேலா கிடந்தாள். காஸ்பிச் துப்பாக்கியை எறிந்துவிட்டு புதர்களின் வழியாகப் பாறை மேல் பூனை போல் தொற்றி ஏறிவிட்டான். அவனை அங்கிருந்து வீழ்த்த எனக்கு விருப்பம் உண்டாயிற்று. ஆனால் கெட்டித்த குண்டு இல்லை! நாங்கள் குதிரைகளிலிருந்து குதித்து இறங்கி பேலா அருகே பாய்ந்து சென்றோம். பாவம், அவள் அசையாது கிடந்தாள். காயத்திலிருந்து குருதி ஆறாகப் பெருகியது... படுபாதகன்: குத்தத்தான் வேண்டுமென்றால் நெஞ்சிலே தாக்கியிருக்கக் கூடாதா, ஒரேயடியாக எல்லாம் தீர்ந்து போய் இருக்குமே. முதுகில் குத்தியிருந்தான் பாவி... கடைக்கோடிக் கயவாளித்தனமான தாக்கு! அவள் நினைவிழந்து கிடந்தாள். நாங்கள் அவள் முக்காட்டைக் கிழித்துக் காயத்துக்கு முடிந்தவரை இறுகக் கட்டுப்போட்டோம். பிச்சோரின் அவளுடைய குளிர்ந்துபோன உதடுகளில் வீணே முத்த மிட்டான். அவளுக்கு மூர்ச்சை தெளிவிக்க எதனாலும் முடியவில்லை.

"பிச்சோரின் குதிரைமேல் ஏறி அமர்ந்தான். நான் பேலாவைத் தரையிலிருந்து தூக்கி அவனருகே சேணத்தின் மேல் எப்படியோ ஒரு விதமாகக் கிடத்தினேன்; அவன் அவளைக் கையால் அணைத்துப் பிடித்துக்கொண்டான், நாங்கள் திரும்பிச் சென்றோம். சில நிமிடங்கள் மௌனமா யிருந்த பின் பிச்சோரின், 'கேளுங்கள், மக்ஸீம் மக்ஸீமிச், இந்த ரீதியில் நாம் இவளை உயிரோடு கொண்டு சேர்க்க மாட்டோம்' என்று என்னிடம் சொன்னான். 'உண்மை!' என்றேன் நான். நாங்கள் குதிரைகளை முழு வேகத்தில் விரட்டிச் சென்றோம். கோட்டை வாயிலில் மக்கள் கூட்டம் எங்களை எதிர்பார்த்திருந்தது. காயமடைந்தவளை நாங்கள் ஜாக்கிரதையாகப் பிச்சோரினின் இருப்பிடத்துக்குத் தூக்கிக்கொண்டு சேர்த்துவிட்டு மருத்துவனுக்குச் சொல்லி அனுப்பினோம். அவன் குடித்திருந்தான் ஆயினும் வந்தான். காயத்தைப் பரிசோதித்துவிட்டு அவள் ஒரு நாளுக்கு மேல்

உயிரோடிருக்கமாட்டாள் என்று அறிவித்தான். ஆனால் அவன் சொன்னது தவறாயிற்று..."

"அவள் பிழைத்துவிட்டாளா?" என்று உதவிக் காப்டனின் கையைப் பற்றிக்கொண்டு தன்வசமற்ற ஆனந்தத்துடன் கேட்டேன்.

"இல்லை. மருத்துவன் சொன்னது எப்படித் தவறாயிற்று என்றால் அவள் இன்னும் இரண்டு நாட்கள் உயிரோடிருந் தாள்" என்றார் அவர்.

'ஆமாம், காஸ்பிச் அவளை எப்படிக் கடத்திச் சென்றான், சொல்லுங்களேன்."

" 'கேளுங்கள். பிச்சோரினின் தடையைப் பொருட் படுத்தாமல் பேலா கோட்டையிலிருந்து வெளியேறி ஆற்றுக்குப் போயிருக்கிறாள். அன்று கடுமையான வெக்கை. அவள் பாறைமேல் உட்கார்ந்து கால்களை நீரில் தொங்க விட்டிருக்கிறாள். வேளை பார்த்துக் காஸ்பிச் ஓசைப்படாமல் வந்து லபக்கென்று அவளைப் பிடித்து வாயைப் பொத்திப் புதருக்குள் இழுத்துப்போய் அங்கே குதிரைமேல் தாவி ஏறி, விட்டிருக்கிறான் சவாரி! அவள் எப்படியோ முயன்று கூச்சலிட்டிருக்கிறாள். பாராக்காரர்கள் திடுக்கிட்டுப் பதற்றமடைந்து சுட்டிருக்கிறார்கள், குறி தவறியிருக்கிறது, அதற்குள் நாங்கள் பக்கத்தில் வந்துவிட்டோம்."

"காஸ்பிச் அவளைத் தூக்கிச் செல்ல விரும்பியது எதற்காக?"

"கேளுங்கள்! இந்தச் செர்க்கேஸியர்கள் பேர்பெற்ற திருட்டு ஜனங்கள். அஜாக்கிரதையாகக் கிடப்பதை எடுத்துக் கொள்ளாதிருக்க இவர்களால் முடியாது. ஒன்று அவர்களுக்குத் தேவையே இல்லாதிருக்கலாம், ஆனாலும் திருடத்தான் செய்வார்கள்... அவர்கள் வழக்கமே அப்படி. தவிர அவள் மேல் அவன் வெகுகாலமாகவே மோகம் கொண்டிருந்தான்."

"பேலா இறந்து போனாளா?"

"இறந்து போனாள். நீண்ட நேரம் வாதனைப்பட்டாள், நாங்களும் அவளோடு போதுமான அளவு தொல்லைப் பட்டோம். இரவு பத்து மணிவாக்கில் அவளுக்கு நினைப்பு வந்தது. நாங்கள் கட்டிலருகே உட்கார்ந்திருந்தோம். அவள் அப்போதுதான் விழிகளைத் திறந்தாள், பிச்சோரினை அழைக்கத் தொடங்கினாள். 'நான் இதோ, உன் பக்கத்தில் இருக்கிறேன் என் ஜானிச்கா' (அதாவது, நமது பாஷையில், உயிரே) என்று அவன் அவளுடைய கையைப் பற்றிக்கொண்டு கூறினான். 'நான் இறந்து போவேன்!' என்றாள் அவள். நாங்கள் அவளைத் தேற்றினோம். அவளைக் கட்டாயம் குணப்படுத்திவிடுவதாக மருத்துவன் வாக்களித்திருக்கிறான் என்றோம். அவள் தலையை அசைத்துவிட்டுச் சுவர்ப்புறம் முகத்தைத் திருப்பிக்கொண்டாள். அவளுக்குச் சாக இஷ்ட மில்லை!

"இரவில் அவள் பிதற்ற ஆரம்பித்தாள். அவளுடைய மண்டை கொதித்தது. உடல் முழுவதும் காய்ச்சலால் நடுக்கம் ஏற்பட்டது. தகப்பனைப் பற்றியும் தம்பியைப் பற்றியும் ஒன்றுக்கொன்று தொடர்பில்லாத ஏதேதோ வார்த்தைகளைப் புலம்பினாள். மலைக்கு, வீட்டுக்குப் போக அவளுக்கு ஆசையாயிருந்தது. பிறகு அவள் பிச்சோரினையும் பற்றிப் பேசினாள், பல அன்புப் பெயர்களால் அவனை அழைத்தாள், அல்லது தன் ஜானிச்கா மேல் அவனுக்கு அன்பு இல்லாமல் போய்விட்டதற்காக அவனைக் கடிந்து கொண்டாள்...

"அவன் தலையைக் கைகளால் பற்றிக்கொண்டு அவளுடைய பேச்சை மௌனமாகக் கேட்டுக் கொண்டிருந் தான். ஆனால் அந்த நேரம் முழுவதிலும் அவன் இமை மயிர்களில் ஒரு சொட்டுக் கண்ணீர்கூட எனக்குத் தென்படவில்லை: அவனால் உண்மையிலேயே அழ முடியவில்லையா, அல்லது அவன் தன்னைக் கட்டுப்படுத்திக் கொண்டானா என்பது எனக்குத் தெரியாது. என்னைப் பொறுத்தவரையில், இதைவிடப் பரிதாபகரமானது எதையும் நான் கண்டதில்லை.

"காலை வாக்கில் புலம்பல் நின்றுவிட்டது. ஒரு மணி முதல் அவள் அசையாமல் கிடந்தாள். வெளிறி, மூச்சு விடுவது அரிதாகவே புலப்படும் அளவுக்கு பலங்குன்றியிருந்தாள். அப்புறம் அவள் நிலை சீர்பட்டது. பேச ஆரம்பித்தாள். ஆனால் எதைப் பற்றி என்று நினைக்கிறீர்கள்? இந்த மாதிரி எண்ணம் மரணத் தறுவாயில் தான் ஒருவருக்குத் தோன்றும்! தான் கிறிஸ்துவச்சி அல்ல என்றும் மேலுலகில் தன்னுடைய ஆன்மா பிச்சோரினின் ஆன்மாவை ஒரு போதும் சந்திக்காது என்றும், சுவர்க்கத்தில் வேறொரு பெண் அவனுடைய தோழியாக இருப்பாள் என்றும் சொல்லி வருத்தப்படலானாள். சாவதற்கு முன் அவளுக்கு ஞானஸ்நானம் செய்து வைக்கலாம் என்ற எண்ணம் என் மனத்தில் உதித்தது. இந்த யோசனையை நான் அவளுக்குத் தெரிவித்தேன். அவள் தயக்கத்துடன் என்னைப் பார்த்தாள் நெடுநேரம் அவளுக்குப் பேச்சே கிளம்பவில்லை. முடிவில், தான் பிறந்த மதத்திலேயே இறக்கப் போவதாகச் சொல்லிவிட்டாள். இப்படியே ஒரு பகல் பொழுது முழுவதும் கழிந்தது. அந்த ஒரு பகலில் அவள்தான் எப்படி மாறிவிட்டாள்! வெளிறிய கன்னங்கள் சப்பிப் போயின, கண்கள் மிக மிகப் பெரியவை ஆயின, உதடுகள் நெருப்பாய்க் கனன்றன. மார்புக்குள் பழுக்கக் காய்ச்சிய இரும்பு கிடந்ததுபோல உள் சூட்டை அவள் உணர்ந்தாள்.

"இரண்டாவது இரவு வந்தது. நாங்கள் கண் கொட்டவில்லை, அவளுடைய மஞ்சத்தின் பக்கத்திலிருந்து நகரவே இல்லை. அவள் கொடிய வேதனையால் துடித்தாள், முனகினாள். வலி கொஞ்சம் மட்டுப்படத் தொடங்கியதுமே அவள் தனக்குத் தேவலை என்று பிச்சோரினை நம்பவைக்க முயன்றாள், தூங்கப் போகும்படி அவனை மன்றாடினாள், அவன் கையை முத்தமிட்டாள், தன் கைகளின் பிடியிலிருந்து அதை விடவே இல்லை. காலையாகும் முன் மரண ஏக்கம் அவளைப் பற்றிக்கொண்டது. அவள் இங்குமங்கும் புரண்டாள், கட்டை நகர்த்தித் தள்ளினாள், மறுபடி இரத்தம் பெருகிற்று. நாங்கள் காயத்துக்கு மீண்டும் கட்டுப் போட்டதும்

அவள் நிமிட நேரம் நிம்மதி அடைந்தாள், தன்னை முத்தமிடும்படி பிச்சோரினைக் கேட்டுக்கொண்டாள். அவன் மஞ்சத்தருகே முழந்தாள் படியிட்டு அமர்ந்து, அவளுடைய தலையைத் தலையணையிலிருந்து தூக்கி, தன் உதடுகளை அவளுடைய சில்லிட்டுப்போன உதடுகளில் அழுத்தினான். அவள் நடுங்கும் கைகளால் அவன் கழுத்தை இறுகக் கட்டிக்கொண்டாள் – இந்த முத்தத்தில் தன் ஆன்மாவை அவனுக்கு ஒப்படைத்து விட விரும்புபவள் போல... இல்லை, அவள் இறந்ததே நல்லதாயிற்று! பிச்சோரின் அவளை உதறியிருந்தானானால் அவள் பாடு என்ன ஆகியிருக்கும்? சற்று முன்னோ, பின்னோ இது கட்டாயம் நேர்ந்திருக்கும்...

“அடுத்த நாள் பாதிப் பொழுது அவள் அமைதியாகவும் மௌனமாகவும் இருந்தாள், எங்கள் மருத்துவன் ஒத்தடங் களாலும் மிக்ஸ்சர்களாலும் படுத்திய பாட்டை எல்லாம் கீழ்ப்படிவுடன் சகித்துக்கொண்டாள். ‘ஆமாம், இவள் கட்டாயம் இறந்துவிடுவாள் என்று நீங்களே தாம் சொன்னீர்களே. அப்படியானால் உங்கள் மருந்துகளும் மாயங்களும் எதற்காக?’ என்று மருத்துவனைக் கேட்டேன். ‘என்ன இருந்தாலும் இதுவே மேல், மக்ஸீம் மக்ஸீமிச், மனச் சாட்சி அடித்துக் கொள்ளாதிருப்பதற்கு’ என்றான் அவன். நல்ல மனச்சாட்சி!

“நடுப் பகலுக்குப் பிறகு அவள் தாகத்தால் தவிக்கத் தொடங்கினாள். நாங்கள் ஜன்னல் கதவுகளை விரியத் திறந்தோம். ஆனால் அறையைவிட வெளியே வெக்கை அதிகமாயிருந்தது. கட்டிலின் அருகே பனிக்கட்டியை வைத்தோம். ஒன்றும் பயனில்லை. இது தாங்க முடியாத தாகம், முடிவு நெருங்குவதன் அறிகுறி என்பது எனக்குத் தெரிந்தது, பிச்சோரினிடமும் இதைச் சொன்னேன். பேலா படுக்கையிலிருந்து தலையை உயர்த்தி, ‘தண்ணீர், தண்ணீர்!’ என்று கரகரத்த குரலில் சொன்னாள்.

“பிச்சோரின் துணிபோல் வெளுத்துப்போய், தம்ளரை எடுத்து நீர் ஊற்றி அவளுக்குக் கொடுத்தான். நான் கண்களை

மூடிக்கொண்டு பிரார்த்தனையை ஜெபிக்கலானேன், எந்தப் பிரார்த்தனையை என்பது நினைவில்லை... ஆமாம் அன்பரே, ஆஸ்பத்திரிகளிலும் போர்க்களத்திலும் ஜனங்கள் மடிவதை நான் நிறையப் பார்த்திருக்கிறேன். ஆனால் இது அந்த வகையைச் சேர்ந்ததே அல்ல, கொஞ்சங்கூட அல்ல! இன்னும் ஒரு விஷயத்தை ஒப்புக்கொள்கிறேன். சாவதற்கு முன்னால் அவள் என்னைப்பற்றி ஒரு தரங்கூட நினைக்கவில்லை. இது தான் என்னை வாட்டுகிறது. நானோ அவள்மேல் தகப்பன் போல அன்பு செலுத்தி வந்தேன்... ஊம், ஆண்டவன் அவளை மன்னிப்பார்! உண்மையைச் சொன்னால், நான் அப்படி யார், மரணத் தறுவாயில் என்னைப்பற்றி நினைப்பதற்கு?

"தண்ணீர் பருகியதும் அவளுக்கு அப்பாடா என்றிருந்தது, அதற்கு ஒரு மூன்று நிமிடங்களுக்கெல்லாம் அவள் உயிர் போய்விட்டது. கண்ணாடியை உதடுகளில் அழுத்தினோம். மழமழப்பாயிருந்தது! நான் பிச்சோரினை அறையிலிருந்து வெளியே இட்டுச் சென்றேன். நாங்கள் கோட்டைச் சுவர் மேல் ஏறினோம். கைகளை முதுகுப் புறம் வைத்துக்கொண்டு, ஒரு வார்த்தை பேசாமல் நாங்கள் வெகுநேரம் அக்கம் பக்கமாக முன்னும் பின்னும் உலாவினோம். அவனுடைய முகம் சிறப்பாக எதையும் வெளிக்காட்டவில்லை, எனக்கோ, வருத்தம் பொங்கியது. அவன் இடத்தில் நான் இருந்தால் துயரத்தால் உயிரையே விட்டிருப்பேன். கடைசியில் அவன் தரையில் நிழலில் உட்கார்ந்துகொண்டு குச்சியால் மணலில் ஏதோ கோடு கிழிக்கத் தொடங்கினான். நான் மரியாதைக்காக அவனைத் தேற்ற விரும்பி ஏதோ சொல்லத் தொடங்கினேன். அவன் தலையை நிமிர்த்தி வாய்விட்டுச் சிரித்தான்... இந்தச் சிரிப்பினால் எனக்கு உடம்பெல்லாம் புல்லரித்தது... சவப் பெட்டிக்கு ஆர்டர் கொடுப்பதற்குப் போய்விட்டேன்.

"ஓரளவு என் மன மகிழ்ச்சிக்காகத்தான் இதைச் செய்தேன் என்பதை ஒப்புக்கொள்கிறேன். என்னிடம்

அழுத்தமான தெர்மலாம் பட்டுத்துணி இருந்தது. அதைச் சவப்பெட்டி மேல் உறையாகப் பொருத்தினேன். பிச்சோரின் அவளுக்காகவே வாங்கியிருந்த வெள்ளிச் சரிகையால் அதை அலங்கரித்தேன்.

“அடுத்த நாள் அதிகாலையில் நாங்கள் கோட்டைக்கு வெளியே, ஆற்றின் கரையில் கடைசி முறை அவள் உட்கார்ந்திருந்த இடத்தின் அருகே அவளை அடக்கம் செய்தோம். அவளுடைய கல்லறையைச் சுற்றிலும் இப்போது வெள் வேல்களும் புஸீனாச் செடிகளும் வளர்ந்து மண்டியிருக்கின்றன. நான் அதன் மேல் சிலுவை நாட்டுவோம் என்று நினைத்தேன், ஆனால் ஏதோ மனது கேட்கவில்லை. என்னதான் இருந்தாலும் அவள் கிறிஸ்தவப் பெண் அல்லவே...”

“பிச்சோரின் என்ன ஆனான்?” என்று கேட்டேன்.

“பிச்சோரின் நெடுங்காலம் ஆரோக்கியம் குன்றியிருந்தான், மெலிந்து போய்விட்டான், பாவம். ஆனால் அப்போது முதல் நாங்கள் ஒருபோதும் பேலாவைப் பற்றிப் பேசவே இல்லை. அவனுக்கு இதனால் வருத்தம் உண்டாகும் என்பதை நான் அறிந்திருந்தேன், ஆகவே எதற்காக? ஒரு மூன்று மாதங்களுக்குப் பின் அவன்... ரெஜிமெண்டில் நியமிக்கப்பட்டான், ஜார்ஜியா போய்விட்டான். அப்புறம் நாங்கள் சந்திக்கவே இல்லை... ஆமாம், நினைவு வருகிறது, யாரோ சமீபத்தில் சொன்னார்கள், அவன் ருஷ்யா திரும்பிவிட்டதாக, ஆனால் இராணுவக் கட்டளைகளில் இது இல்லை. இங்கே ஒருவனைப் பற்றிய தகவல் கிடைப்பதற்கு வெகுகாலம் ஆகிவிடுகிறது.”

இதன் பின் அவர் செய்திகளை ஓர் ஆண்டு தாமதித்துத் தெரிந்து கொள்வது எவ்வளவு வருத்தம் அளிக்கிறது என்பது பற்றி விரிவாகச் சர்ச்சை செய்யலானார் - துன்ப நினைவுகளை அமுக்குவதற்காகப் போலும்.

நான் அவர் பேச்சில் குறுக்கிடவுமில்லை, அதைச் செவியேற்கவுமில்லை.

ஒரு மணி நேரத்திற்கெல்லாம் பயணம் புறப்படச் சாதகமான நிலைமை ஏற்பட்டது. வெண்பனிப் புயல் அடங்கி விட்டது, வானம் தெளிந்துவிட்டது, நாங்கள் புறப்பட்டோம். வழியில் நான் பேலாவையும் பிச்சோரினையும் பற்றித் தன் வசமின்றியே மறுபடி பேச்செடுத்தேன்.

"காஸ்பிச் என்ன ஆனான் என்பது பற்றி நீங்கள் ஒன்றும் கேள்விப்படவில்லையா?" என்று வினவினேன்.

"காஸ்பிச்சா? மெய்யாகவே தெரியாது எனக்கு... கேள்விப்பட்டேன், ஷாப்ஸூகிக்* கூட்டத்தாரின் இடது அணியில் யாரோ காஸ்பிச் என்ற துணிச்சல்காரன் இருப்பதாக. அவன் சிவப்புக் கோட்டு அணிந்து ருஷ்யக் குண்டுகளை மதியாமல் குதிரைமேல் சுற்றுகிறானாம், குண்டு அருகாக ரீங்காரமிட்டுச் செல்லும்போது, அபரிமித மரியாதையுடன் தலை வணங்குகிறானாம். ஆனால் இவன் அதே ஆளாக இருப்பான் என்பது சந்தேகந்தான்!"

கோபியில் மக்ஸீம் மக்ஸீமிச்சும் நானும் பிரிந்தோம். நான் அஞ்சல் நிலையக் குதிரைகள் பூட்டிய வண்டியில் போனேன், அவருடைய வண்டியில் கனத்த சுமை ஏற்றப் பட்டிருந்ததால் என்னோடு தொடர்ந்து வருவது அவருக்கு இயலவில்லை. மறுபடி எப்போதாவது சந்திப்போம் என்று நாங்கள் எதிர்பார்க்கவே இல்லை. எனினும் சந்தித்தோம். நீங்கள் விரும்பினால் அதைப் பற்றிச் சொல்லுகிறேன். இது பெரிய கதை... மக்ஸீம் மக்ஸீமிச் மரியாதைக்கு உகந்தவர் என்பதை ஒப்புக்கொள்கிறீர்கள் அல்லவா? நீங்கள் இதை ஒப்புக்கொண்டால், எனது, ஒரு கால், அளவுக்கு மேல் நீண்ட கதைக்கு உரிய பரிசு முழுமையாகக் கிடைத்துவிட்டதாக எண்ணுவேன்.

* ஷாப்ஸூகி - சேர்க்கேஸிய இனங்களில் ஒன்று.

II
மக்ஸீம் மக்ஸீமிச்

மக்ஸீம் மக்ஸீமிச்சைப் பிரிந்தபின் நான் தேரெக்ஸ்கோயே கணவாயையும் தர்யால் ஸ்கோயே கணவாயையும் விரைவாகக் கடந்தேன், காஸ்பெக்கில் காலையுணவு கொண்டேன், லார்ஸில் தேநீர் அருந்தினேன், இரவுச் சாப்பாட்டு வேளைக்குள் விளாதிகாக்கேஷியா சேர்ந்துவிட்டேன். மலைகளின் வர்ணனையிலிருந்தும் வியப்புக் கூவல்களிலிருந்தும் (இவை எந்தக் கருத்தையும் வெளியிட மாட்டா), காட்சிகளிலிருந்தும் (இவை எதையும் சித்திரிக்க மாட்டா, சிறப்பாக அங்கே போயிராதவர்களுக்கு) புள்ளிவிவரக் குறிப்புக்களிலிருந்தும் (இவற்றை நிச்சயமாக எவருமே படிக்க மாட்டார்கள்) உங்களுக்கு விடுதலை அளிக்கிறேன்.

எல்லாப் பிரயாணிகளும் தங்கும் ஓட்டலிலேயே நான் தங்கினேன். அங்கேயோ சிங்காரக் கோழியைப் பொரிப்பதற்கும் முட்டைக்கோசு சூப் வைப்பதற்கும் உத்தரவு கொடுப்பதற்கு யாரும் இல்லை, ஏனெனில் இந்தப் பொறுப்பு

ஒப்படைக்கப்பட்டிருந்த மூன்று சொத்திகளும் ஒன்றா அடிமடையர்கள், அல்லது பெருங்குடியர்கள் ஆதலால் அவர்களிடமிருந்து உருப்படியாக எதையும் பெற முடியாது.

நான் இன்னும் மூன்று நாட்கள் இங்கே தாமதிக்க வேண்டும் என எனக்கு அறிவிக்கப்பட்டது. யெக்காத்தெரீனா கிராதிலிருந்து அக்காஸியா[*] இன்னும் வரவில்லை என்றும் எனவே திரும்பப் புறப்பட முடியாது என்றும் காரணம் சொல்லப்பட்டது. நல்ல அக்காஸியா தான்! ஆனால் மோசமான சிலேடை ருஷ்ய மனிதனுக்கு ஆறுதல் அளிக்க முடியாதே. ஆகவே நான் உல்லாசப் பொழுது போக்கிற்காக பேலாவைப் பற்றி மக்ஸீம் மக்ஸீமிச் சொன்ன கதையை, அது நீண்ட கதைக் கோவையின் முதல் மணியாக விளங்கப் போகிறது என்று எண்ணாமலே, குறித்துக்கொள்ள நினைத்தேன்: பார்த்தீர்களா, முக்கியமற்ற நிகழ்ச்சி சில சமயங்களில் எத்தகைய கொடிய விளைவுகளை ஏற்படுத்துகிறது என்று... ஒருவேளை உங்களுக்கு அக்காஸியா என்பது என்ன என்று தெரியாதோ? இது பாதிக் கம்பெனிக் காலாட்களும் பீரங்கியும் கொண்ட காவல் படை. இதன் துணையுடன் குதிரை வண்டித் தொடர் விளாதிகாக்கேஷியாவிலிருந்து யெக்காத்தெரீனாக்கிராதுக்குக் கபார்தா வழியாகச் செல்வது வழக்கம்.

முதல் நாளை நான் மிகுந்த சலிப்புடன் கழித்தேன். இரண்டாம் நாள் ஓட்டல் முகப்பு வெளியில் வண்டி... ஆ! மக்ஸீம் மக்ஸீமிச்! நாங்கள் பழைய நண்பர்கள் போலச் சந்தித்து அளவளாவினோம். நான் எனது அறையில் தங்கலாம் என அவரை அழைத்தேன். அவர் பிகுவு பண்ணிக் கொள்ளவில்லை. என் தோளில் கூட அடித்தார், புன்னகை செய்யும் தோரணையில் வாயைக் கோணிக்கொண்டார். *விசித்திரப் பிரகிருதி!*

---

[*] அக்காஸியா என்ற ருஷ்யச் சொல் நல் வாய்ப்பு என்று பொருள்படும். இங்கே, இராணுவப் பிரிவுடன் சேர்ந்து பயணம் செய்யும் நல்வாய்ப்பை இது குறிக்கிறது. வழக்கு மொழியில் "நல்ல அக்காஸியா தான்!" என்பதற்கு எதிர்பாராத வீண் தொல்லை என்று பொருள்.

மக்ஸீம் மக்ஸீமிச் சமையல் கலையில் ஆழ்ந்த தேர்ச்சி பெற்றிருந்தார். அவர் சிங்காரக் கோழியை வியப்பூட்டும் வகையில் நன்கு பொரித்தார், வெள்ளரி ஊறுகாய்ச் சாற்றை அளவாக அதன் மேல் ஊற்றினார். அவர் இல்லாவிட்டால் நான் நொறுவைத்தீனியுடன் நின்றிருக்க நேர்ந்திருக்கும் என்பதை நான் ஒப்புக்கொள்ள வேண்டும். உணவு வகைகள் குறைவாக, உண்மையில் ஒன்றே ஒன்று மட்டுமே, இருந்ததை நாங்கள் மறக்கக் காஹேத்தீனிய மதுப் புட்டி உதவிற்று. சாப்பிட்டபின் சுங்கான் புகைத்தவாறு அமர்ந்தோம் – நான் ஜன்னல் அருகிலும் அவர் மூட்டிய கணப்பு அருகிலும், ஏனெனில் அன்று ஒரே ஈரிப்பும் குளிருமாக இருந்தது. நாங்கள் மௌனமாயிருந்தோம். பேசுவதற்கு எங்களிடம் என்ன விஷயம் இருந்தது? தன்னைப் பற்றிக் குறிப்பிடத்தக்க விவரங்களை எல்லாம் அவர் ஏற்கனவே எனக்குச் சொல்லிவிட்டார். என்னைப் பற்றியோ, சொல்வதற்கு எதுவும் இல்லை. நான் ஜன்னலுக்கு வெளியே பார்வை செலுத்தினேன். மேலும் மேலும் அகன்று கொண்டு பெருகிய தேரெக் ஆற்றின் கரையோரமாகச் சிதறிக் கிடந்த ஏராளமான தாழ்ந்த சிறு வீடுகள் மரங்களின் பின்னிருந்து காட்சி தந்தன. தொலைவில் நீலத் தோற்றம் அளித்தன கொத்தளச் சுவர்கள் போன்ற மலைகள். அவற்றின் பின்னிருந்து வெள்ளிய பாதிரித் தொப்பி அணிந்த காஸ்பேக் சிகரம் எட்டிப் பார்த்தது. நான் மானசீகமாக அவற்றிடம் விடை பெற்றுக்கொண்டேன்: அவற்றைப் பிரிய எனக்கு வருத்தமாயிருந்தது...

இந்த மாதிரி நாங்கள் வெகு நேரம் உட்கார்ந்திருந்தோம். கதிரவன் குளிர் சிகரங்களின் பின்னே மறைந்துவிட்டான், வெளிர் மூடுபனி பள்ளத்தாக்குகளில் பரவத் தொடங்கியது. அப்போது சாலை மணி ஒலியும் வண்டிக்காரர்களின் கூச்சலும் வீதியில் கேட்டன. அழுக்கடைந்த அர்மீனியர்களுடன் சில சரக்கு வண்டிகளும் அவற்றின் பின்னே வெறுமையான மூடுவண்டியும் ஓட்டல் முகப்பு வெளிக்குள் வந்தன. வெற்று

வண்டி லேசாக உருண்டோடியதும் அதன் வசதியான அமைப்பும் ஆடம்பரத் தோற்றமும் ஒரு வகை வெளிநாட்டுச் சாயல் கொண்டிருந்தன. ஹங்கேரியக் கோட்டும் சேவகனது தகுதிக்கு மேற்பட்ட நல்லுடையும் அணிந்த ஒரு மனிதன் பெரிய மீசையும் தானுமாக அதன் பின்னே வந்தான். அவன் அலட்சியத் தோரணையுடன் சுங்கானிலிருந்து சாம்பலைத் தட்டியதையும் வண்டிக்காரர்களை அதட்டியதையும் பார்க்கும்போது அவனுடைய பதவியைப் பற்றி ஐயப்படவே இடமில்லை. சோம்பேறி எஜமானின் இடங்கொடுத்துக் கெடுக்கப்பட்ட பணியாள் அவன் - ஒரு வகையில் ருஷ்ய பிகாரோ*- என்பது தெளிவாகப் புலப்பட்டது.

"சொல்லு தம்பீ, இது என்ன, அக்காஸியா வந்து விட்டதா?" என்று ஜன்னல் வழியே அவனை நோக்கி வினவினேன்.

அவன் மிகவும் துணிச்சலோடு ஏறிட்டுப் பார்த்தான், தனது டையைச் சரிப்படுத்திக் கொண்டான், முகத்தைத் திருப்பிக் கொண்டுவிட்டான். அவன் அருகே நடந்த அர்மீனியன், அக்காஸியா தான் வந்துவிட்டது என்றும் மறுநாள் காலை திரும்பிப் போகும் என்றும் அவனுக்குப் பதிலாக விடை அளித்தான்.

இதற்குள் ஜன்னல் ஓரத்துக்கு வந்த மக்ஸீம் மக்ஸீமிச், "ஆண்டவன் காப்பாற்றினான்!" என்று சொல்லிவிட்டு, மேலே தொடர்ந்தார்: "என்ன விசித்திரமான மூடுவண்டி! யாராவது அரசாங்க அதிகாரி ஏதேனும் விசாரணைக்காகத் திப்லீஸ் நகருக்குப் போகிறான் போலிருக்கிறது. நமது மலைகளை அறியாதவன் என்பது தெரிகிறது! இல்லை அப்பனே, நீ வேடிக்கை பண்ணுகிறாய்: ஆங்கிலேய வண்டியானாலும் இந்த மலைகள் உலுக்கி எடுத்துவிடும்!"

---

* பிகாரோ (Figaro) - ப. பொமார்ஷே (1732 - 1799) என்ற பிரெஞ்சு எழுத்தாளரின் நகைச்சுவை நாடகங்களான "ஸெவீல்யா நகர முடிதிருத்துவோன்," "பிகாரோவின் திருமணம்" ஆகியவற்றின் நாயகன், உற்சாகம் பொங்கும், புத்திசாலிச் சேவகன்.

"யாரது வந்திருப்பது என்று விசாரிப்போம் வாருங்கள்..."

நாங்கள் ஆளோடிக்கு வந்தோம். அதன் கோடியில் ஓரத்து அறைக் கதவு திறந்திருந்தது. பணியாளும் வண்டிக் காரரும் அதற்குள் சாமான்களைக் கொண்டு வைத்துக்கொண் டிருந்தார்கள்.

"இந்தா தம்பீ, இந்த அருமையான வண்டி யாருடையது? நேர்த்தியான வண்டி!" என்று பணியாளிடம் கேட்டார் மக்ஸீம் மக்ஸீமிச்.

பணியாள் திரும்பாமலே பெட்டியைக் கட்டவிழ்த்தபடி வாய்க்குள் ஏதோ முனகினான். மக்ஸீம் மக்ஸீமிச்சுக்குக் கோபம் வந்துவிட்டது. மரியாதைப் பாங்கற்றவன் தோளைத் தொட்டு, "நான் உன்னைத் தான் கேட்கிறேன் அப்பா..." என்றார்.

"யாருடைய வண்டியா? என் எஜமானுடையது தான்..."

"உன் எஜமான் யாரோ?"

"பிச்சோரின்..."

"நீ என்ன? நீ என்ன? பிச்சோரினா?... அட என் கடவுளே! அவர் காக்கேஷியாவில் இராணுவ சேவை செய்தார் அல்லவா?" என்று என் கோட்டுக் கையைச் சுண்டி இழுத்தவாறு கூவினார் மக்ஸீம் மக்ஸீமிச். அவரது விழிகளில் ஆனந்தம் பளிச்சிட்டது.

"செய்தார் போலத்தான் காண்கிறது. ஆனால் நான் அவரிடம் கொஞ்ச காலமாகத்தான்..."

"ஊம் அப்படியா? அப்படியா? க்ரிகோரிய் அலெக் ஸாந்திரவிச்? அவருடைய முழுப் பெயர் இது தானே? நானும் உன் எஜமானரும் நண்பர்களாக இருந்தோம்." இவ்வாறு கூறிப் பணியாளின் தோள் மீது அவர் கொடுத்த நட்பார்ந்த அடியில் அவன் தள்ளாட வேண்டியதாயிற்று...

“கொஞ்சம் விலகுங்கள் ஐயா, நீங்கள் எனக்கு இடைஞ்சல் செய்கிறீர்கள்” என்று அவன் முகத்தைச் சுளித்துக்கொண்டு கூறினான்.

“வேடிக்கையான ஆளப்பா நீ! தெரியுமா உனக்கு? நானும் உன் எஜமானரும் இணைபிரியா நண்பர்களாயிருந் தோம், ஒன்றாக வசித்தோம்... ஆமாம், அவர் எங்கே பின்தங்கிவிட்டார்?”

பிச்சோரின் கர்னல் நி. வீட்டில் சாப்பிட்டுவிட்டு இரவு தங்கியிருப்பார் என்று பணியாள் தெரிவித்தான்.

“அவர் சாயங்காலம் இங்கே வர மாட்டாரா? அல்லது நீதான் தம்பீ, அவரிடம் எதற்காகவாவது போக மாட்டாயா? போனாயானால் சொல்லு, இங்கே மக்ஸீம் மக்ஸீமிச் இருக்கிறார் என்று. இப்படியே சொல்லு... அவர் தெரிந்து கொள்வார்... நான் உனக்கு எண்பது கோப்பெக் வோத்கா வுக்காகத் தருகிறேன்...” என்றார் மக்ஸீம் மக்ஸீமிச்.

இந்த அற்பத் தொகையைப் பற்றிக் கேட்டதும் பணி யாள் இகழ்ச்சியைத் தோற்றுவித்தான். எனினும் மக்ஸீம் மக்ஸீமிச் ஒப்படைத்த காரியத்தை நிறைவேற்றுவதாக அவருக்கு உறுதி கூறினான்.

“இதோ ஓடி வருவான்!” என்று வெற்றித் தோற்றத் துடன் என்னிடம் சொன்னார் மக்ஸீம் மக்ஸீமிச். “அவனை எதிர்கொள்ள வாயிலுக்குப் போகிறேன்... அடச் சே! நி. எனக்கு அறிமுகமற்றவர் என்பது வருந்தத்தக்கது...”

மக்ஸீம் மக்ஸீமிச் வாயிலுக்கு வெளியே பெஞ்சியில் உட்கார்ந்தார். நான் என் அறைக்குப் போய்விட்டேன். நானுங்கூட ஓரளவு ஆவலுடன் இந்தப் பிச்சோரினின் வரவை எதிர்பார்த்தேன் என்பதை ஒப்புக்கொள்கிறேன். உதவிக் காப்டன் கூறிய கதையிலிருந்து நான் அவனைப்பற்றிக் கொண்டிருந்த கருத்து மிகவும் சாதகமானது அல்லதான், எனினும் அவனது சுபாவத்தில் இருந்த சில தன்மைகள்

எனக்குக் குறிப்பிடத்தக்கவையாகப் பட்டன, ஒரு மணி நேரத்திற்கெல்லாம் ஓட்டலின் சொத்திப் பணியாள் கொதிக்கும் ஸமோவாரையும் தேநீர்க் கெண்டியையும் கொண்டுவந்தான்.

"மக்ஸீம் மக்ஸீமிச், தேநீர் சாப்பிட வருகிறீர்களா?" என்று ஜன்னல் வழியே அவரைக் கூவி அழைத்தேன்.

"நீங்கள் சாப்பிடுங்கள். ஏதோ வேண்டும் போல் இருக்க வில்லை."

"அட சாப்பிடுங்கள் என்கிறேன்! பாருங்கள், நேரம் நிரம்ப ஆகிவிட்டது, குளிர்கிறது."

"பரவாயில்லை. நீங்கள் சாப்பிடுங்கள்..."

"அப்புறம் உங்கள் இஷ்டம்!"

நான் தனியே தேநீர் பருகலானேன். ஒரு பத்து நிமிஷத்திற்கெல்லாம் அறைக்குள் வந்தார் என் முதிய நண்பர்.

"நீங்கள் சொன்னது சரிதான். எதற்கும் கொஞ்சம் தேநீர் குடிப்பதே மேல். நான் இவ்வளவு நேரமும் எதிர் பார்த்துக் கொண்டிருந்தேன்... அவனுடைய ஆள்தான் வெகு நேரத்துக்கு முன்பே அவனிடம் போய்விட்டானே. ஏதேனும் தடை ஏற்பட்டிருக்கும் போலும்."

அவர் மளமளவென்று ஒரு கோப்பை தேநீர் பருகினார். இரண்டாவது கோப்பை வேண்டாம் என்று சொல்லிவிட்டு ஏதோ - நிம்மதியின்றி மறுபடி வாயிற்புறம் சென்றார். பிச்சோரினின் அசட்டை, அதிலும் அவர் தமக்கும் அவனுக்கும் இருந்த நட்பைப்பற்றிச் சமீபத்தில் எனக்குச் சொல்லியிருந்தபடியாலும் தன் பெயரைக் கேட்டதுமே அவன் ஓடி வருவான் என்று ஒரு மணி நேரத்துக்கு முன்புகூட உறுதியாக நம்பியபடியாலும், கிழவருக்கு வருத்தம் அளித்தது என்பது துலக்கமாகத் தெரிந்தது.

நான் மறுபடி ஜன்னல் கதவைத் திறந்து உறங்க நேரம் ஆகிவிட்டது என்று மக்ஸீம் மக்ஸீமிச்சை அழைத்தபோது இரவு வெகுநேரம் ஆகிவிட்டது, இருட்டாயிருந்தது. அவர் பற்களின் இடுக்கு வழியே ஏதோ முணுமுணுத்தார்; நான் மீண்டும் அழைத்தேன், அவர் பதிலே பேசவில்லை.

நான் மஞ்சத்தின் மேல் மெழுகுவத்தியை வைத்து விட்டு சோபாவில் படுத்து இராணுவ மேல்கோட்டைப் போர்த்துக்கொண்டு விரைவிலேயே உறங்கி வழியலானேன். ஆழ்ந்து தூங்கியிருப்பேன், ஆனால் மிக நேரங்கடந்து மக்ஸீம் மக்ஸீமிச் அறைக்குள் வந்து என் தூக்கத்தைக் கலைத்துவிட்டார். சுங்கானை மேஜைமேல் கடாசினார், அறையில் குறுக்கும் நெடுக்கும் உலாவினார், கணப்பு நெருப்பைக் கிண்டிவிட்டார், முடிவில் படுத்தவர் வெகு நேரம் இருமினார், துப்பினார், புரண்டார்...

"மூட்டைப் பூச்சிகள் கடிக்கின்றனவோ?" என்று கேட்டேன்.

"ஆமாம், மூட்டைப் பூச்சிகள்" என்று ஆழ்ந்த பெரு மூச்செறிந்தார் அவர்.

மறு நாள் காலை நான் வழக்கத்துக்கு முன்னரே விழித்துக்கொண்டேன். ஆயினும் மக்ஸீம் மக்ஸீமிச் என்னை முந்திக்கொண்டார். நான் வாயிற்புறம் பெஞ்சியில் அவர் உட்கார்ந்திருக்கக் கண்டேன். "நான் கோட்டைத் தலைவரிடம் போக வேண்டியிருக்கிறது. ஆகவே பிச்சோரின் வந்தால் எனக்கு ஆள் அனுப்புங்கள் தயை செய்து..."

அவ்வாறே செய்வதாக வாக்களித்தேன். அவர் விரைந் தோடினார் - அவருடைய அவயவங்கள் இளமை வலுவும் லாகவமும் கொண்டுவிட்டனபோல.

காலை குளுகுளுவென்றும் ரம்மியமாகவும் விளங்கியது. பொன்மயமான மேகங்கள் காற்று மலைகளின் புது வரிசை போல மலைகளின் மீது குமைந்தன. வெளிவாயிலுக்கு

எதிரே விசாலமான சதுக்கம் பரந்து கிடந்தது. அதற்கப்பால் சந்தையில் ஜனக் கூட்டம் நெரிந்தது, ஏனென்றால் அன்று ஞாயிற்றுக்கிழமை. அடைத் தேன் நிறைத்த தொங்கு பைகளைத் தோள்களில் சுமந்தவாறு வெறுங்காலரான ஒஸ்ஸேத்தியச் சிறுவர்கள் என்னைச் சுற்றி வட்டமிட்டார்கள். நான் அவர்களை விரட்டிவிட்டேன். அவர்களைக் கவனிக்க எனக்கு மனமோ பொழுதோ இல்லை. நல்லியல்புள்ள உதவிக் காப்டனின் நிம்மதியின்மை என்னையும் பற்றிக்கொண்டது.

இதற்குப் பத்து நிமிஷங்கள் ஆவதற்குள் நாங்கள் எதிர்பார்த்த மனிதன் சதுக்கத்தின் கோடியில் காணப் பட்டான். அவன் கர்னல் நி. யுடன் வந்தான். பின்னவன் ஓட்டல் வரை அவனுடன் வந்துவிட்டு விடைபெற்றுக் கொண்டு திரும்பிக் கோட்டைக்குப் போய்விட்டான். நான் ஓட்டல்காரச் சொத்தியை மக்ஸீம் மக்ஸீமிச்சிடம் உடனே அனுப்பினேன்.

பிச்சோரினின் பணியாள் வெளிவந்து அவனை எதிர் கொண்டு உடனே வண்டி கட்டத் தொடங்குவதாக அறிவித் தான், சுருட்டுப் பெட்டியை அவன் முன் நீட்டினான், சில உத்தரவுகளைப் பெற்றுக்கொண்டு ஏற்பாடுகள் செய்யப் புறப்பட்டான். அவனது எஜமானன் சுருட்டைப் புகைத்த வாறே ஓரிரு முறை கொட்டாவி விட்டான், பின்பு வாயிலின் மறுபுறம் பெஞ்சியில் உட்கார்ந்தான். இப்போது நான் உங்களுக்கு அவனுடைய உருவச் சித்திரத்தைத் தீட்ட வேண்டும்.

அவன் நடுத்தர உயரம். அவனது வடிவான மெல்லிய இடையும் அகன்ற தோட்களும் அலைந்து திரியும் வாழ்க்கையின் எல்லாச் சிரமங்களையும் தட்ப வெப்ப மாறுதல்களையும் தாங்க வல்லதும் தலைநகர் வாழ்க்கையின் சீர்கேட்டாலோ உளப் புயல்களாலோ உருக்குலையாததுமான வலிய உடற்கட்டுக்குச் சான்று பகர்ந்தன. அவனது புழுதி படிந்த வெல்வெட் கோட்டின் இரண்டு கீழ்ப் பொத்தான்கள் மட்டுமே போடப்பட்டிருந்தன ஆதலால் கண்ணைக்

கூசச் செய்யும் தூய உள்ளாடைகளைக் காண முடிந்தது. கண்ணியமுள்ள மனிதனின் பழக்கங்களை வெளிக் காட்டுபவை ஆயிற்றே இவை. அவனுடைய கறைபட்ட கையுறைகள் பிரபு வம்சப் பாங்குள்ள அவனது சிறிய கைகளுக்கு அளவெடுத்துத் தைக்கப்பட்டிருந்தவை போலக் காணப்பட்டன. ஒரு கையுறையை அவன் கழற்றியதும் அவனது வெளிறிய விரல்கள் மிக மெல்லியவையாக இருந்ததைக் கண்டு நான் வியப்புற்றேன். அவனுடைய நடையில் அசட்டையும் சோம்பலும் ததும்பின. நடக்கையில் அவன் கைகளை ஆட்டவில்லை என்பதை நான் கவனித்தேன். சுபாவத்தில் உள்ள ஓரளவு இரகசியத் தன்மைக்கு இது நம்பகமான அடையாளம். ஆனால் இவை என் சொந்த அவதானிக்கைகளை அடிப்படையாகக் கொண்ட, எனக்கே உரிய குறிப்புக்கள். இவற்றைக் கண் மூடித்தனமாக நம்பும்படி உங்களைக் கட்டாயப்படுத்த நான் விரும்பவே இல்லை. அவன் பெஞ்சியில் அமர்ந்ததுமே அவனுடைய நேரான இடை வளைந்துவிட்டது. அவன் முதுகில் ஓர் எலும்புகூட இல்லை போல. அவன் உடல் அனைத்தின் நிலையும் ஏதோ நரம்பு சம்பந்தமான பலவீனத்தைப் புலப்படுத் தியது. பால்ஸாக்கின் முப்பது வயதுச் சரசக்காரி*களைப் பூட்டும் கூட்ட நடனத்துக்குப் பின் தனது தூவி மெத்தை நாற்காலியில் அமர்வது போல அவன் உட்கார்ந்தான். அவனது முகத்தை முதன் முறை பார்த்ததும் அவனுக்கு வயது இருபத்து மூன்றுக்கு மேலிருக்கும் என்று நான் மதித்திருக்க மாட்டேன். அப்புறமோ முப்பது வயதுக்கு அவனை மதிக்க நான் தயாராயிருந்தேன். அவன் புன்னகையில் ஒருவகைக் குழந்தைத் தன்மை இருந்தது. அவன் தோலில் மகளிர்க்குரிய ஒரு வகை மென்மை காணப்பட்டது. இயல்பாகவே சுருட்டையான வெளிர் பொன் முடி அவனது வெளிறிய, உயர்ந்த நெற்றியைப் பளிச்செனத் துலக்கிக் காட்டிற்று. நெற்றி

---

* பால்ஸாக்கின் முப்பது வயதுச் சரசக்காரி - பிரபல பிரெஞ்சு எழுத்தாளர் ஓனொரே தே பால்ஸாக் (1799 - 1850) இயற்றிய “முப்பது வயது மாது” என்னும் நவீனத்தின் கதாநாயகி.

மீது ஒன்றின் குறுக்கே ஒன்றாகச் சென்றிருந்த சுருக்கங்களின் தடங்களை நீண்ட அவதானிக்கைக்குப் பிறகே காண முடிந்தது. கோபம் அல்லது உள நிம்மதியின்மை ஏற்படும் கணங்களில் இந்தச் சுருக்கங்கள் மிகவும் வெளிப்படையாகத் தெரியலாம். தலைமயிரின் நிறம் வெளிறியதாக இருந்த போதிலும் அவனுடைய மீசையும் புருவங்களும் கறுப்பா யிருந்தன. வெள்ளைக் குதிரையின் கரிய பிடரியும் கரிய வாலும் அது உயர்ந்த ஜாதியைச் சேர்ந்தது என்பதைக் காட்டுவது போல இவை மனிதனின் உயர்ந்த வம்சத்துக்கு அடையாளங்கள். உருவச் சித்திரிப்பைப் பூர்த்தி செய்யும் பொருட்டு, அவனுடைய மூக்கு சற்றே மேல் தூக்கியிருந்தது என்றும் பற்கள் கண் கூசும்படி வெண்மையானவை என்றும் கண்கள் பழுப்பு நிறமானவை என்றும் சொல்லிவிடுகிறேன். கண்களைப் பற்றி நான் இன்னும் சில வார்த்தைகள் சொல்ல வேண்டும்.

முதலாவதாக, அவன் சிரித்தபோது அவை சிரிக்க வில்லை! சில மனிதர்களிடம் இந்த விந்தை இயல்பைக் காண உங்களுக்கு வாய்க்கவில்லையா? இது துர்க்குணத்தையோ அல்லது ஆழ்ந்த, நிலையான ஏக்கத்தையோ காட்டும் அறிகுறி. பாதி மூடிய இமை மயிர்களுக்குப் பின்னிருந்து அவை ஒருவகைப் பாஸ்வர ஒளிர்வுடன் (அவ்வாறு கூறலாம் என்றால்) சுடர்ந்தன. இந்த ஒளிர்வு ஆன்மிக உற்சாகப் பெருக்கையோ அல்லது பொங்கும் கற்பனையையோ பிரதிபலிக்கவில்லை: மெருகேற்றப்பட்ட எஃகின் ஒளிர்வு போன்று அது கண்களைக் கூசச் செய்வது, ஆனால் உணர்ச்சி அற்றது. அவனது பார்வை நீடித்தது அல்ல, எனினும் ஊடுருவிப் பாய்வது, துன்பகரமானது, கூச்சமற்ற கேள்வியால் ஏற்படும் இன்பற்ற உளப்பதிவை விட்டுச் செல்வது. அது துணிகரமானதாகக் கூடத் தோன்றலாம் - அவ்வளவு அசட்டை நிறைந்த அமைதி கொண்டிராவிட்டால். இந்த எல்லாக் கருத்துகளும் என் மனத்தில் உதித்தது அவனது வாழ்க்கையின் சில விவரங்களை நான் அறிந்திருந்ததனாலேயே இருக்கலாம், வேறு ஒருவனுக்கு

அவனுடைய தோற்றம் முற்றிலும் வேறு உளப்பதிவுகளை ஏற்படுத்தியிருக்கலாம். ஆயினும் அவனைப்பற்றி என்னைத் தவிர வேறு யாரிடமிருந்தும் நீங்கள் கேள்விப்படப் போவதில்லை. ஆகையால் விருப்பமில்லாவிடினும் இந்தச் சித்திரிப்பைக்கொண்டே நீங்கள் திருப்தி அடைய வேண்டியது தான். முடிவில் இதையும் சொல்லிவிடுகிறேன்: மொத்தத்தில் அவன் பார்வைக்கு மிகவும் நன்றாயிருந்தான், பெண்களுக்குச் சிறப்பாக உவப்பான தனிவகைப்பட்ட முகவமைப்பு வாய்ந்திருந்தான்.

குதிரைகள் ஏற்கனவே வண்டியில் பூட்டப்பட்டுவிட்டன; நுகத்தடியிலிருந்து மணி சற்றைக்கு ஒரு தரம் ஒலித்துக் கொண்டிருந்தது. பணியாள் இரண்டு தடவை பிச்சோரினை அணுகி எல்லாம் தயாராகிவிட்டன என்று அறிவித்தான். மக்ஸீம் மக்ஸீமிச்சோ, இன்னும் வரக் காணோம். நல்ல வேளையாகப் பிச்சோரின் காக்கேஷியச் சிகர வரிசையை நோக்கியவாறு சிந்தனையில் ஆழ்ந்திருந்தான், புறப்படுவதற்கு அவசரப்படவே இல்லை. நான் அவன் அருகே சென்றேன்.

"இன்னும் சற்றுப் பொறுத்திருக்க நீங்கள் விரும்பினால் பழைய நண்பர் ஒருவரைச் சந்திக்கும் மகிழ்ச்சி உங்களுக்குக் கிட்டும்" என்று கூறினேன்.

"ஆ, சரிதான்! எனக்கு நேற்று தகவல் கிடைத்தது. ஆனால் எங்கே அவர்?" என்று விரைவாகப் பதிலளித்தான்.

நான் சதுக்கத்தின் பக்கம் திரும்பியவன் மக்ஸீம் மக்ஸீமிச் கால் கொண்ட மட்டும் வேகமாக ஓடி வருவதைக் கண்டேன்... சில நிமிடங்களுக்கெல்லாம் அவர் எங்கள் அருகே இருந்தார். அவருக்கு மூச்சு திணறியது, வியர்வை அவர் முகத்தில் தாரை தாரையாய்ப் பெருகிவழிந்தது. தொப்பிக்கு அடியிலிருந்து வெளித் துருத்திய நனைந்த மயிர்க் குச்சங்கள் அவர் நெற்றியில் ஒட்டிக்கொண்டன. அவரது முழங்கால்கள் நடுங்கின... அவர் பிச்சோரினைப் பாய்ந்து தழுவிக்கொள்ள வந்தார். ஆனால் அவனோ இனிமையாகப்

புன்னகை செய்தான் எனினும் சற்றும் உணர்ச்சியின்றி அவருடன் கை குலுக்குவதற்காகக் கரத்தை நீட்டினான். உதவிக்காப்டன் கணப்போது திகைத்துப் போய்விட்டார். அப்புறம் அவன் கரத்தை இரு கைகளாலும் ஆர்வத்துடன் பற்றினார். இன்னும் அவரால் பேச முடியவில்லை.

"எனக்கு நிரம்ப மகிழ்ச்சி, அன்பார்ந்த மக்ஸீம் மக்ஸீமிச்! ஊம், செளக்கியமாக இருக்கிறீர்களா?" என்றான் பிச்சோரின்.

"நீயோ? நீங்களோ?" என்று கண்ணுங் கண்ணீருமாகக் குழற்றினார் கிழவர்... "எத்தனை வருஷங்கள்... எத்தனை நாட்கள்... எங்கே பயணம் இப்போது?"

"நான் போகிறேன் பாரசீகத்துக்கு – அதற்கு அப்பாலும்..."

"இப்போதேயா? அட கொஞ்சம் பொறுங்கள் என் அருமை நண்பரே! இப்போதே பிரிந்துவிடுவோமா என்ன? எவ்வளவு காலம் நாம் சந்திக்கவே இல்லை..."

"எனக்கு நேரமாகிவிட்டது, மக்ஸீம் மக்ஸீமிச்" என்பதே கிடைத்த பதில்.

"அட கடவுளே! அட என் கடவுளே! எங்கே போவதற்கு இவ்வளவு பறக்கிறீர்கள்? உங்களுக்கு எத்தனையோ விஷயங் கள் சொல்ல எனக்கு ஆசையாயிருக்கிறது... எத்தனையோ விசாரிக்க வேண்டியிருக்கிறது... ஊம், என்ன? வேலை யிலிருந்து விலகிவிட்டீர்களா? எப்படி? எப்படி வாழ்ந்தீர்கள்?"

"ஒரே சலிப்புடன்!" என்று புன்னகையோடு பதிலளித் தான் பிச்சோரின்.

"கோட்டையிலே நாம் வசித்ததும் வாழ்ந்ததும் நினை விருக்கிறதா? வேட்டைக்கு அருமையான இடம்! உங் களுக்கோ வேட்டையாடுவதில் அபார மோகம் ஆயிற்றே... அப்புறம் பேலா?"

பிச்சோரின் சற்றே வெளிறி முகத்தைத் திருப்பிக் கொண்டான்...

"ஆமாம், நினைவிருக்கிறது!" என்று சொல்லிவிட்டு அனேகமாக அதே சமயம் செயற்கையாகக் கொட்டாவி விட்டான்...

மக்ஸீம் மக்ஸீமிச் இன்னும் ஓரிரண்டு மணி நேரம் தன்னுடன் இருந்துவிட்டுப் போகும்படி அவனை மன்றாடிக் கேட்டுக் கொள்ளலானார்.

"நாம் அருமையாகச் சாப்பிடுவோம். என்னிடம் இரண்டு சிங்காரக் கோழிகள் இருக்கின்றன. காஹேத்தீனியச் சாராயம் இங்கே வெகு நேர்த்தி... ஜார்ஜியாவில் கிடைப்பதற்கு ஒப்பாகாது தான், இருந்தாலும் மேலான வகை... நாம் வார்த்தையாடுவோம்... நீங்கள் எனக்கு உங்கள் பீட்டர்ஸ்பர்க் வாழ்க்கை பற்றிச் சொல்லுங்கள்... ஊம்?" என்றார்.

"மெய்யாகவே சொல்லுவதற்கு என்னிடம் ஒன்று மில்லை, அன்பார்ந்த மக்ஸீம் மக்ஸீமிச்... நல்லது, விடை கொடுங்கள், எனக்கு நேரமாகிவிட்டது... அவசரமாகப் போகிறேன்..." என்று கூறி அவர் கையைப் பிடித்துக் கொண்டு, "நன்றி, மறக்காதிருந்ததற்காக..." என்றான்.

கிழவர் புருவத்தைச் சுளித்தார்... அவருக்குத் துயரமும் சினமும் பொங்கின - அவர் இதை மறைக்க முயன்றார் எனினும்.

"மறப்பதா!" என்று முணுமுணுத்தார். "நான் மட்டும் மறக்கவே இல்லை எதையும்... நல்லது, போய்வாருங்கள்! உங்களை இந்த மாதிரிச் சந்திப்பேன் என்று நான் நினைக்க வில்லை..." என்றார்.

பிச்சோரின் நட்புடன் அவரைத் தழுவி, "சரி போதும், போதும்! நான் அதே ஆள் இல்லையா என்ன? என்ன செய்வது? அவரவர் வழி அவரவருக்கு... மறுபடி சந்திக்க வாய்க்குமா என்பதைக் கடவுளே அறிவார்!" என்றான். இவ்வாறு சொல்லிவிட்டு அவன் வண்டியில் ஏறி அமர்ந்தான், வண்டிக்காரன் கடிவாள வார்களை கையில் பிடித்துக்கொண்டான்.

"நில், நில்!" என்று மக்ஸீம் மக்ஸீமிச் திடீரென்று கூவி வண்டிக் கதவைத் தாவிப் பிடித்துக்கொண்டு, "மறந்தே போகப் பார்த்தேன்... உங்களுடைய காகிதங்கள் என்னிடம் தங்கிவிட்டன, க்ரிகோரிய் அலெக்ஸாந்திரவிச்... நான் அவற்றை என்னுடன் சுமந்து செல்கிறேன்... ஜார்ஜியாவில் உங்களைப் பார்ப்போம் என்று எண்ணினேன். இங்கே சந்திக்க ஆண்டவன் அருளினார்... அந்தக் காகிதங்களை நான் என்ன செய்வது?" என வினவினார்.

"என்ன வேண்டுமானாலும்! விடை கொடுங்கள்..." என்றான் பிச்சோரின்.

"அப்படியானால் நீங்கள் பாரசீகத்துக்கா? எப்போது திரும்புவீர்கள்?" என்று வண்டியின் பின்னே கத்தினார் மக்ஸீம் மக்ஸீமிச்.

வண்டி ஏற்கனவே தொலைவில் சென்றுவிட்டது. ஆனாலும் பிச்சோரின் கையால் சைகை செய்தான். அதற்குப் பின்வருமாறு பொருள் கொள்ளலாம்: "சந்தேகந்தான்! தவிர, தேவையும் இல்லை!"

வெகு நேரமாகவே மணியொலியோ கல் சாலையில் சக்கரத்தின் கடகடப்போ கேட்கவில்லை - எனினும் அப்பாவிக் கிழவர் இன்னமும் அதே இடத்தில் ஆழ்ந்த சிந்தனையுடன் நின்று கொண்டிருந்தார்.

கடைசியில் அவர், துயரக் கண்ணீர் அவ்வப்பொழுது இமைகளின் மீது பளிச்சிட்டது என்றாலும் அலட்சியத் தோற்றத்தை மேற்கொள்ள முயன்றவாறு பேசலானார்: "ஊம், நாங்கள் நண்பர்களாக இருந்தோம், சந்தேகமே இல்லை, ஆனால் நண்பர்களாவது ஒன்றாவது இந்தக் காலத்திலே! என்னிடம் அவனுக்கு என்ன அக்கறை? நான் பணக்காரன் அல்ல, பதவிபெற்றவன் அல்ல, அதோடு வயதிலும் அவனுக்கு ஜோடியே அல்ல... மறுபடி பீட்டர்ஸ்பர்க் போனதும் எப்பேர்ப்பட்ட டம்பாச்சாரி ஆகிவிட்டான் பாரேன்... என்ன பிரமாதமான வண்டி! எத்தனை மூட்டை

முடிச்சுக்கள்! சேவகன் தான் எவ்வளவு மிடுக்கு உள்ளவன்!" இந்தச் சொற்கள் ஏளனப் புன்னகையுடன் கூறப்பட்டன. அவர் என்னை நோக்கிப் பேச்சைத் தொடர்ந்தார். "சொல்லுங்கள், ஊம், இதைப் பற்றி நீங்கள் என்ன நினைக்கிறீர்கள்? ஊம், எந்தப் பிசாசு இப்போது இவனைப் பாரசீகத்துக்கு இழுத்துப் போகிறது? வேடிக்கை, சத்தியமாய்ச் சொல்லுகிறேன் வேடிக்கைதான்! எனக்கு எப்போதுமே தெரியும், இவன் காற்றாடி, இவன்மேல் நம்பிக்கை வைப்பது கூடாது என்று... ஆனால் மெய்யாகவே வருந்தத்தக்க விஷயம், இவன் பாடு கேட்டில்தான் முடியும்... வேறு விதமாக முடிவது சாத்தியமுமில்லை! நான் எப்போதுமே சொல்லுவேன், பழைய நண்பர்களை மறப்பவன் கவைக்கு உதவமாட்டான் என்று!" இப்போது அவர் தமது உளப் பதைப்பை மறைப்பதற்காகத் திரும்பி, தமது வண்டியின் அருகே, சக்கரங்களைப் பார்வையிடும் பாவனையில் இங்கும் அங்குமாக நடந்தார். அவரது விழிகளோ நொடிக்கொரு தரம் கண்ணீரால் நிறைந்தன.

நான் அவர் அருகே போய், "மக்ஸீம் மக்ஸீமிச், பிச்சோரின் உங்களிடம் என்ன காகிதங்களை விட்டுச் சென்றான்?" என வினவினேன்.

"ஆண்டவனுக்கே வெளிச்சம்! ஏதோ குறிப்புக்கள்..."

"அவற்றை நீங்கள் என்ன செய்வீர்கள்?"

"என்னவா? தோட்டாக்கள் தயாரிக்கும்படி சொல்லுவேன்."

"அதைவிட எனக்குக் கொடுத்துவிடுங்களேன்."

அவர் என்னை ஆச்சரியத்துடன் பார்த்தார், பற்களின் இடை வழியே ஏதோ முணுமுணுத்தார், பின்பு தமது பெட்டியில் துருவித் தேடத் தொடங்கினார். ஒரு நோட்டு புத்தகத்தை வெளியே எடுத்து இகழ்ச்சி தோன்றத் தரையில் எறிந்தார். பின்பு இரண்டாவதும், மூன்றாவதும்

பத்தாவதுங்கூட அதே கதிக்கு உள்ளாயின. அவருடைய எரிச்சலில் ஒரு வகைக் குழந்தைத் தன்மை காணப்பட்டது. எனக்கு வேடிக்கையாகவும் வருத்தமாகவும் இருந்தது...

"எல்லாம் இவ்வளவுதான். இந்தப் புதையல் கிடைத்ததற்காக உங்களுக்கு வாழ்த்து கூறுகிறேன்..." என்றார் அவர்.

"நான் இவற்றை என்ன வேண்டுமானாலும் செய்யலாமா?"

"செய்தித்தாள்களில் வேண்டுமானாலும் பிரசுரித்துக் கொள்ளுங்கள். எனக்கு என்ன வந்தது? நான் என்ன, அவனுடைய நண்பனா அல்லது உறவினனா? நீண்ட காலம் நாங்கள் ஒரே முகட்டின் கீழ் சேர்ந்து வசித்தது உண்மையே... ஆனால் எத்தனையோ பேருடன் நான் சேர்ந்து வசித்திருக்கவில்லையா?"

நான் காகிதங்களை எடுத்துக்கொண்டு அவசர அவசரமாக அறைக்குள் சென்றேன் - உதவிக் காப்டன் மனதை மாற்றிக் கொண்டுவிடுவாரோ என்ற பயத்தால். விரைவில் ஆட்கள் வந்து அக்காஸியா இன்னும் ஒரு மணி நேரத்தில் புறப்பட்டுவிடும் என்று தெரிவித்தார்கள். நான் வண்டி கட்டும்படி சொன்னேன். நான் தொப்பியை மாட்டிக்கொண்ட சமயம் உதவிக் காப்டன் அறைக்குள் வந்தார். அவர் புறப்படுவதற்கு ஆயத்தமாயில்லை என்று தோன்றியது. அவர் முகத்தில் ஏதோ இயல்புக்கு மாறான, வறண்ட தோற்றம் காணப்பட்டது.

"ஆமாம் மக்ஸீம் மக்ஸீமிச், நீங்கள் வரப்போவதில்லையா என்ன?"

"இல்லை."

"ஏன் அப்படி?"

"அட நான் இன்னும் கோட்டைத் தலைவரைப் பார்க்க வில்லை, சில அரசாங்கச் சாமான்களை நான் ஒப்படைத்தாக வேண்டும்..."

"நீங்கள் தாம் போயிருந்தீர்களே அவரிடம்?"

"எல்லாம் போயிருந்தேன்" என்று உணர்ச்சிகளை அடக்கிக்கொண்டு கூறினார் அவர்... "அவர் வீட்டில் இல்லை... நான் அவர் வரும்வரை காத்திருக்கவில்லை..."

அவரை நான் புரிந்துகொண்டேன். இந்த அப்பாவிக் கிழவர் பிறந்ததிலிருந்து முதல் தடவையாக உத்தியோக சம்பந்தமான வேலையை, பத்திரங்களின் பாஷையில் சொன்னால் தன் சொந்தத் தேவையின் பொருட்டுப் புறக் கணித்துவிட்டார், அதற்கு அவர் அடைந்த பரிசு என்ன!

"மிகவும் வருந்தத்தக்க விஷயம், மக்ஸீம் மக்ஸீமிச், நாம் குறித்த காலத்துக்குப் பிரிய வேண்டியிருப்பது, மிகவும் வருந்தத்தக்க விஷயம்" என்றேன்.

"அட எங்களைப் போன்ற படிப்பு எழுத்து இல்லாத கிழவர்கள் உங்கள் பின்னே சுற்றுவது எங்கே? நீங்கள் இளைஞர்கள், உயர் குலத்தவர்கள், பெருமிதம் உள்ளவர்கள்: இங்கே செர்க்கேஸியர்களின் துப்பாக்கிக்குண்டுத் தாக்கு எல்லைக்குள் இருக்கும் வரையில் நீங்கள் சும்மா இப்படியும் அப்படியும் போக்குக் காட்டுவீர்கள்... பிற்பாடு சந்தித்தால் என் போன்றவர்களுடன் கைகுலுக்கக் கூட நாணுவீர்கள்."

"இந்தக் கண்டனத்துக்கு நான் அருகனல்ல, மக்ஸீம் மக்ஸீமிச்."

"அட நான் சும்மா ஒரு பேச்சுக்குச் சொன்னேன். கிடக்கிறது, உங்களுக்கு எல்லாவித இன்பங்களும் கிடைக்க வேண்டும், பிரயாணம் குதூகலமாக இருக்கவேண்டும் என்று விரும்புகிறேன்."

நாங்கள் பெரிதும் உணர்ச்சியின்றிப் பிரிவு சொல்லிக் கொண்டோம். நல்லியல்புள்ள மக்ஸீம் மக்ஸீமிச் பிடிவாதமும் பிணக்கும் கொண்ட உதவிக் காப்டனாக மாறிவிட்டார்! எதனால்? எதனாலென்றால் பிச்சோரின் மறதியாலோ வேறு காரணத்தாலோ, அவர் கட்டித் தழுவ விரும்பியதைப்

பொருட்படுத்தாமல் குலுக்குவதற்காகக் கையை நீட்டினான் என்பதால்! மனிதர்களின் செயல்களையும் உணர்ச்சிகளையும் ஒரு இளைஞன் எந்த ரோஜா மஸ்லின் திரையின் ஊடாக நோக்கிக்கொண்டிருந்தானோ, அது சட்டென அகற்றப்பட்டு விடும்போது அவன் தனது சிறந்த நம்பிக்கைகளையும் கனவுகளையும் கைவிட்டுவிடுவதைக் காண வேதனை உண்டாகிறது. ஆனால் அவன் பழைய மனப்பிராந்திகளுக்குப் பதிலாக அவையே போன்று நிலையில்லாதவையும் எனினும் அவ்வளவே இனிமையானவையும் ஆகிய புதிய மனப் பிராந்திகளுக்கு ஆளாவான் என்ற நம்பிக்கையாவது இருக்கிறது... மக்ஸீம் மக்ஸீமிச்சின் வயதில் அவற்றுக்குப் பதில் எவற்றை மேற்கொள்வது? தன்வசமின்றியே நெஞ்சு கல்லாகிவிடுகிறது, ஆன்மா குறுகிவிடுகிறது...

நான் தனியே பயணத்தைத் தொடர்ந்தேன்.

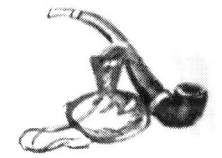

பிச்சோரினின் நாட்குறிப்பு

முன்னுரை

பிச்சோரின் பாரசீகத்திலிருந்து திரும்புகையில் இறந்து போனான் என்பது அண்மையில் எனக்குத் தெரிய வந்தது. இச்செய்தி எனக்குப் பெருத்த மகிழ்ச்சி ஊட்டியது: இந்தக் குறிப்புகளை வெளியிடும் உரிமையை எனக்கு இது நல்கியது. பிறனுடைய நூலில் என் பெயரைப் பதிப்பதற்கான இவ்வாய்ப்பை நான் பயன்படுத்திக்கொண்டேன். இந்தக் குற்றமற்ற பித்தலாட்டத்திற்காக வாசகர்கள் என்னைத் தண்டிக்காதிருக்குமாறு ஆண்டவன் அருள்க!

நான் எந்த மனிதனை அறியவே இல்லையோ அவனுடைய உளமார்ந்த இரகசியங்களைப் பொதுமக்களுக்கு வெளியிடும்படி என்னைத் தூண்டிய காரணங்களை இப்போது நான் ஓரளவு விளக்க வேண்டும். நான் அவனுடைய நண்பனாயிருந்தாலாவது போகட்டும் என்கலாம்: உளமார்ந்த நண்பனின் கபடம் நிறைந்த கூச்சமின்மை ஒவ்வொருவருக்கும் புரியக்கூடியதே. நானோ பிச்சோரினை ஒரு தடவை மட்டுமே பெருஞ்சாலையில் பார்த்து இருக்கிறேன். எனவே, எது சொந்த நட்பின் அடியில் மறைந்து கொண்டு, கண்டனங்கள், ஆலோசனைகள், கேலிகள், அனுதாபங்கள் ஆகியவற்றை அன்புக்குப் பாத்திரமானவன் தலையில் மழையாய்ப் பொழிவதற்காக அவனது மரணத்தையோ அல்லது துர்ப்பாக்கியத்தையோ மட்டுமே எதிர்பார்த்துக் கொண்டிருக்கிறதோ, காரணங்காட்ட முடியாத அந்த வெறுப்பு அவன்பால் எனக்கு உண்டாக முடியாது.

இந்தக் குறிப்புகளைத் திரும்பப் படித்தபின், தன் சொந்த பலவீனங்களையும் குறைகளையும் இவ்வளவு நிர்த்தாட்சிண்ணியமாக வெளியே காட்டியிருக்கும் மனிதனின் நேர்மையில் எனக்கு நம்பிக்கை ஏற்பட்டது. மனித ஆன்மாவின் வரலாறு, அது மிக மிக அற்ப ஆன்மாவாக இருப்பினும், ஒரு மக்கள் இனம் முழுவதன் வரலாற்றைக் காட்டிலும் அதிக அக்கறைக்கு உரியதாகவும் அதிகப் பயனுள்ளதாகவும் இல்லாதிருப்பது அரிதே. முதிர்ந்த அறிவு தன்மீது தானே நடத்திய அவதானிக்கையின் விளைவாக அது இருக்கும்போது, அனுதாபத்தையோ வியப்பையோ தூண்டிவிட வேண்டும் என்ற அகந்தைமிக்க விருப்பம் இன்றி அது எழுதப்பட்டிருக்கும்போது சிறப்பாக அத்தகையதாகிறது. ரூஸோவின் 'குற்ற ஏற்பு', அவர் அதைத் தம் நண்பர்களுக்குப் படித்துக்காட்டினார் என்ற குறைபாட்டைக் கொண்டுள்ளது.

இவ்வாறு, பயன் விளையலாம் என்னும் விருப்பம் ஒன்றே எனக்குத் தற்செயலாகக் கிடைத்த நாட்குறிப்பின் சில பகுதிகளை நான் பதிப்பிக்கும்படி செய்தது. எல்லாச் சொந்தப் பெயர்களையும் நான் மாற்றிவிட்டேன் ஆயினும் அதில் எவர்களைப் பற்றிக் கூறப்பட்டிருக்கிறதோ அவர்கள் ஒருவேளை தங்களை அடையாளம் கண்டுகொள்ளலாம். இந்த உலகின் தொடர்பு எதுவுமே இப்போது இல்லாது போய்விட்ட ஒருவனை எந்தச் செயல்களுக்குப் பொறுப்பாளியாக அவர்கள் கருதினார்களோ அந்தச் செயல்களுக்கு உரிய சமாதானங்களும் அவர்களுக்கு இதில் ஒரு வேளை கிடைக்கலாம். நாம் எதைப் புரிந்துகொள்கிறோமோ அதை அனேகமாக எப்போதுமே மன்னித்துவிடுகிறோம்.

பிச்சோரினின் காக்கேஷியா வாசத்துடன் தொடர்பு உள்ளவற்றுக்கு மட்டுமே இந்த நூலில் நான் இடம் அளித்தேன். அவன் தன் வாழ்க்கை அனைத்தையும் விவரிக்கும்

---

* ரூஸோவின் குற்ற ஏற்பு - பிரெஞ்சு எழுத்தாளரும் தத்துவஞானியுமான ஜான் ஜாக் ரூஸோ (1712 - 1778) எழுதிய சுயசரிதை நூல் "குற்ற ஏற்பு" என்பது.

பருத்த நோட்டு புத்தகம் என் கையில் இன்னும் எஞ்சி யிருக்கிறது. என்றாவது ஒரு நாள் அதுவும் உலக நீதி மன்றத்தின் முன்வரும். ஆனால் எத்தனையோ முக்கியமான காரணங்களால் இந்தப் பொறுப்பை மேற்கொள்ள இப்போது எனக்குத் துணிவு வரவில்லை.

ஒரு வேளை சில வாசகர்கள் பிச்சோரினது சுபாவம் பற்றிய எனது கருத்தை அறிய விரும்பலாம். எனது பதில் இந்த நூலின் தலைப்புதான். "ஆனால் இது கொடிய மறைமுக ஏளனம்!" என்பார்கள் அவர்கள். அறியேன்.

I
தமான்

ருஷ்யாவின் கடற்கரை நகர்கள் எல்லாவற்றிலும் கடை கெட்ட சிறுநகர் தமான். நான் அங்கே பட்டினியால் சாகாமல் மயிரிழை தப்பினேன், போதாக்குறைக்கு என்னை மூழ்கடிக்க வேறு அங்கே முயற்சி செய்யப்பட்டது. நான் அஞ்சல் குதிரை வண்டியில் இரவு வெகுநேரம் கடந்த பிறகு அவ்வூரை அடைந்தேன். வண்டிக்காரன் களைத்துப்போன முக்குதிரைகளைப் புகுவாயிலின் அருகே இருந்த ஒரே கல் கட்டிடத்தின் வாசற்புறம் நிறுத்தினான். பாராக்காரன் கருங்கடற் பிரதேசக் கஸாக்கியன். மணிச் சத்தம் கேட்டதும் அவன் "யார் வருகிறது?" என்று அரைத்தூக்கத்தில் காட்டுக் குரலில் கத்தினான். கஸாக்கிய ஹவல்தாரும் சிப்பாயும் வெளியே வந்தார்கள். நான் படை அதிகாரி என்றும் அரசாங்க அலுவலாகப் போர்ப் படையணிக்குச் செல்வதாகவும் அவர்களுக்கு விளக்கிவிட்டு, அரசாங்க விடுதியில் தங்க வசதி செய்யும்படி கோரினேன். சிப்பாய் எங்களை ஊருக்குள் சுற்றி அழைத்துச் சென்றான். எந்தக் குடிலுக்கு நாங்கள் போனாலும் அதில் ஏற்கனவே குடிவைக்கப்பட்டுவிட்டது என்று தகவல் கிடைத்தது. குளிராயிருந்தது, நான் மூன்று

இரவுகள் உறங்கவில்லை, பெரிதும் களைத்துச் சோர்ந்திருந் தேன், எரிந்து விழத்தொடங்கினேன். “எங்கேயாவது என்னை அழைத்துக்கொண்டு போ, திருட்டுப் பயலே! சைத்தானிடமாயிருந்தாலும் சரி, இடம் கிடைத்தால் போதும்!” என்று கத்தினேன். சிப்பாய் பிடர்த் தலையைச் சொறிந்து கொண்டு, “இன்னும் ஒரு குவாட்டர் இருக்கிறது, ஆனால் எஜமானுக்குப் பிடிக்காது. அங்கே அசுத்தம்!” என்று சொன்னான். கடைசி வார்த்தையின் சரியான பொருளைப் புரிந்து கொள்ளாமல் நான் அவனுக்கு முன்னே செல்லும்படி உத்தரவிட்டேன். இரு மருங்குகளிலும் அற்றலைந்த வேலிகள் மட்டுமே எனக்குத் தென்பட்ட அழுக்கடைந்த சந்துகள் வழியே நெடுநேரம் நடந்து திரிந்த பிறகு கடற்கரை மீதே இருந்த சிறு வீட்டை நாங்கள் அடைந்தோம்.

முழுமதி எனது புதிய இருப்பிடத்தின் நாணல் கூரை மீதும் வெண்சுவர்கள் மேலும் ஒளி வீசியது. கற்பாளச் சுற்றுச்சுவர் அமைந்த முகப்பில் ஒருச் சாய்ந்து நின்றது இன்னொரு குடில். அது முதலாவதைவிடச் சிறியது, பழமை யானது. அனேகமாக அதன் சுவர்களை ஒட்டினாற்போலக் கரை செங்குத்தாகச் சரிந்து கடலுக்குச் சென்றிருந்தது. கீழே இடையறாத முணுமுணுப்புடன் மோதிச் சிதறியவாறு இருந்தன கருநீல அலைகள். நிம்மதியற்ற, ஆனால் தனக்கு அடங்கிய இயற்கைக் கொந்தளிப்பைத் திங்கள் அமைதியாக நோக்கியது. அதன் ஒளியில் நான் கரையிலிருந்து தொலைவில் இரண்டு கப்பல்களைத் தெளிவாகக் காண முடிந்தது. அவற்றின் கரிய பாய்மரக் கயிறுகள் வெளிறிய தொடுவான விளிம்பில் சிலந்திவலை போன்ற அசைவற்ற சித்திரம் தீட்டின. துறையில் கப்பல்கள் இருக்கின்றன. நாளையே நான் கெலென் ஜீக் புறப்பட்டு விடுகிறேன்” என்று எண்ணிக்கொண்டேன்.

எனக்குச் சேவகனாகப் பணியாற்றியவன் கஸாக்கியப் படைவீரன். பெட்டியை இறக்கி வைத்துவிட்டு வண்டிக் காரனைப் போகச் சொல்லும்படி அவனுக்குக் கட்டளை

இட்டுவிட்டு நான் வீட்டுக்காரனைக் கூவி அழைத்தேன். பதில் இல்லை. கதவைத் தட்டினேன். பதில் இல்லை... என்ன இது? முடிவில் ஆளோடியிலிருந்து இறங்கி வந்தான் ஒரு பதினான்கு வயதுப் பையன்.

"வீட்டுக்கு உடையவன் எங்கே?" "இல்லை." "என்ன அப்படி? இல்லவே இல்லையா?" "இல்லவே இல்லை." "வீட்டுக்காரி?" "ஊருக்குள் போயிருக்கிறாள்." "அப்படியானால் கதவை எனக்கு யார் திறந்துவிடுவார்கள்?" என்று அதைக் காலால் உதைத்துக் கேட்டேன். கதவு தானே திறந்துகொண்டது. குடிலுக்கு உள்ளிருந்து ஈர வாடை வீசியது. கந்தக நெருப்புக்குச்சியைப் பொருத்தி அதைச் சிறுவன் மூக்கருகே கொண்டுபோனேன். தீக்குச்சியின் வெளிச்சத்தில் இரண்டு வெள் விழிகள் தென்பட்டன. அவன் குருடன், பிறவியிலேயே முழுக் குருடன். அவன் என் எதிரே அசையாது நின்றான். நான் அவனது முக வடிவைக் கூர்ந்து பார்வை யிடலானேன்.

குருடர்கள், ஒற்றைக்கண்ணர்கள், செவிடர்கள், ஊமைகள், கையற்றவர்கள், காலற்றவர்கள், கூனர்கள் முதலிய எல்லாவகை அங்கவீனர்கள் பாலும் எனக்குக் காழ்ப்பு உண்டு என்பதை ஒப்புக்கொள்கிறேன். மனிதனுடைய புறத் தோற்றத்துக்கும் அவனது அகத்துக்கும் ஒருவகை விந்தையான தொடர்பு இருப்பதை நான் கவனித்திருக்கிறேன்: அவயவம் ஒன்றை இழப்பதனால் உள்ளம் ஏதேனும் ஒரு உணர்ச்சியை இழந்துவிடுகிறது போலும்.

ஆக, நான் குருடனின் முகத்தை நோட்டமிடத் தொடங்கினேன். ஆனால் கண்கள் அற்றவனின் முகத்தில் என்ன உணர்ச்சிகளைக் காண முடியும்? தன் வசமற்ற இரக்கத்துடன் நான் அவனை நீண்ட நேரம் நோக்கிக் கொண்டிருந்தேன். திடீரென அரிதாகவே புலப்பட்ட குறுநகை அவனுடைய மெல்லிய உதடுகளில் தவழ்ந்தது. எதனாலோ அறியேன், இந்தப் புன்னகை என் உளத்தில் மகிழ்வற்ற பதிவை ஏற்படுத்தியது. இந்தக் கண்ணிலி

வெளிக்குத் தோன்றுவது போல அவ்வளவு குருடன் அல்ல என்ற ஐயம் என் மனத்தில் எழுந்தது. பூ விழுந்த கண்களைச் செயற்கையாக உண்டாக்கிக் கொள்வது இயலாதது, தவிரவும் எதற்காக என்று என்னையே சமாதானப்படுத்திக்கொள்ள நான் முயன்றதெல்லாம் வீணாயிற்று. என்ன செய்வது? அடிக்கடி காழ்ப்பு கொண்டுவிடுவது என் வழக்கம்...

"நீ வீட்டுக்காரர்களின் மகனா?" என முடிவில் அவனை வினவினேன். "இல்லை." "அப்படியானால் நீ யார்?" "அனாதை, வறியவன்." "வீட்டுக்காரிக்குக் குழந்தைகள் உண்டா ?" "இல்லை. இருந்தாள் ஒரு மகள். ஆனால் அவள் தாத்தாரியனோடு கடலுக்கு அப்பால் ஓடிப்போய்விட்டாள்." "எந்தத் தாத்தாரியனோடு?" "சைத்தானுக்கே வெளிச்சம்! கிரீமியத் தாத்தாரியன். கேர்ச் நகரைச் சேர்ந்த படகோட்டி."

நான் வீட்டுக்குள் போனேன்: இரண்டு பெஞ்சிகள், ஒரு மேஜை, அடுப்பருகே பிரமாண்டமான பெட்டி - இவையே அறையில் இருந்த சாமான்கள். சுவற்றில் தேவ உருவம் ஒன்றுகூட இல்லை - கெட்ட அறிகுறி! உடைந்த ஜன்னல் கண்ணாடி வழியே கடற்காற்று பிய்த்துக்கொண்டுவந்தது. பெட்டியிலிருந்து மெழுகுவத்தித் துண்டை எடுத்து அதைப் பொருத்திவிட்டு, என் சாமான்களை ஒழுங்குபடுத்தலானேன். உடைவாளையும் துப்பாக்கியையும் மூலையில் சாத்தினேன், கைத்துப்பாக்கியை மேஜைமேல் வைத்தேன், மேலாடையைப் பெஞ்சிமேல் பரப்பினேன், சேவகன் மற்றப் பெஞ்சிமீது தன் மேலாடையை விரித்துப்படுத்தான். பத்து நிமிடங்களுக்கெல்லாம் அவன் குறட்டைவிடலானான். எனக்கோ உறக்கம் பிடிக்கவில்லை. வெள்விழிச் சிறுவன் இருளில் என்முன் வட்டமிட்டுக்கொண்டே இருந்தான்.

இவ்வாறு சுமார் ஒரு மணி நேரம் கழிந்தது. நிலவு சாளரத்தின் உள் வீசியது. சந்திர கிரணம் குடிலின் மண் தரையில் அசைந்தாடியது. தரையின் குறுக்கே சென்றிருந்த வெளிச்சப் பட்டை மீது திடீரென நிழலாடியது. நான் நிமிர்ந்து உட்கார்ந்து ஜன்னலுக்கு வெளியே நோக்கினேன்.

யாரோ ஒருவன் இரண்டாவது முறை அதன் ஓரமாக ஓடி எங்கோ மறைந்துவிட்டான். இந்தப் பிராணி கரைச் சரிவு வழியாக ஓடியது என்று என்னால் அனுமானிக்க முடியவில்லை. எனினும் அவ்வாறு இல்லாவிடில் அது ஒளிவதற்கு வேறு இடமே இல்லை. நான் எழுந்து, உள் கோட்டை அணிந்து, இடுப்பு வாரில் கட்டாரியைச் செருகிக்கொண்டு ஓசைப்படாமல் வீட்டிலிருந்து வெளியேறினேன். எனக்கு எதிர்முகமாக வந்தான் குருட்டுப் பையன். நான் வேலியோரமாகப் பதுங்கிக்கொண்டேன். அவன் உறுதியாக, ஆனால் ஜாக்கிரதையுடன் அடிவைத்து என் அருகாகக் கடந்து சென்றான். கக்கத்தில் ஏதோ முடிச்சை இடுக்கிக் கொண்டிருந்தான். கப்பல் துறையின் திசையில் திரும்பி, குறுகிய செங்குத்தான ஒற்றையடிப் பாதை வழியே இறங்கலானான். "அன்று ஊமைகள் உரக்கப் பேசுவர், குருடர்கள் விழி பெறுவர்"* என்று எண்ணிக்கொண்டு, அவனைப் பார்வையிலிருந்து தப்பவிடாத அளவு தூரத்தில் பின்பற்றினேன்.

இதற்கிடையே சந்திரன் முகிலுடைகள் அணியலாயிற்று, கடலில் மூடுபனி கிளம்பியது. அருகே இருந்த கப்பலின் பின்புற விளக்கு அதன் ஊடாக அரிதாகவே மினுமினுத்தது. கரையருகே உருண்டைக் கற்பாறைகளின் நுரை பளிச்சிட்டது. இப்பாறைகள் கப்பலை மோதி மூழ்கடித்து விடுமோ என்ற அச்சம் உண்டாயிற்று. நான் சிரமத்துடன் இறங்கிச் செங்குத்துச் சரிவு வழியே நடந்தேன். குருடன் சற்று நின்று கீழே வலப்புறம் திரும்பியதைக் கண்ணுற்றேன். இதோ அலை அவனைப் பற்றி இழுத்துக்கொண்டு போய்விடும் என்று தோன்றும் அளவுக்கு நீரின் அருகாக அவன் நடந்தான். ஆனால் அவன் எந்த உறுதியுடன் கல்லுக்குக் கல் அடி எடுத்து வைத்தும் பள்ளங்களைத் தாண்டியும் சென்றானோ அதைப் பார்த்தபோது இது அவனது முதல் நடைப் பயணம் அல்ல என்பது தெளிவாகப் புலப்பட்டது. முடிவில் அவன்

---
* விவிலிய நூலில் வரும் வாசகம்.

நின்று, எதையோ உற்றுக்கேட்பது போன்ற பாவனையுடன் தரையில் உட்கார்ந்து, முடிச்சைத் தன் பக்கத்தில் வைத்தான். நான் கரையோரமாக நீட்டிக்கொண்டிருந்த ஒரு பாறையின் பின்னால் மறைந்தபடி அவனுடைய அங்க அசைவுகளைக் கூர்ந்து நோக்கிக்கொண்டிருந்தேன். சில நிமிடங்கள் கடந்த பின் எதிர்ப்புறம் வெள்ளை உருவம் ஒன்று புலனாயிற்று. அது வீற்றிருந்தவனை நெருங்கி அவனை அடுத்தாற்போல அமர்ந்தது. காற்று அவர்களுடைய பேச்சை அவ்வப்போது என்னிடம் கொண்டுவந்தது.

"என்ன குருடா? சூறாவளி கடுமை. யான்கோ வரமாட்டான்" என்றது பெண் குரல்.

"யான்கோ சூறாவளிக்கு அஞ்சுபவன் அல்ல" என்றான் மற்றவன்.

"மூடுபனி அடர்கிறதே" என்று வருத்தம் ததும்ப மீண்டும் மறுப்புக் கூறியது பெண் குரல்.

"மூடுபனியில் காவல் கப்பல்களைக் கடந்து வருவது இன்னும் எளிது" என்பதே அதற்குக் கிடைத்த மறுமொழி.

"அவன் மூழ்கிவிட்டாலோ?"

"என்ன வந்துவிடும்? ஞாயிற்றுக் கிழமை நீ புதிய ரிப்பன் இல்லாமல் சர்ச்சுக்குப் போவாய்."

இதைத் தொடர்ந்து மௌனம் நிலவியது. எனக்கு ஒரு விஷயம் வியப்பு அளித்தது: குருடன் என்னோடு உக்ரேனிய மொழியில் பேசினான். இப்போதோ, தூய ருஷ்ய பாஷையில் உரையாடினான்.

திடீரெனக் குருடன் உள்ளங்கையில் அடித்து, பார்த்தாயா, நான் சொன்னதே சரியாயிற்று. கடலுக்கோ, சூறைக் காற்றுக்கோ, மூடுபனிக்கோ, கரையோரக் காவலுக்கோ அஞ்சுபவனே அல்ல யான்கோ. காது கொடுத்துக் கேள்: இதோ மோதிச் சிதறுவது தண்ணீர் அல்ல. என்னை ஏமாற்றி

விட முடியாது. அவனுடைய நீள் துடுப்புக்களாக்கும் இவை" என்றான்.

பெண் துள்ளி எழுந்து கவலைக் குறியுடன் தொலைவில் உற்று நோக்கலானாள்.

"நீ உளறுகிறாய், குருடா. எனக்கு ஒன்றுமே தென் படவில்லை" என்று கூறினாள்.

தொலைவில் படகு போன்ற எதையேனும் காண்பதற்கு நான் எவ்வளவோ முயன்றும் பயனில்லை என்பதை ஒப்புக் கொள்கிறேன். இவ்வாறு ஒரு பத்து நிமிடங்கள் கழிந்தன. இவ்வளவில் அலைக் குன்றுகளுக்கு நடுவே தென்பட்டது ஒரு கரும் புள்ளி: அது ஒரு சமயம் பெரிதாயிற்று, மறு சமயம் அலை மலைத்தொடர் மேல் மெதுவாக ஏறுவதும் அதிலிருந்து விரைந்து இறங்குவதுமாகக் கரையை அணுகியது படகு. சுமார் இருபது வெர்ஸ்ட்டா தொலைவிருந்த ஜலசந்தி வழியே இத்தகைய இரவில் புகத் துணிந்த படகோட்டி அஞ்சாநெஞ்சன் தான். இந்தச் செயலுக்கு அவனைத் தூண்டி ஊக்கிய காரணம் சிறப்பானதாக இருக்க வேண்டும்! இவ்வாறு எண்ணி, தன் வசமற்ற இதயத் துடிப்புடன் அந்த வறிய படகு மீது கண்ணோட்டினேன். ஆனால் அதுவோ வாத்து போல முக்குளித்தது, பிறகு துடுப்புக்களைச் சிறகுகள் போன்று வேகமாக அடித்தவாறு நுரைத் தூவானங்களுக்கு இடையே பள்ளத்திலிருந்து எம்பி மேல் வந்தது. இதோ அது கரை மீது வீச்சுடன் மோதிச் சில்லுகளாகச் சிதறிப்போகும் என்று நினைத்தேன். ஆனால் அது லாகவமாக விலாப்புறம் திரும்பி ஒரு குறுங்குடாவினுள் சேதமின்றிப் பாய்ந்தது. தாத்தாரிய ஆட்டுத்தோல் தொப்பி அணிந்த, நடுத்தர உயரமுள்ள ஒருவன் படகிலிருந்து இறங்கினான். அவன் கையை ஆட்டினான். பின்பு அவர்கள் மூவருமாகப் படகிலிருந்து எதையோ தூக்கி வெளியே வைக்க முற்பட்டார்கள். அவ்வளவு கனத்த சுமையை ஏற்றிவந்த படகு எப்படி மூழ்காமலிருந்தது என்பது இன்றளவும் எனக்குப் புரியவில்லை. ஆளுக்கு ஒரு மூட்டையாகத்

தோளில் சுமந்தவாறு அவர்கள் கரையோரமாக நடந்தார்கள். விரைவிலேயே நான் அவர்களைப் பார்வையிலிருந்து தப்ப விட்டுவிட்டேன். நான் வீடு திரும்பியிருக்க வேண்டும். ஆனால் இந்த விந்தை நிகழ்ச்சிகள் யாவும் என்னைக் கலவரப்படுத்திவிட்டபடியால் நான் விடாப்பிடியாகக் காலை வரை காத்திருந்தேன்.

என் கஸாக்கியச் சேவகன் விழித்தெழுந்ததும் நான் முற்றிலும் உடை அணிந்து தயாராயிருப்பதைக் கண்டு மிக வியப்படைந்தான். ஆனால் நான் அதன் காரணத்தை அவனிடம் சொல்லவில்லை. மேகக் கந்தல்கள் சிதறிக் கிடந்த நீல வானையும் ஊதா நிறக் கோடு போல நீண்டு, உச்சியில் கலங்கரை விளக்கக் கோபுரம் வெண்மையாக இலங்கும் பாறையில் முடியும் தொலைதூரக் கிரீமியக் கரையையும் சிறிது நேரம் நோக்கிக் கொண்டிருந்துவிட்டு நான் பானகோரியா கோட்டைக்கு, அதன் தலைவரிடமிருந்து எனது கெலென்ஜீக் பயண நேரத்தைத் தெரிந்து கொள்ளும் பொருட்டுப் புறப்பட்டேன்.

ஆனால் அந்தோ! கோட்டைத் தலைவரால் எனக்கு எதுவும் தீர்மானமாகக் கூற முடியவில்லை. துறையில் நின்ற கப்பல்கள் எல்லாம் ஒன்று காவல் கப்பல்கள், அல்லது வியாபாரக் கப்பல்கள். பின்னவை சரக்கு இறக்க இன்னும் தொடங்கக்கூட இல்லை. "ஒருவேளை இன்னும் மூன்று நான்கு நாட்களில் தபால் கப்பல் வரலாம். அப்போது பார்ப்போம்" என்றார் கோட்டைத் தலைவர். ஒரே கடு கடுப்பும் சிடுசிடுப்புமாக வீடு திரும்பினேன். வீட்டு வாயிலில் கஸாக்கியச் சேவகன் அரண்ட முகத்துடன் என்னை எதிர்கொண்டான்.

"மோசம் ஐயா!" என்று என்னிடம் சொன்னான்.

"ஆமாம் தம்பீ. நாம் எப்போது இங்கிருந்து கிளம்பு வோமோ ஆண்டவனுக்கே வெளிச்சம்!" என்றேன். இதைக் கேட்டதும் அவன் இன்னும் கலவரமடைந்து என் பக்கம் குனிந்து இரகசியக் குரலில் கூறினான்:

"இங்கே அசுத்தம்! இன்றைக்கு நான் கருங்கடல் பிரதேச ஹவல்தாரைக் கண்டேன். அவன் எனக்குத் தெரிந்தவன், போன வருஷம் படைப் பிரிவில் இருந்தான். நாம் எங்கே தங்கியிருக்கிறோம் என்று நான் அவனிடம் சொன்னதும் அவன், 'இங்கே தம்பீ, அசுத்தம், ஜனங்கள் கெட்டவர்கள்!' என்றான். உண்மையிலேயே கூடப் பாருங்களேன், இவன் என்ன குருடன்! கடைத் தெருவுக்கோ, ரொட்டி வாங்கவோ, தண்ணீர் மொள்ளவோ, எல்லாவற்றுக்கும், எங்கும் தனியே போய் வருகிறான். இங்கே உள்ளவர்கள் இதற்குப் பழகிவிட்டார்கள் என்பது தெரிகிறது."

"அதனால் என்ன? வீட்டுக்காரியாவது வந்தாளா?"

"இன்று நீங்கள் இல்லாதபோது ஒரு கிழவியும் அவளுடைய மகளும் வந்தார்கள்."

"மகளாவது ஒன்றாவது? அவளுக்கு மகள் கிடையாதே."

"மகள் இல்லை என்றால் அவள் யாரோ கடவுளுக்கே வெளிச்சம். அந்தக் கிழவி இப்போது தன் குடிலில் உட்கார்ந் திருக்கிறாள்."

நான் குடிசைக்குள் புகுந்தேன். அடுப்பு பிரமாதமாக மூண்டு எரிந்தது, அதில் சமையல் ஆகிக்கொண்டிருந்தது, ஏழைகளின் சக்திக்கு மீறிய ஆடம்பரமான விருந்துச் சமையல். எனது கேள்விகளுக்கெல்லாம் கிழவி தான் செவிடு என்றும் தனக்குக் காது கேட்கவில்லை என்றுமே பதில் அளித்தாள். அவளை என்ன செய்வது? குருட்டுப் பையன் அடுப்புக்கு எதிரே உட்கார்ந்து நெருப்பில் சுள்ளிகளைப் போட்டுக் கொண்டிருந்தான். அவன் காதைப் பிடித்துக்கொண்டு, "ஏனடா குருட்டுக் குட்டிப் பிசாசே! சொல்லு, இரவு வேளையில் முடிச்சும் கையுமாக எங்கே போனாய், ஊம்?" என்றேன். திடீரென்று குருடன் வாய்விட்டு அழுதான், கத்தினான், துடித்துப் புலம்பத்தொடங்கினான்: "நான் எங்கே போனேன்? எங்குமே போகவில்லையே... முடிச்சும் கையுமாகவா? எந்த முடிச்சு?" இந்தத் தடவை கிழவிக்குக்

காது கேட்டுவிட்டது. "ஏதாவது தாங்களே நினைத்துக் கொள்கிறார்கள், அதுவும் அப்பாவி வறியவனைப் பற்றி! எதற்காக நீங்கள் அவனை? அவன் உங்களுக்கு என்ன செய்தான்?" என்று முணுமுணுக்கத் தொடங்கினாள். எனக்கு இது சலித்துப்போயிற்று. இந்தப் புதிருக்கு விடை கண்டுபிடிக்காமல் விடுவதில்லை என்று உறுதியாகத் தீர்மானம் செய்து கொண்டு வெளியேறினேன்.

மேலாடையைப் போர்த்துக்கொண்டு வேலியருகே கல்மேல் உட்கார்ந்து தொலைவில் பார்த்துக் கொண்டிருந்தேன். இரவில் அடித்த புயலால் கொந்தளிப்புற்ற கடல் எனக்கு எதிரே பரந்து கிடந்தது. உறங்கத் தொடங்கியிருக்கும் நகரின் முணுமுணுப்பு போன்ற அதன் ஒரே மாதிரியான அரவம் எனக்குப் பழைய ஆண்டுகளை நினைவுபடுத்தியது, எனது எண்ணங்களை வடக்கே, நமது குளிர் நிறைந்த தலை நகருக்குக் கொண்டு சென்றது. கடந்தகால நினைவுகளால் கிளர்ச்சியுற்று நான் தன்னை மறந்திருந்தேன்... இவ்வாறு ஒரு மணி அல்லது அதற்கு மேல் கழிந்தது... திடீரென்று பாட்டு போன்ற ஏதோ ஒன்று என் செவிகளைத் தாக்கித் திடுக்கிடச் செய்தது. அது பாட்டு தான், பெண்ணின் புத்திளங் குரல் தான் – ஆனால் எங்கிருந்து வந்தது? உற்றுக்கேட்டேன். மெட்டு விந்தையானது. ஒரு சமயம் நீட்டிய இழுப்பும் துயரமும் உள்ளதாகவும் மறு சமயம் விரைவும் உற்சாகமும் கொண்டதாகவும் ஒலிப்பது. சுற்றிலும் கண்ணோட்டினேன். அக்கம் பக்கத்தில் எவரையும் காணோம். மறுபடி காது கொடுத்துக் கேட்டேன். ஒலிகள் விண்ணிலிருந்து பொழிவன போன்றிருந்தன. விழிகளை நிமிர்த்தினேன். கோடிட்ட உடை அணிந்து, அவிழ்ந்து விரிந்த கூந்தலுடன் உண்மையான நீரர மகள் போன்ற ஒரு பெண் எனது குடிசையின் முகட்டில் நின்றிருந்தாள். கண்களில் வெயில் படாமல் கையால் மறைத்தபடி அவள் தொலைவில் வைத்த விழி வாங்காமல் பார்த்துக்கொண்டு ஒரு சமயம் சிரிப்பதும் தனக்குத் தானே பேசிக்கொள்வதும் மறு சமயம் பாட்டை மறுபடி பாடுவதுமாக இருந்தாள்.

இந்தப் பாட்டு ஒரு சொல் விடாமல் அப்படியே என் நினைவில் பதிந்துவிட்டது:

இசையும் தன் போக்கில் போலே
பசிய கடல் மேலே,
துள்ளிச் செல்லும் கலங்கள் தாம்
 வெள்ளைப் பாய்களுடன்.
அந்தக் கலங்கள் நடுவே
என்றன் சிறு தோணி,
கித்தான்பாய் அற்றது,
 இரட்டைத் துடுப்புள்ளது.
கொடிய புயல் அடித்தால்
நெடிய பழங் கலங்கள்
சிறகுகளை உயர்த்தியே
 கடலில் ஆடிச் செல்லுமே.
தலை வணங்கிக் கடலையே
இறைஞ்சிடுவேன் நானே:
"வன்மக் கடலே தீண்டாதே
 என் அருமைத் தோணியை:
கொண்டுவரும் என் தோணி
பண்டம் விலை மிக்கவை.
கரியிருளில் அதனையே
 வெறியன் ஓட்டிடுவான்.

இரவில் நான் கேட்டது இதே குரல் என்ற எண்ணம் தானாகவே என் மனத்தில் எழுந்தது. நிமிட நேரம் நான் சிந்தனை செய்தேன். மறு முறை நான் முகட்டை நோக்கிய போது அந்தப் பெண் அங்கே இல்லை. திடீரென்று அவள் வேறு எதையோ பாடிக்கொண்டே விரல்களைச் சொடுக்கிய வாறு என் அருகாகக் கிழவியிடம் ஓடினாள். அக்கணமே அவர்களுக்கிடையில் ஏதோ சச்சரவு தொடங்கிவிட்டது. கிழவி கோபித்துக்கொண்டாள், யுவதி உரக்கச் சிரித்தாள். பின்பு பார்க்கிறேனோ, என் அலைநங்கை மறுபடி துள்ளி ஓடி வரக் கண்டேன். எனக்கு நேரே வந்ததும் அவள் நின்று

என் கண்களில் விழிபொருந்த நிலைக்குத்திட்டு நோக்கினாள் - நான் இருப்பதனால் வியப்புற்றவள் போல. அப்புறம் அலட்சியமாகத் திரும்பிக் கப்பல்துறையை நோக்கி அமைதியாக நடந்தாள். விஷயம் இத்துடன் தீர்ந்துவிடவில்லை: நாள் முழுவதும் அவள் என் இருப்பிடத்தைச் சுற்றியே வட்டமிட்டுக் கொண்டிருந்தாள். அவளுடைய பாட்டும் துள்ளலும் நிமிட நேரங்கூட ஓயவில்லை. விந்தையான பிரகிருதி! அவள் முகத்தில் புத்திப் பேதலிப்பைக் காட்டும் அறிகுறிகள் எவையும் இல்லை. மாறாக அவளது விழிகள் ஜீவன் ததும்பும் கூர்மையுடன் என் மீது நிலைத்தன. இந்தக் கண்கள் ஏதோ காந்த சக்தி வாய்ந்தவை போலத் தோன்றின. ஒவ்வொரு தடவையும் அவை கேள்வியை எதிர்பார்ப்பவை போன்று தோற்றம் அளித்தன. ஆனால் நான் பேசத் தொடங்கியதுமே அவள் வஞ்சப் புன்னகையுடன் அப்பால் ஓடிவிட்டாள்.

தீர்மானமாகச் சொல்லுகிறேன், அந்த மாதிரிப் பெண்ணை நான் பார்த்ததே இல்லை. அவள் அழகற்றவள் அல்லவே அல்ல, ஆனால் வனப்பு விஷயத்திலும் எனக்கே உரிய சில காழ்ப்புக்கள் உண்டு. உயர்சாதிப் பண்பு அவளிடம் நிறைய இருந்தது... குதிரைகளில் போலவே பெண்களிலும் உயர்சாதி பெருத்த முக்கியத்துவம் உள்ளது. இந்தக் கண்டுபிடிப்பைச் செய்தது இளம் பிரான்சு நாடு. அது, அதாவது உயர்சாதிப் பண்பு, இளம் பிரான்சு அல்ல, பெரும்பாலும் வெளிப்படுவது அடிவைப்பிலும் கைகளிலும் பாதங்களிலுமே; சிறப்பாக மூக்கு மிகுந்த முக்கியத்துவம் உள்ளது. ருஷ்யாவில் திருத்தமான மூக்கு சிற்றடிகளைக் காட்டிலும் அரியது. எனது பாடகிக்குப் பதினெட்டு வயதுக்கு மேல் இராது எனத் தோன்றியது. அவளது இடையின் அசாதாரணத் துவட்சி, தனிப்பட்ட, அவளுக்கு மட்டுமே உரிய தலைச் சாய்வு, நீண்ட வெண்பொன் கூந்தல், கழுத்தின் மீதும் தோள்களிலும் லேசாகப் பழுப்பேறியிருந்த அவளது தோலின் ஒருவகையான பொன்னிற ஒளிர்வு, சிறப்பாகச் செவ்விய மூக்கு - இவை எல்லாம் என்னைச்

சொக்க வைப்பவையாக இருந்தன. அவளது கடைக்கண் வீச்சுக்களில் ஐயம் விளைக்கும், முரட்டுத்தனமான ஏதோ ஒன்று எனக்குத் தென்பட்டது ஆயினும், அவளுடைய முறுவலில் தெளிவாக வரையறுக்க இயலாத ஏதோ ஒன்று இருந்தது எனினும் (வேரூன்றிவிட்ட எண்ணங்களின் வலிமை அத்தகையது), திருத்தமான மூக்கு என் அறிவைப் பிறழச் செய்துவிட்டது. கோதேயின் மினியோனா*, அவரது ஜெர்மானியக் கற்பனையில் உதித்த அந்த விந்தைப் படைப்பு, எதிரே வந்துவிட்டது போலக் கருதிக்கொண்டேன். உண்மையிலேயே அவர்கள் இருவருக்கும் இடையே ஒப்புமை நிறைய இருந்தது: பெருத்த சஞ்சலத்திலிருந்து முழுமையான அசைவின்மைக்குச் சட்டென மாறும் அதே இயல்பு, அதே மர்மப் பேச்சுக்கள், அதே துள்ளல்கள், விந்தைப் பாட்டுக்கள்...

மாலைத் தறுவாயில் வாயிலில் அவளை நிறுத்தி, அவளுடன் நான் பின்வருமாறு உரையாடினேன்:

"சொல்லம்மா, அழகி, இன்றைக்கு முகட்டின் மேல் என்ன செய்து கொண்டிருந்தாய்?" என்று வினவினேன். "காற்று எங்கிருந்து வீசுகிறது என்று பார்த்தேன்." "அது உனக்கு எதற்காக?" "எங்கிருந்து காற்றோ, அங்கிருந்தே இன்பம்." "அப்படியானால் நீ பாட்டின் மூலம் இன்பத்தையா அழைத்தாய்?" "எங்கே பாடுகிறார்களோ அங்கேயே இன்பம் அடைகிறார்கள்." "பாடித் துயர் அடைகிறாய் என்று வைத்துக்கொள்வோம். அப்போதோ?" "என்ன பிரமாதம்? நல்லது நேராத இடத்தில் கெட்டது நேரும். கெட்டதற்கும் நல்லதற்கும் தொலைவு மிகவும் இல்லையே." "இந்தப் பாட்டை உனக்கு யார் கற்பித்தார்கள்?" "ஒருவரும் கற்றுத்தரவில்லை. மனதிலே தோன்றுவதைப் பாடுகிறேன். யார் காதில் படவேண்டுமோ, அவன் கேட்பான்; யார்

---

* கோதேயின் மினியோனா - மாபெரும் ஜெர்மானிய எழுத்தாளர் கோதே (Goethe) இயற்றிய "வில்கெல்ம் மெய்ஸ்தெரின் பள்ளி ஆண்டுகள்" என்னும் நவீனத்தின் கதாநாயகி, மர்மக் கன்னி.

காதில் படக்கூடாதோ, அவனுக்குப் புரியாது." "உன் பெயர் என்ன, என் பாடகீ!" "பெயர் இட்டவர் அறிவார்." "பெயர் இட்டவர் யார்?" "எனக்கு எப்படித் தெரியும்?" "படு இரகசியப் பேர்வழி நீ! நான் உன்னைப் பற்றி ஏதோ தெரிந்து கொண்டேனே!" (அவள் முகத்தில் மாறுதல் ஏற்பட வில்லை, உதடுகள் அசையவில்லை, அவளுக்கும் இதற்கும் தொடர்பே இல்லை போல.) "நேற்று இரவு நீ கடற்கரை சென்றாய் என்பதை நான் அறிந்து கொண்டேன்." இதன் பின் தலைக்கு நாள் கண்டவற்றை எல்லாம் நான் அவளுக்கு மிகுந்த பெருமிதத்துடன் விவரித்தேன் - அவளைக் கலக்கம் அடையச் செய்யலாம் என்ற நினைப்புடன். ஆனால், வீண்! அவள் வாய்விட்டுக் கடகடவென நகைத்தாள். "நீங்கள் கண்டது நிறைய, அறிந்தது சொற்பம். அறிந்திருப்பதைப் பூட்டி வைத்துக்கொள்ளுங்கள்!" என்றாள். "ஆனால் நான் கோட்டைத் தலைவருக்கு அறிவிக்கத் தீர்மானித்தாலோ?" இவ்வாறு கூறி முகத்தில் ஆழ்ந்த, ஏன், கடுமையான தோற்றத்தை வருவித்துக்கொண்டேன். புதரிலிருந்து வெருட்டப்பட்ட பறவைபோல அவள் சட்டெனத் துள்ளி, பாடியவாறே மறைந்துவிட்டாள். எனது கடைசிச் சொற்கள் கொஞ்சமும் பொருத்தம் அற்றவை. அவற்றின் முக்கியத் துவத்தை நான் அப்போது எண்ணிப் பார்க்கவில்லை. பின்னரோ அவற்றுக்காக வருந்த நேர்ந்தது.

மாலை மங்கியதும் நான் கெண்டியில் தேநீரைச் சூடு படுத்தும்படி சேவகனுக்கு உத்தரவிட்டுவிட்டுப் பயணச் சுங்கானைப் புகைத்தவாறு மேஜை அருகே அமர்ந்தேன். நான் இரண்டாவது கிளாஸ் தேநீரைப் பருகி முடித்ததுமே திடீரெனக் கதவு கிறீச்சிட்டது, ஆடையின் மெல்லிய சரசரப்பும் காலடிச் சத்தமும் என் பின்னே கேட்டன. நான் திடுக்கிட்டுத் திரும்பினேன். அது அவள், எனது அலை நங்கை! அவள் எனக்கு எதிரே அமைதியாக, பேசாமல் உட்கார்ந்து தன் விழிகளை என்மீது நாட்டினாள். இந்தப் பார்வை அற்புதக் கனிவு கொண்டிருந்ததாக எனக்குத் தோன்றியது.

கடந்த ஆண்டுகளில் அவ்வளவு எதேச்சாதிகாரத்துடன் என் வாழ்க்கையை ஆட்டி வைத்த பார்வைகளில் ஒன்றை இந்த நோக்கு எனக்கு நினைவுபடுத்தியது. அவள் கேள்வியை எதிர்பார்ப்பவள் போலக் காணப்பட்டாள். நானோ விளங்காக் குழப்பத்தால் நிறைந்தவனாகப் பேசாதிருந்தேன். அவளது வதனத்தில் உள்ளக் கிளர்ச்சியை வெளிக்காட்டும் மங்கிய வெளிறல் படர்ந்திருந்தது. அவளுடைய கரம் ஒரு நோக்கமுமின்றி மேஜை மீது ஊர்ந்தது. அதில் லேசான பதற்றத்தை நான் கவனித்தேன். அவளது மார்பகம் ஒரு சமயம் விம்மி உயரும், மறு சமயம் அவள் மூச்சடக்குவது போலக் காணப்படும். இந்த வேடிக்கை நாடகம் எனக்கு அலுப்பூட்டலாயிற்று. இந்த மௌனத்தை மிகவும் வறண்ட முறையில் கலைப்பதற்கு, அதாவது ஒரு கிளாஸ் தேநீர் பருகும்படி அவளை உபசரிப்பதற்கு நான் ஆயத்தமானேன். அதற்குள் அவள் சட்டெனத் துள்ளி எழுந்து, என் கழுத்தைக் கைகளால் அணைத்தாள். ஈரமான, நெருப்புப்போன்ற முத்தம் என் உதடுகள் மீது ஒலித்தது. என் விழிகள் இருண்டன, தலை சுற்றியது. இளமை மோகத்தின் வலிமை அனைத்துடனும் நான் அவளை எனது ஆலிங்கனத்தில் அணைத்து இறுக்கினேன். ஆனால் அவள் பாம்பு போல என் கைகளுக்கிடையே வழுகி விடுபட்டு, "இன்று இரவு எல்லாரும் உறங்கியதும் கடற்கரைக்கு வா" என்று என் காதில் கிசுகிசுத்துவிட்டு அம்பு போலப் பாய்ந்து அறையிலிருந்து வெளியேறினாள். ஆளோடியில் தரையில் வைத்திருந்த தேநீர்க் கெண்டியையும் மெழுகு வத்தியையும் இடறிவிட்டாள். "பாழும் பெண் பேய்!" என்று கத்தினான் கஸாக்கியன் (அவன் வைக்கோலைப் பரப்பிப் படுத்திருந்தான், மிஞ்சிய தேநீரால் சூடேற்றிக்கொள்ள எண்ணியிருந்தான்). அப்போது தான் நான் தன் நினைவுக்கு வந்தேன்.

சுமார் இரண்டு மணி கழிந்த பின், கப்பல் துறையில் சந்தடி எல்லாம் அடங்கியதும் நான் என் சேவகனை

எழுப்பினேன். நான் "என் கைத்துப்பாக்கியைச் சுட்டால் கடற்கரைக்கு ஓடி வா" என்று அவனிடம் கூறினேன். அவன் கண்களை உருட்டி விழித்து, "உத்தரவு ஐயா" என இயந்திரம் போல விடை பகர்ந்தான். நான் இடுப்பு வாரில் கைத்துப்பாக்கியைச் செருகிக்கொண்டு வெளியேறினேன். சரிவு விளிம்பில் அவள் என்னை எதிர்பார்த்திருந்தாள். அவளது உடை மிக மிக லேசானதாக இருந்தது. துவளும் இடையைச் சுற்றிக் கட்டியிருந்தது சிறு குட்டை.

அவள் என் கரத்தைப் பற்றிக்கொண்டு, "என் பின்னே வாருங்கள்!" என்றாள். நாங்கள் இறங்கலானோம். கழுத்தை முறித்துக் கொள்ளாமல் எப்படித்தான் தப்பினேனோ புரியவில்லை. கீழே நாங்கள் வலப்புறம் திரும்பி, தலைக்கு நாள் நான் குருடன் பின்னே சென்ற அதே பாதையில் நடந்தோம். சந்திரன் இன்னும் உதிக்கவில்லை. இரண்டு விண் மீன்கள் மட்டுமே இரண்டு காப்புக் கலங்கரை விளக்கங்கள் போன்று கருநீல விண் முகட்டில் மினுமினுத்தன. கனத்த அலைகள் கரையோரமாக நிறுத்தப்பட்டிருந்த தன்னந்தனிப் படகை அரிதாகவே உயர்த்தியவாறு ஒரே லயத்துடன் ஒரு சீராக ஒன்றன்பின் ஒன்று வந்தன. "படகில் ஏறிக்கொள்வோம்" என்றாள் என் வழித்துணைவி. நான் தயங்கினேன் – கடலில் உளநெகிழ்ச்சியுடன் உலாப் போவதில் விருப்பம் உள்ளவன் அல்ல நான் - ஆனால் பின்வாங்க நேரம் இல்லை. அவள் படகில் தாவிக் குதித்தாள், நான் அவள் பின்னே குதித்தேன். நிதானத்துக்கு வருவதற்குள் நாங்கள் படகோட்டிச் செல்வதைக் கவனித்தேன். "இதற்கு என்ன அர்த்தம்?" என்று சினந்தேன். அவள் என்னைப் பலகைமேல் அமர்த்திக் கைகளால் என் இடுப்பைக் கட்டிக்கொண்டு, "இதற்கு அர்த்தம் என்னவென்றால், நான் உன்னைக் காதலிக்கிறேன் என்று அர்த்தம்..." என்று மொழிந்தாள். அவளுடைய கன்னம் என் கன்னத்தோடு ஒன்றியது, அவளது அனல் மூச்சு என் முகத்தில் வீசுவதை உணர்ந்தேன். திடீரென ஏதோ ஓசையுடன் நீரில் விழுந்தது. இடுப்பு வாரைப் பற்றினேன் - கைத்துப்பாக்கியைக் காணோம். அவ்வளவு

தான், பயங்கரமான சந்தேகம் என் உளத்தில் புகுந்தது, இரத்தம் என் தலைக்குள் குப்பென்று பாய்ந்தது! திரும்பிப் பார்த்தேன் - நாங்கள் கரையிலிருந்து சுமார் நூறு மீட்டர் தொலைவில் இருந்தோம், எனக்கோ, நீந்தத் தெரியாது! அவளை என்னிடமிருந்து அப்பால் தள்ள முயன்றேன், அவளோ, பூனைபோல என் உடையை இறுகப் பற்றிக் கொண்டிருந்தாள். திடீரென்று வலிய மோதலால் நான் அனேகமாகக் கடலில் விழத்தெரிந்தேன். படகு அலைந்தாடிற்று, ஆனால் நான் சமாளித்துக்கொண்டேன். எங்கள் இருவருக்கும் இடையே உக்கிரமான போராட்டம் தொடங்கியது. வெறி எனக்கு வலிமை அளித்தது, ஆனால் லாகவத்தில் எதிரிக்கு நான் சளைப்பதை உணர்ந்தேன்... "நீ விரும்புவது என்ன?" என்று அவளுடைய சிறு கைகளை வலிவுடன் நெருக்கியவாறு கத்தினேன். அவள் விரல்கள் நெறு நெறுத்தன, ஆயினும் அவள் கூச்சலிடவில்லை. அவளுடைய பாம்பு இயல்பு இந்தச் சித்திரவதையைத் தாங்கிக்கொண்டது.

"நீ பார்த்துவிட்டாய்! நீ அறிவித்துவிடுவாய்!" என்று கூறி, இயற்கைக்கு மீறிய முயற்சியால் என்னைப் படகு விளிம்பு மீது வீழ்த்தினாள். நாங்கள் இருவரும் இடுப்புவரை படகுக்கு வெளியே தொங்கினோம். அவளுடைய கூந்தல் நீரில் பட்டது. அந்த நிமிடம் தீர்ப்புக் கட்டுவதாக விளங்கியது. நான் முழங்கால்களைப் படகின் அடித்தளத்தில் ஊன்றி அவள் தலை மயிரை ஒரு கையாலும் குரல்வளையை மறு கையாலும் பற்றினேன். அவள் என் உடையை விட்டு விட்டாள். அக்கணமே நான் அவளைக் கடலில் எறிந்து விட்டேன்.

அதற்குள் மிகவும் இருட்டிவிட்டது. அவளுடைய தலை கடல் நுரைகளுக்கு மேலே ஓரிரு தடவை தோன்றி மறைந்தது. அப்புறம் நான் எதையும் காணவில்லை...

படகின் அடித் தளத்தில் பழைய துடுப்பின் பாதியைக் கண்டெடுத்து நீண்டநேரக் கடுமுயற்சிக்குப் பின் ஒரு வாறாகத் துறையை அடைந்தேன். கரையேறி என் வீட்டுக்கு

நடக்கையில், முந்திய நாள் குருடன் இரவுப் படகோட்டியை எதிர்பார்த்திருந்த இடத்தின் பக்கம் என்னையும் அறியாமல் பார்வையைச் செலுத்தினேன். சந்திரன் அதற்குள் வானில் பவனி வரத் தொடங்கியிருந்தது. வெள்ளை உடை அணிந்த யாரோ ஒருவர் கரையில் உட்கார்ந்திருப்பது போல எனக்குத் தென்பட்டது. ஆவலால் உந்தப்பட்டு நான் யாரும் காணாமல் அருகே சென்று கரைச் சரிவுக்கு மேல் அடர்ந்திருந்த புல்லில் ஒளிந்து படுத்துக்கொண்டேன். தலையைச் சற்று நீட்டி, கீழே நடப்பதை எல்லாம் நான் நன்றாகப் பார்க்க முடிந்தது. எனது நீரர மகளை அடையாளம் கண்டு கொண்டதும் நான் மிக வியப்பு அடையவில்லை, அநேகமாக மகிழ்வுற்றேன். தனது நீண்ட கூந்தலிலிருந்து கடல் நுரையை அவள் பிழிந்து அகற்றினாள். நனைந்த சட்டை அவளுடைய துவளும் இடையையும் உயர்ந்த மார்பகத்தையும் கோடிட்டுக் காட்டியது. விரைவில் படகு தொலைவில் தென்பட்டது, வேகமாகக் கரையை நெருங்கியது. தலைக்கு நாள் போலவே தாத்தாரியத் தொப்பி அணிந்த ஒருவன் அதிலிருந்து இறங்கினான். அவனது முடி கஸாக்கிய முறையில் வெட்டப் பட்டிருந்தது. அவனுடைய தோல் இடுப்புவாரிலிருந்து பெரிய கத்தி துருத்திக்கொண்டிருந்தது. “யான்கோ, எல்லாம் பாழாகிவிட்டது!” என்றாள் அவள். அப்புறம் அவர்களுடைய உரையாடல் மிகவும் தணிந்த குரலில் தொடர்ந்தமையால் எனக்கு ஒன்றுமே காதில் படவில்லை. பிறகு யான்கோ குரலை உயர்த்தி “குருடன் எங்கே?” என வினவினான். “நான் அவனை அனுப்பியிருக்கிறேன்” என்று பதில் வந்தது. சில நிமிடங்களுக்கப்பால் குருடன் முதுகில் ஒரு மூட்டையுடன் வந்து அதைப் படகில் வைத்தான்.

யான்கோ சொன்னான்: “கேள், குருடா! நீ அந்த இடத்தைப் பத்திரமாகப் பார்த்துக்கொள்… தெரிகிறதா? அங்கே வளமான சரக்குகள்… சொல்லு (யாரிடம் என்பது காதில் விழவில்லை), நான் இனிமேல் அவன் வேலையாள் அல்ல என்று. விவகாரம் கெட்டுவிட்டது. அவன் இனி என்னைப் பார்க்க மாட்டான். இப்போது அபாயம். வேறு

இடத்தில் வேலை தேடப் போகிறேன். இந்த மாதிரித் துணிந்த பேர்வழி அவனுக்கு இனி கிடைக்க மாட்டான். இதையும் சொல்லு. உழைப்புக்கு அவன் இன்னும் நல்ல ஊதியம் கொடுத்திருந்தால் யான்கோ அவனை விட்டுப் போயிருக்க மாட்டான் என்று. எங்கெல்லாம் காற்று வீசுகிறதோ, கடல் குமுறுகிறதோ அங்கெல்லாம் எனக்கு வழி திறந்திருக்கிறது!" சற்று நேர மௌனத்துக்குப் பின் யான்கோ பேச்சைத் தொடர்ந்தான்: "இவள் என்னோடு வருவாள். இவள் இங்கே தங்கியிருப்பது சரியாகாது. கிழவியிடம் சொல்லு, அவள் சாக வேளை வந்துவிட்டதாம், வாழ்ந்து தீர்த்துவிட்டாளாம், தன் மதிப்பையும் காப்பாற்றிக்கொள்ளத் தெரியவேண்டுமாம் என்று. எங்களை அவள் இனிமேல் பார்க்கமாட்டாள்."

"நானோ?" என்று முறையிடும் குரலில் கேட்டான் குருடன்.

"நீ எனக்கு எதற்கு?" என்பதே கிடைத்த பதில்.

இதற்குள் என் அலை நங்கை படகில் தாவிக் குதித்து, கையாட்டித் தோழனுக்குச் சைகை செய்தாள். அவன் குருடன் கையில் எதையோ வைத்து, "இந்தா, பிஸ்கோத்து வாங்கிக்கொள்" என்றான். "இவ்வளவு தானா?" என்று கேட்டான் குருடன். "நல்லது, இந்தா இன்னும்." கீழே விழுந்த நாணயம் கல்லில் பட்டுக் கணீரென ஒலித்தது. குருடன் அதை எடுத்துக்கொள்ளவில்லை. யான்கோ படகில் உட்கார்ந்தான், காற்று கரையிலிருந்து வீசியது. படகிலிருந்த சிறு பாயை விரித்து அவர்கள் விரைவாக அப்பால் சென்றுவிட்டார்கள். நிலவொளியில் வெண்கப்பற்பாய் காரலைகளுக்கிடையே வெகு நேரம் பளிச்சிட்டுக் கொண்டிருந்தது. குருடன் கரையிலேயே உட்கார்ந்திருந்தான். அழுகை போன்ற ஒன்று என் காதில் பட்டது. குருட்டுப் பையன் உண்மையாகவே அழுதான், மிக மிக நீண்ட நேரம்... எனக்குத் துயரம் உண்டாயிற்று. எதற்காகத்தான் விதி என்னை நேர்மையுள்ள சுங்கத் திருடர்களின் வட்டத்தில் தள்ளியதோ? அமைதியான நீரோட்டத்தில் எறியப்பட்ட

கல்போல நான் அவர்களுடைய நிம்மதியைக் குலைத்தேன், கல் போலவே நானும் முழுகத் தெரிந்தேன்!

நான் வீடு திரும்பினேன். மரத் தட்டில் அடிவரை எரிந்து தீரும் தறுவாயிலிருந்த மெழுகுவத்தி ஆளோடியில் சடசடத்தது. எனது கஸாக்கியச் சேவகன் துப்பாக்கியை இரு கரங்களாலும் பற்றியவாறு கட்டளைக்கு மாறாக ஆழ்ந்து உறங்கிக்கொண்டிருந்தான். நான் அவனைத் தொந்தரை செய்யாமல் மெழுகுவத்தியை எடுத்துக்கொண்டு அறைக்குள் சென்றேன். ஐயோ! என் பெட்டி, வெள்ளி விளிம்பு கட்டிய என் உடைவாள், நண்பனின் பரிசுப் பொருளான தாகெஸ் தான் கட்டாரி - எல்லாம் மறைந்துவிட்டிருந்தன. பாழும் குருடன் சுமந்து வந்த சாமான்கள் எவை என்பதை அப்போதே நான் அனுமானித்தேன். மிகவும் மரியாதையின்றி இடித்துக் கஸாக்கியனை உசுப்பிவிட்டு அவனைத் திட்டி நொறுக்கினேன், சீறிச் சினந்தேன். ஆனால் செய்வதற்கு ஒன்றும் இல்லை! குருட்டுப் பையன் என் பொருள்களைத் திருடிவிட்டான் என்றும் பதினெட்டு வயதுப் பெண் என்னை மூழ்கடிக்கப் பார்த்தாள் என்றும் அதிகாரிகளிடம் புகார் செய்வது கேலிக்கிடம் ஆகாதா? நல்ல வேளையாக மறு நாள் காலையில் புறப்படுவதற்கு வாய்ப்பு கிடைத்தது. நான் தமானை விட்டு அகன்றேன். கிழவியும் ஏழைக் குருடனும் என்ன ஆனார்களோ அறியேன். மனிதர்களின் சுக துக்கங்களைப் பற்றிக் கவலைதான் என்ன எனக்கு – பயணம் செய்யும் இராணுவ அதிகாரியும், அரசாங்கத் தேவைக்காகப் பயணச்சீட்டு வேறு பெற்றிருப்பவனுமான எனக்கு?

முதல் பாகம் முற்றிற்று

இரண்டாம் பாகம்

பிச்சோரினின் நாட்குறிப்பு முடிவு

II
இளவரசி மேரி

மே, 11ந் தேதி

நேற்று நான் பியாத்திகோர்ஸ்க் நகரை அடைந்தேன். நகர்க் கோடியில், மிக உயர்ந்த இடத்தில், மாஷூக் மலையின் அடிவாரத்தின் அருகே இருப்பிடம் அமர்த்திக்கொண்டேன். இடிப்புயல் அடிக்கும்போது மேகங்கள் என் வீட்டு முகடுவரை தாழும். இன்று காலை ஐந்து மணிக்கு நான் ஜன்னலைத் திறந்ததும் சிறு முன் தோட்டத்தில் மலரும் பூக்களின் மணத்தால் அறை நிறைந்து கமழ்ந்தது. பூத்த இனிப்புச் செர்ரி மரக் கிளைகள் என் அறை ஜன்னலுக்குள் எட்டிப் பார்க்கின்றன. சில சமயங்களில் காற்று அவற்றின் வெண் இதழ்களை என் எழுது மேஜைமேல் உதிர்க்கிறது. மூன்று புறங்களிலும் அற்புதக் காட்சி என் பார்வைக்கு விருந்தளிக்கிறது. மேற்கே ஐம்முடிகள் கொண்ட பெஷ்த்தூ மலை, “அடித்து ஓய்ந்த புயலின் கடைசி மேகம்”[2] போன்று நீல எழில் காட்டுகிறது; வடக்கே மாஷூக் மலை மயிரடர்ந்த

பாரசீகத் தொப்பி போல எழுந்து தொடுவானின் இந்தப் பகுதி முழுவதையும் மூடுகிறது; கிழக்கே நோக்க இன்னும் களிப்பு: என் முன்னே கீழே பல்வண்ணங்களில் திகழ்கிறது துப்புரவான, புதிய சிறு நகர், மிழற்றுகின்றன நோய்தீர்க்கும் நீரூற்றுக்கள், பல மொழிகள் பேசும் கூட்டம் இரைகிறது. அங்கே, இன்னும் அப்பால், வட்ட அரங்கு போன்று அடுக்கு அடுக்காகச் செறிந்திருக்கின்றன மேலும் மேலும் நீலமாகவும் மூடுபனி அடர்ந்தும் விளங்கும் மலைகள். தொடுவானின் விளிம்பில், காஸ்பேக் முதல் இருமுடி எல்ப்ரூஸ் ஈறான வெண்பனிச் சிகரங்களின் வெள்ளித் தொடர் நீண்டு சென்றிருக்கிறது... இம்மாதிரி பூமியில் வாழ்வதே மகிழ்ச்சி! ஏதோ உவகைப் பெருக்கு என் உதிர நாளங்களில் பொங்கிப் பாய்கிறது. காற்று தூய்மையும் குளிர்மையும் வாய்ந்திருக்கிறது, குழந்தையின் முத்தம்போல. வெயில் பளிச்சென்று அடிக்கிறது, வானம் நீலமாக இலங்குகிறது – இன்னும் என்ன வேண்டும் என்று தோன்றுகிறது. இங்கே எதற்காக மோகங்களும் ஆசைகளும் வருத்தங்களும்? ஆயினும் நேரம் ஆகிவிட்டது. எலிஸாவெத்தீன்ஸ்க்கிய் ஊற்றுக்குப் போகிறேன். நீர்ச் சிகிச்சைக் கூட்டம் முழுவதும் அங்கே காலையில் குழுமுவதாகச் சொல்லுகிறார்கள்.

....

நகரின் மையத்துக்கு இறங்கி உலாச்சாலை வழியே நடந்தேன். மெது நடையாக மலைமேல் ஏறிக் கொண்டிருந்த ஏக்கந்ததும்பும் சில கும்பல்களை அங்கே எதிர்ப்பட்டேன். இவர்கள் பெரும்பாலும் ஸ்தெப்பிப் பிரதேச நிலச்சுவான்தார்களின் குடும்பத்தினர். கணவர்களின் பழங்கால மோஸ்தரில் தைக்கப்பட்ட நைந்த கோட்டுக்களையும், மனைவிகள், பெண்களின் நயப் பாங்குள்ள ஆடையணிகளையும் கொண்டு இவர்களை உடனே கண்டுகொள்ள முடிந்தது. நீர்ச்சிகிச்சை இளைஞர்கள் எல்லோரையும் அவர்கள் அடையாளம் கண்டு வைத்திருந்தார்கள் போலும், ஏனெனில் அவர்கள் என்னைக் கனிவு ஆர்ந்த ஆவலுடன் நோக்கினார்கள். எனது

கோட்டின் பீட்டர்ஸ்பர்க் மோஸ்தர் அவர்களைத் தவறான எண்ணம் கொள்ளச் செய்தது. ஆனால் விரைவிலேயே எனது இராணுவத் தோள் சின்னங்களை அடையாளம் கண்டுகொண்டு அவர்கள் கடுப்புடன் முகங்களைத் திருப்பிக் கொண்டார்கள்.

ஸ்தல அதிகாரிகளின் மனைவியர், ஒரு வகையில் சொன்னால் நீரூற்றுக்களின் சொந்தக்காரிகள், அதிக தயை காட்டுகிறார்கள்; அவர்களிடம் பிடிவைத்த பார்வைக் கண்ணாடிகள் இருக்கின்றன. அவர்கள் இராணுவ உடுப்பின் மீது குறைவாகவே கவனம் செலுத்துகிறார்கள். இலக்கமிட்ட பொத்தானுக்கு அடியில் உணர்ச்சித் துடிப்புள்ள இதயத்தையும் வெள்ளைத் தொப்பிக்கு[3] அடியில் கற்றுத் தேர்ந்த அறிவையும் காக்கேஷியாவில் சந்திக்க இவர்கள் பழகிவிட்டார்கள். இந்தச் சீமாட்டிகள் மிக இனியவர்கள், நெடுங்காலம் இனியவர்கள்! ஒவ்வோராண்டும் இவர்களுடைய பழைய பக்தர்களின் இடத்துக்குப் புதியவர்கள் வருகிறார்கள். இவர்களுடைய சோர்வறியாத தயாள குணத்தின் மர்மம் இதுவே போலும். குறுகிய ஒற்றையடிப் பாதை வழியே எலிஸா வெத்தீன்ஸ்க்கிய் ஊற்றுக்கு மேட்டில் ஏறிச் செல்கையில் சிவில் உத்தியோகஸ்தர்களும் இராணுவ அதிகாரிகளும் அடங்கிய ஒரு கூட்டத்தைத் தாண்டிப் போனேன். நீரால் நலம் பெறுவதை விழைவோரிடையே இவர்கள் தனிப்பட்ட வர்க்கமாக விளங்குவதாகப் பிறகு அறிந்து கொண்டேன். இவர்கள் குடிக்கிறார்கள் - ஆனால் நீரை அல்ல. குறைவாகவே உலாவுகிறார்கள், சரசமாடுகிறார்கள். இவர்கள் சூதாடுகிறார்கள், சலிப்பாயிருப்பதாகக் குறை கூறுகிறார்கள். இவர்கள் பகட்டர்கள்: புளிப்புக் கந்தக நீர்க் கிணற்றில் தங்கள் பின்னல் வனைந்த தம்ளர்களை அமிழ்த்துகையில் இவர்கள் செயற்கை நடிப்புத் தோற்றத்தை மேற்கொள்கிறார்கள். சிவில் உத்தியோகஸ்தர்கள் வெண்நீல டைகளைக் கட்டிக் கொள்கிறார்கள். இராணுவத்தினர் காலரைத் தூக்கிவிட்டுக் கொள்கிறார்கள். சிற்றூர்

வீடுகள்பால் தங்களுக்கு ஆழ்ந்த இகழ்ச்சி இருப்பதாக இவர்கள் ஒப்புக்கொள்ளுகிறார்கள், தலைநகரில் உள்ள செல்வர் வீட்டு அறைகளை (அவற்றில் இவர்கள் புக விடப்படுவதில்லை) எண்ணிப் பெருமூச்செறிகிறார்கள்.

கடைசியாக இதோ கிணறு வந்துவிட்டது... அதன் அருகே இருந்த மைதானத்தில் குளியறைக்கு மேல் சிவப்பு முகடு கொண்ட சிறு வீடு கட்டப்பட்டிருக்கிறது. சிறிது அப்பால் இருக்கிறது சுற்றுச் சாலை. மழை பெய்கையில் ஜனங்கள் அங்கே உலாவுவது வழக்கம். காயமடைந்த சில இராணுவ அதிகாரிகள் கவைக் கோல்களைச் சாய்த்து வைத்தபடி பெஞ்சி மேல் உட்கார்ந்திருந்தார்கள் - வெளிறிய ஏக்கந்தோய்ந்த முகங்களுடன். சில சீமாட்டிகள் நீரின் செயல்பாட்டை எதிர்பார்த்தவர்களாக மைதானத்தில் விரைவாக அடி எடுத்து வைத்தவாறு முன்னும் பின்னும் நடந்து கொண்டிருந்தார்கள். இவர்களுக்கிடையே இரண்டு மூன்று அழகிய முகங்களும் இருந்தன. மாஷூக் மலைச்சரிவில் அடர்ந்திருந்த திராட்சைக் கொடிகளின் நடுவே சென்ற பாதைகளில் ஆடவனோடு இணையாகத் தனித்திருப்புதை விரும்பும் நங்கையின் பல நிறத் தொப்பி அவ்வப்போது தோன்றி மறையும். இம்மாதிரித் தொப்பியின் அருகே இராணுவத் தொப்பியோ அவலட்சணமான வட்டத் தொப்பியோ எப்போதும் காணப்படும் ஆதலால் தான் இணை என்று குறித்தேன். யோலாவின் ஹார்ப் வாத்தியம்* என்று அழைக்கப்பட்ட மண்டபம் கட்டப்பட்டிருந்த செங்குத்துப் பாறை மேல் இயற்கைக் காட்சிகளின் ரசிகர்கள் நின்று தொலைநோக்கியின் உதவியால் எல்ப்ரூஸ் சிகரத்தைப் பார்வையிட்டார்கள். இவர்களில் இரண்டு ஆசிரியர்களும் கண்டமாலையைக் குணப்படுத்திக்கொள்ள வந்திருந்த அவர்களுடைய மாணாக்கர்களும் இருந்தார்கள்.

---

* யோலாவின் ஹார்ப் வாத்தியம் - காற்று வீசுகையில் இசையொலிக்கும் தந்திவாத்தியம். கிரேக்க புராணக்கதைகளில் குறிப்பிடப்படும் காற்றுக் கடவுள் யோலாவின் பெயரால் அவ்வாறு அழைக்கப்படுகிறது.

நான் மலை விளிம்பில் மூச்சிரைக்க நின்று சிறு வீட்டின் மூலையில் சாய்ந்துகொண்டு சுற்றுப்புறக் காட்சிகளின் ஓவிய வனப்பைக் கண்ணாரப் பருகலானேன். திடீரென என் பின்னே பரிச்சயமான குரல் கேட்டது.

"பிச்சோரின்! இங்கே வந்து வெகு நாட்கள் ஆயினவா?"

திரும்பினேன். குருஷ் நீத்ஸ்க்கிய்! நாங்கள் தழுவிக் கொண்டோம். போர்ப் படைப்பிரிவில் நான் அவனை அறிமுகம் செய்துகொண்டேன். துப்பாக்கிக் குண்டால் காலில் காயமடைந்து, எனக்கு ஒரு வாரம் முன்னர் நீரூற்றுக்களுக்கு வந்திருந்தான் அவன்.

குருஷ் நீத்ஸ்க்கிய் யூன்கெர்*. ஓர் ஆண்டாகத்தான் இராணுவ சேவை புரிகிறான். தனி வகைப்பட்ட பகட்டுக்கு ஏற்ப, கனத்த சிப்பாய் மேல் கோட்டை அணிந்திருக்கிறான். வீரச் சிப்பாய்க்குரிய ஜார்ஜ் சிலுவைப் பதக்கம் அவனுக்குக் கிடைத்திருக்கிறது. அவன் வடிவான உடற்கட்டும் சாமள நிறமும் கரிய கேசமும் கொண்டவன். பார்வைக்கு இருபத்தைந்து வயதுக்கு மதிக்கலாம். உண்மையிலோ, அவனுக்கு இருபத்தொன்றுகூட நிரம்பவில்லை. அவன் தலையைப் பின்னே சாய்த்துக்கொள்கிறான், நொடிக்கொரு தரம் இடது கையால் மீசையை முறுக்கிக்கொள்கிறான், வலது கையால் கவைக்கோல் மீது சாய்ந்திருப்பதனால். விரைவாகவும் ஆடம்பரமாகவும் பேசுகிறான். வாழ்க்கையின் எல்லாச் சந்தர்ப்பங்களிலும் உபயோகிப்பதற்குத் தயாரான படாடோபச் சொற்களை வைத்திருக்கும் மனிதர்களின் வகையைச் சேர்ந்தவன் அவன். இம்மாதிரி ஆட்கள் நேர்த்தியானவற்றால் உளநெகிழ்ச்சி அடையவே மாட்டார்கள். அசாதாரண உணர்ச்சிகளையும் மிகைப் படுத்திய விழைவுகளையும் அபூர்வத் தொல்லைகளையும் அலங்காரமாகப் பூண்டு பகட்டுவார்கள். எதிராளி மீது உளப்பதிவு ஏற்படுத்துவதே அவர்கள் துய்க்கும் இன்பம்.

---

* யூன்கெர் - பிரபுவம்சத்தைச் சேர்ந்த சிப்பாய் அல்லது கீழ்வரிசை அதிகாரி.

பாவனைக் கற்பனைப் போக்குள்ள சிற்றூர்ப் பெண்களுக்கு இத்தகையவர்கள் மேல் ஒரே மோகம். முதுமை அடைந்ததும் இவர்கள் ஒன்றா அமைதி நிறைந்த நிலச்சுவான்தார்களாகவோ அல்லது பெருங்குடியர்களாகவோ - சில வேளைகளில் இரண்டுமாகவோ மாறிவிடுவார்கள். இவர்களுடைய உள்ளத்தில் நல்லுணர்ச்சிகள் அடிக்கடி நிறைய எழும். ஆனால் கவிதை துளிக்கூட இராது. உருப்போட்ட சொற்களை ஒப்பிப்பதில் குருஷ்நீத்ஸ்க்கியுக்கு மோகம். உரையாடல் வழக்கமான விஷயங்களின் வட்டத்தை விட்டு வெளிவந்ததுமே அவன் வார்த்தைகளை அள்ளி வீசுவான். அவனோடு விவாதிக்க என்னால் முடிந்ததே இல்லை. நமது மறுப்புக்களுக்கு அவன் பதில் அளிக்கமாட்டான், நமது பேச்சை அவன் காதில் போட்டுக்கொள்வதே கிடையாது. நாம் நிறுத்தியதுமே அவன் நீண்ட சொல் மழையைத் தொடங்குவான், நாம் சொன்ன விஷயங்களுடன் அது ஏதோ தொடர்புகொண்டது போல. உண்மையிலோ அது அவனது சொந்தப் பேச்சின் தொடர்ச்சியாகவே இருக்கும்.

அவன் ஓரளவு புத்திக்கூர்மை உள்ளவன்: அவனுடைய நகைச்சுவைத் துணுக்குக்கள் பெரும்பாலும் சிரிப்பூட்டும், ஆனால் ஒருபோதும் இலக்கில் தைக்கமாட்டா, உறைக்க மாட்டா. ஒரே சொல்லால் ஒருவனைத் தாக்கி வீழ்த்துவது அவனுக்கு ஒருபோதும் இயலாது. மனிதர்களையும் அவர் களது பலவீனமான இதயத் தந்திகளையும் அவன் அறியான், ஏனெனில் வாழ்நாள் முழுதும் அவன் ஈடுபட்டிருந்தது தன் ஒருவன் மீதே. காதற் கதையின் நாயகன் ஆவதே அவன் குறிக்கோள். ஏதோ மர்மத் துன்பங்களில் உழலுமாறு விதிக்கப்பட்டுள்ள உலகின் பொருட்டுப் படைக்கப்படாத ஜீவன் தான் என்று மற்றவர்கள் நம்புமாறு செய்ய அவன் அடிக்கடி முயன்று வந்தான், தானே அநேகமாக எப்போதும் இதை நம்பினான். இந்தக் காரணத்தாலேயே அவன் தனது கனத்த சிப்பாய் மேல்கோட்டை அவ்வளவு இறுமாப்புடன் அணிந்து திரிந்தான். நான் அவனைப் புரிந்துகொண்டேன்,

இதனால் அவனுக்கு என்மேல் பிரியம் கிடையாது, எனினும் மேலுக்கு நாங்கள் மிகவும் நட்பார்ந்த உறவுகொண்டிருந்தோம். குருஷ்நீத்ஸ்க்கிய் சிறந்த வீரன் என்ற புகழ் பெற்றவன். நான் அவனைப் போரிடுகையில் பார்த்திருக்கிறேன். வாளை ஓங்கி ஆட்டுவான், கூச்சலிடுவான், கண்களைச் சுரித்துக்கொண்டு முன்னே பாய்வான். இது ஏதோ ருஷ்யத்தன்மை அற்ற வீரம்!

எனக்கும் அவன் மேல் பிரியம் கிடையாது. நாங்கள் இருவரும் குறுகிய பாதையில் எப்போதாவது மோதிக் கொள்வோம் என்றும் எங்களில் ஒருவனுக்கு உடல் நிலை சீர்கெடும் என்றும் நான் உணர்கிறேன்.

அவன் காக்கேஷியா வந்திருப்பதும் அவனது பாவனைக் கற்பனை நிறைந்த வெறியின் விளைவே ஆகும்: தந்தையின் கிராமத்திலிருந்து வெளியேறுவதற்குத் தலைக்கு நாள், அழகிய அண்டைவீட்டாள் ஒருத்தியிடம் அவன் துயர்தேங்கிய தோற்றத்துடன் சொல்லியிருப்பான், தான் போவது வெறுமே படைப்பணி புரிவதற்காக அல்ல என்றும், தான் சாவைத் தேடிச் செல்வதாகவும் ஏனெனில்... இந்தக் கட்டத்தில் அவன் விழிகளைக் கையால் பொத்திக்கொண்டு பின்வருமாறு பேச்சைத் தொடர்ந்திருப்பான்: "இல்லை, நீங்கள் (அல்லது நீ) இதைத் தெரிந்துகொள்ள வேண்டாம்! உங்களது தூய உள்ளம் உருகிவிடும்! மேலும் எதற்காக? நான் உங்களுக்கு யார்? நீங்கள் என்னைப் புரிந்துகொள்வீர்களா என்ன?" என்று இவ்வாறே மேலும் வார்த்தைப் பந்தல் போட்டிருப்பான் என நான் திண்ணமாக நம்புகிறேன்.

க. ரெஜிமெண்டில் சேருமாறு தன்னைத் தூண்டிய காரணம் என்றென்றைக்கும் தனக்கும் விண்ணுலகுக்கும் மட்டுமே தெரிந்த இரகசியமாக நிலவி வரும் என்று என்னிடம் அவனே சொன்னான்.

நிற்க, துன்ப நடிப்புப் போர்வையைக் கழற்றி எறிந்து விடும்போது குருஷ்நீத்ஸ்க்கிய் மிகவும் இனிமையும் கவர்ச்சியும் கொண்டிருப்பான். அவனைப் பெண்களுடன்

பார்ப்பதில் எனக்கு ஆவல்: அப்போது அவன் முழுமூச்சாகப் பாடுபடுகிறான் என்று நினைக்கிறேன்.

பழைய நண்பர்களாக நாங்கள் சந்தித்தோம். நீரூற்று வாழ்க்கைமுறை பற்றியும் குறிப்பிடத்தக்க பேர்வழிகள் பற்றியும் நான் அவனிடம் விசாரிக்கலானேன்.

"மிகவும் ரசமற்ற வாழ்க்கையையே நாம் இங்கே காண்கிறோம்" என்று அவன் பெருமூச்சு விட்டான். "காலையில் ஊற்று நீர் பருகுபவர்கள், எல்லா நோயாளிகளையும் போலவே தொய்ந்தவர்கள். மாலையில் மது அருந்துபவர்களோ, எல்லா ஆரோக்கியசாலிகளையும் போலவே சகிக்க முடியாதவர்கள். பெண்கள் கூட்டம் இருக்கிறது, ஆனால் அவர்களிடமிருந்து பெருத்த ஆறுதல் கிடைக்காது. அவர்கள் வீஸ்ட் சீட்டு ஆடுகிறார்கள், பாந்தமற்ற உடை அணிகிறார்கள், படுமோசமாகப் பிரெஞ்சு மொழி பேசுகிறார்கள். இந்த வருஷம் மாஸ்கோவிலிருந்து சிற்றரசி லிகொவ்ஸ்க்காயா மட்டுமே மகளுடன் வந்திருக்கிறாள். ஆனால் நான் அவர்களுடன் அறிமுகம் செய்துகொள்ளவில்லை. என்னுடைய சிப்பாய் மேல்கோட்டு சமூக விலக்க முத்திரை போன்றது. மற்றவர்கள் மனத்தில் அது ஏற்படுத்தும் உணர்ச்சி துயர் நிறைந்தது, பிச்சை போல."

அந்த நிமிடத்தில் எங்கள் அருகாகக் கிணற்றுக்குச் சென்றார்கள் இரு சீமாட்டிகள்: ஒருத்தி முதியவள், மற்றவள் இளையவள், வடிவமைந்த மேனியள். தொப்பிகளின் மறைவிலிருந்த அவர்களது முகங்களை நான் தெளிவாகக் காண முடியவில்லை. ஆனால் அவர்கள் சிறந்த ருசிக்கேற்ற கண்டிப்பான விதிப்படி உடை அணிந்திருந்தார்கள்: தேவையற்றது எதுவும் இல்லை. இளையவள் கழுத்தை மூடியிருந்த நல் முத்து நிற கவுன் போட்டுக்கொண்டிருந்தாள். மெல்லிய பட்டுக் குட்டை அவளது துவளும் கழுத்தைச் சுற்றிச் சுருண்டிருந்தது. பழுப்பு நிற ஜோடுகள் அவளது ஒடிசலான கால்களைக் கணுக்கால்களின் அருகே மிக நயமாக இறுக்கியதைக் காண்பவன் அழகின் மர்மங்களை

ஆழ்ந்து அறியாதவன் ஆயினும் வியப்பு காரணமாகவாவது நிச்சயமாக ஆகா என்று பாராட்டியிருப்பான். அவளது அனாயாசமான, ஆனால் உயர்பண்பு திகழ்ந்த நடையில் கன்னிமை இலகும், வரையறுக்க முடியாது நழுவும், எனினும் பார்வைக்கு விளங்கும் ஏதோ ஒன்று மறைந்திருந்தது. அவள் எங்களைக் கடந்து சென்றபொழுது, இனிய மாதின் குறிப்புக் காகிதத்தில் சில வேளைகளில் கமழும் விளக்க முடியாத நறு மணம் அவளிடமிருந்து மிதந்து வந்தது.

"இதோ சிற்றரசி லிகொவ்ஸ்க்காயா. அவளுடன் இருப்பவள் ஆங்கில தோரணையில் மேரி என்று அவளால் அழைக்கப்படும் மகள். அவர்கள் இங்கு வந்து மூன்று நாட்கள் தாம் ஆகின்றன" என்றான் குருஷ்நீத்ஸ்க்கிய்.

"இருந்தாலும் அவளுடைய பெயரை நீ இதற்குள் தெரிந்து வைத்திருக்கிறாயே."

"அட நான் தற்செயலாகக் கேள்விப்பட்டேன்" என்று அவன் முகஞ்சிவக்கக் கூறினான். "அவர்களை அறிமுகம் செய்துகொள்ள நான் விரும்பவில்லை என்பதைச் சொல்லிவிடுகிறேன். செருக்குமிக்க இந்தப் பெருங்குடி மக்கள் படைவீரர்களான நம்மைக் காட்டுமிராண்டிகளாகக் கருதுகிறார்கள். இலக்கம் பொறித்த இராணுவத் தொப்பிக்கு அடியில் அறிவும் கனத்த இராணுவ மேல்கோட்டுக்கு அடியில் இதயமும் உள்ளனவா என்பது பற்றி இவர்களுக்கு என்ன கவலை!" என்றான்.

"பாவம் இராணுவக் கோட்டு!" என்று நான் நகைத்தேன். "ஆமாம், அவர்களை அணுகி, அவ்வளவு பணிவுடன் அவர்களுக்குத் தம்ளரை நீட்டும் இந்தக் கனவான் யார்?" என வினவினேன்.

"ஓ! அவன் தான் மாஸ்கோ பகட்டன் ராயேவிச்! அவன் சூதாடி. அவனுடைய நீலக் கோட்டில் நெளிந்து சென்றிருக்கும் பிரமாண்டமான தங்கச் சங்கிலியிலிருந்து இதை உடனே கண்டுகொள்ளலாம். கைத்தடிதான் எவ்வளவு

பருமன் - ராபின்ஸன் க்ரூஸோவுடையது போல! தாடியும் அதற்கேற்றாற்போலவே இருக்கிறது, முடி வாரியிருப்பதும் குடியானவன் மாதிரி.

"உனக்கு எல்லா வகை மனிதர்கள் மேலும் ஒரே ஆத்திரம்."

"அதற்குக் காரணம் இருக்கிறது..."

"ஓ! மெய்யாகவா?"

இந்தச் சமயத்தில் சீமாட்டிகள் கிணற்றிலிருந்து அகன்று எங்களுக்கு நேராக வந்தார்கள். குரூஷ்நீத்ஸ்க்கிய் கவைக் கோலின் உதவியால் துன்பியல் நாடக தோரணையை மேற்கொண்டு பிரெஞ்சு மொழியில் எனக்கு உரக்க விடையளித்தான்:

"Mon cher, je hais les hommes pour ne pas les mepriser car autrement la vie serait une farce trop degoutante" *

எழிலார்ந்த இளவரசி முகத்தைத் திருப்பி ஆவல் நிறைந்த நீண்ட பார்வையால் பேச்சாளனுக்குப் பரிசு அளித்தாள். இந்தப் பார்வையில் வெளிப்பட்ட கருத்து மிகவும் தெளிவாயில்லை, ஆனால் அதில் ஏளனம் இல்லை. இதன் பொருட்டு நான் உள்ளுக்குள் அவனை மனமார வாழ்த்தினேன்.

"இந்த இளவரசி மேரி மிகவும் அழகி. அவளுக்கு அருமையான வெல்வெட் கண்கள் - அது தான் சரியான வார்த்தை - வெல்வெட் கண்கள்: அவளுடைய விழிகளைப் பற்றிப் பேசும்போது இந்தச் சொற்றொடரைப் பிரயோகிக்கக் கற்றுக்கொள்ளும்படி உனக்கு யோசனை கூறுகிறேன். கீழ், மேல் இமை மயிர்கள் மிக நீளம் ஆதலால் சூரிய கிரணங்கள் அவள் விழிகளில் பிரதிபலிப்பதில்லை. பளிச்சிடாத இந்தக்

* "என் அன்பா, நான் மாந்தர்களை வெறுக்கிறேன், அவர்களை இகழ்ந்து ஒதுக்காதிருக்கும் பொருட்டு, ஏனெனில், இல்லாவிடில் வாழ்க்கை மட்டுமீறி அருவருக்கத்தக்க கோமாளிக்கூத்து ஆகிவிடும்."

கண்களை நான் விரும்புகிறேன். அவை நம்மை இதமாக வருடுவது போல் இருக்கிறது... நிற்க, அவள் வதனத்தில் இவை மட்டுமே நன்றாக இருக்கின்றன... ஆமாம், அவள் பற்கள் என்ன, வெண்மையானவையா? இது மிக முக்கியம்! உன்னுடைய ஆடம்பரச் சொற்களைக் கேட்டு அவள் முறுவலிக்காதது வருந்தத்தக்கது" என்றேன்.

"ஏதோ ஆங்கிலக் குதிரையைப் பற்றிச் சர்ச்சை செய்வது போல அழகிய நங்கையைப் பற்றிப் பேசுகிறாயே" என்று கடுப்புடன் சொன்னான் குருஷ்நீத்ஸ்க்கிய்.

நான் அவனுடைய தோரணையைப் பின்பற்ற முயன்ற வாறு பிரெஞ்சு மொழியில் பதில் கூறினேன்:

"Mon cher, je meprise les femmes pour ne pas les aimer, car autrement la vie serait un melodrame trop ridicule." *

நான் திரும்பி அவனைவிட்டு அப்பால் போய்விட்டேன். திராட்சைக் கொடிப் பாதையிலும், இடையிடையே புதர்கள் அடர்ந்த சுண்ணப் பாறைகளிலும் நான் அரை மணி நேரம் உலாவினேன். வெக்கை ஏறிவிடவே, நான் விரைவாக வீட்டுக்கு நடந்தேன். புளிப்புக் கந்தக ஊற்றைக் கடந்தபின், கூரை வேய்ந்த சுற்றுச்சாலையின் நிழலில் சற்று இளைப்பாறுவதற்காக அதன் அருகே நின்றேன். மிகவும் அக்கறைக்குரிய காட்சி ஒன்றைக் காணும் வாய்ப்பு இதனால் எனக்குக் கிட்டியது. நாடக பாத்திரங்கள் பின்வரும் கிரமத்தில் இருந்தார்கள். சிற்றரசி மாஸ்கோப் பகட்டனுடன் கூரை வேய்ந்த சுற்றுச்சாலையில் பெஞ்சி மீது அமர்ந்திருந்தாள். இருவரும் ஆழ்ந்த உரையாடலில் ஈடுபட்டிருப்பது தெரிந்தது. இளவரசி கடைசித் தம்ளர் ஊற்றுநீரைப் பருகிவிட்டுப் போலும், சிந்தனையுடன் கிணற்றருகே உலவிக் கொண்டிருந்தாள். குருஷ்நீத்ஸ்க்கிய்

---

* "என் அன்பா, நான் பெண்களை இகழ்ந்து ஒதுக்குகிறேன், அவர்களைக் காதலிக்காதிருக்கும் பொருட்டு, ஏனெனில், இல்லாவிட்டால் வாழ்க்கை மட்டுமீறி அபத்தமான உருக்க நாடகம் ஆகிவிடும்."

கிணற்றின் பக்கத்திலேயே நின்று கொண்டிருந்தான். மைதானத்தில் வேறு ஒருவரும் இல்லை.

நான் கிட்டே நெருங்கி, சுற்றுச் சாலையின் மூலையின் பின் மறைந்துகொண்டேன். அந்தச் சமயத்தில் குருஷ்நீத்ஸ்க்கிய் தன் தம்ளரை மணலில் தவறவிட்டுவிட்டு, அதை எடுக்கும் பொருட்டுக் குனியச் சிரமத்துடன் முயன்றான். காயம்பட்ட கால் அவனுக்கு இடைஞ்சலா யிருந்தது. பாவம்! கவைக்கோல்மீது சாய்ந்தவாறு அவன் எப்படி எல்லாமோ தந்திரம் செய்தும் ஒன்றும் பயனில்லாது போயிற்று. உணர்ச்சிகளை நன்கு வெளியிடும் அவன் முகம் உண்மையிலேயே வேதனையைக் காட்டியது.

இளவரசி மேரி இதை எல்லாம் என்னைவிட நன்றாகப் பார்த்தாள்.

பறவையைவிட லாகவமாக அவள் அவனிடம் தத்திச் சென்றாள், குனிந்தாள், தம்ளரை எடுத்தாள், வருணிக்க முடியாத ஒயிலுள்ள மேனி அசைவுடன் அதை அவனிடம் கொடுத்தாள். அப்புறம் கன்றிச் சிவந்தாள், சுற்றுச்சாலையைத் திரும்பிப் பார்த்தாள், தனது தாயார் எதையும் காணவில்லை என்று உறுதிப்பட்டதும் உடனே நிம்மதியுற்றவள் போலக் காணப்பட்டாள். அவளுக்கு நன்றி தெரிவிப்பதற்காக குருஷ்நீத்ஸ்க்கிய் வாயைத் திறப்பதற்குள் அவள் தொலைவில் போய்விட்டாள். நிமிட நேரத்திற்கெல்லாம் அவள் தாயாருடனும் பகட்டனுடனும் சுற்றுச் சாலையிலிருந்து வெளியேறினாள். ஆனால் குருஷ்நீத்ஸ்க்கியைக் கடந்து செல்கையில் அவள் முகம் கண்யமும் பெருமிதமும் உள்ள தோற்றத்தை மேற்கொண்டது. அவன் பக்கம் அவள் திரும்பவே இல்லை. அவனுடைய ஆர்வம் பொங்கும் பார்வையை அவள் கவனிக்கத்தானும் இல்லை. அவனோ, அவள் மலையிலிருந்து இறங்கி உலாச்சாலை லிண்டன் மரங்களின் பின் மறையும்வரை அதே பார்வையால் நெடுநேரம் அவளைத் தொடர்ந்தான்... சற்று நேரத்தில்

அவளது தொப்பி தெருவின் குறுக்காகப் பளிச்சிட்டது. பியாத்திகோர்ஸ்க் நகரிலுள்ள சிறந்த வீடுகளில் ஒன்றின் வாயிலுக்குள் அவள் புகுந்தாள். சிற்றரசி அவள் பின்னே போனவள், வாயிலருகே ராயேவிச்சிடம் வணங்கி விடைபெற்றுக்கொண்டாள்.

ஆர்வம் மிக்க அப்பாவி யூன்கெர் அப்போதுதான் நான் எதிரிலிருப்பதைக் கவனித்தான்.

என் கையை இறுகப் பற்றிக் குலுக்கி, "பார்த்தாயா நீ? இவள் தேவதை தான்!" என்றான்.

நான் மிக மிக அலட்சியத்தைக் காட்டும் தோற்றத்துடன், "எதனால்?" என்றேன்.

"நீ பார்க்கவில்லையா என்ன?"

"இல்லை, பார்த்தேன். அவள் உன் தம்ளரை எடுத்துக் கொடுத்தாள். இங்கே காவல்காரன் இருந்தால் அவனும் அதையே செய்திருப்பான், இன்னும் விரைவாக, குடிக்குக் காசு கிடைக்கும் என்ற நம்பிக்கையில். நிற்க, உன்மேல் அவளுக்கு இரக்கம் ஏற்பட்டது புரியக்கூடியதே. குண்டடிபட்ட காலை ஊன்றியபோது நீ பயங்கரமாக முகத்தைச் சுளித்தாய்..."

"அந்த நிமிடத்தில், ஆன்மா அவள் முகத்தில் ஒளி வீசியபோது, அவளைக் கண்டு உன் நெஞ்சு சிறிதேனும் உருகவில்லையா?"

"இல்லை."

நான் புளுகினேன். அவனுக்கு ஆத்திரமூட்ட வேண்டும் என்று எனக்கு விருப்பம் உண்டாயிற்று. முரண்படுவதில் எனக்குப் பிறவியிலேயே ஆர்வம். என் வாழ்க்கை முழுவதுமே இதயத்துக்கோ அல்லது பகுத்தறிவுக்கோ எதிரான, துயரும் தோல்வியும் நிறைந்த முரண்பாடுகளின் சங்கிலித் தொடராகவே விளங்கியது. உற்சாகம் பொங்குபவன் எதிரில் இருப்பதே என்னைக் கடுங்குளிரால் மரத்துப்போகச் செய்து

விடுகிறது. தொய்ந்து வறண்ட உணர்ச்சியற்ற மனிதனுடன் மிக அடிக்கடி பழக நேர்ந்திருந்தால் நான் ஆர்வம் பொங்கக் கனவு காண்பவன் ஆகியிருப்பேன் என்று நினைக்கிறேன். மகிழ்வற்ற, ஆனால் பரிச்சயமான உணர்ச்சி என் இதயத்தில் லேசாகப் பரவியது என்பதை ஒப்புக்கொள்கிறேன். இந்த உணர்ச்சி பொறாமை. நான் துணிவுடன் "பொறாமை" என்று சொல்லுகிறேன், ஏனெனில் என் குறைகளை எல்லாம் ஒப்புக்கொள்வது எனக்கு வழக்கமாகிவிட்டது. பொழுது போக்கற்ற வேளையில் தனது கவனத்தைக் கவர்ந்த ஓர் அழகிய பெண்ணைச் சந்திக்கும் எந்த இளைஞனும், திடீரென அவள் வெளிப்படையாக அவன் எதிரே, அவன் போன்றே தனக்கு அறிமுகமற்ற வேறொருவனுக்குச் சிறப்பிடம் அளிப்பதைக் காணும்போது, நான் சொல்லுகிறேன், இத்தகைய நிலையில் உள்ள எந்த இளைஞனும் (அதாவது உயர் சமூகத்தில் வாழ்பவனும் தனது சுய மதிப்புக்கு இடங்கொடுத்துப் பழகிவிட்டவனும் ஆன ஒருவன்), அதனால் வருத்தம் நிறைந்த வியப்பு அடையாமலிருப்பது அரிதே.

குருஷ்நீத்ஸ்க்கியும் நானும் பேசாமல் மலையிலிருந்து இறங்கி உலாவுச்சாலைக்கு வந்து, எங்கள் அழகி புகுந்து மறைந்த வீட்டு ஜன்னல்கள் ஓரமாக நடந்தோம். அவள் ஜன்னல் அருகே அமர்ந்திருந்தாள். குருஷ்நீத்ஸ்க்கிய் என் கையைப் பற்றி இழுத்து, தெளிவற்ற கனிவுள்ள பார்வை ஒன்றை (இத்தகைய பார்வைகள் பெண்கள் மீது மிகச் சிறிதே விளைவு ஏற்படுத்துகின்றன) அவள்மேல் வீசினான். நான் பிடிவைத்த பார்வைக்கண்ணாடியை அவள் பக்கம் திருப்பினேன். அவனுடைய பார்வைக்கு அவள் முறுவல் செய்ததையும் என்னுடைய துணிகரமான பார்வைக்கண்ணாடி அவளுக்கு உண்மையாகவே எரிச்சலூட்டியதையும் கவனித்தேன். காக்கேஷியப் படைவீரன் மாஸ்கோ இளவரசி மீது கண்ணாடியைத் திருப்ப மெய்யாகவே எப்படித் துணியலாம்?

மே, 13ந் தேதி

இன்று காலை என்னிடம் வந்தான் மருத்துவன். அவன் பெயர் வேர்னெர், ஆனால் அவன் ருஷ்யன். இதில் ஆச்சரியப்படுவதற்கு என்ன இருக்கிறது? எனக்குத் தெரிந்த ஒரு இவானோவ் ஜெர்மானியன்.

வேர்னெர் பல காரணங்களால் குறிப்பிடத்தக்கவன். அனேகமாக எல்லா மருத்துவர்களையும் போலவே அவன் சமுசயவாதி, லோகாயதவாதி. இதோடு கூட அவன் கவி, நிஜமாகவே - செயலில் எப்போதும் சொற்களில் அடிக்கடியும் கவி, வாழ்நாளில் அவன் இரண்டு வரி கூடச் செய்யுள் எழுதியதே கிடையாது என்றாலும். மனித இதயத்தின் உயிர்த் தந்திகள் எல்லாவற்றையும் பிணத்தின் இரத்தக் குழாய்களை ஆராய்வது போன்று அவன் நுணுகி ஆராய்ந்திருந்தான். ஆனால் தனது அறிவைப் பயன்படுத்த அவனுக்கு ஒருபோதும் இயலவில்லை. இப்படித்தான் சில வேளைகளில் சிறந்த உடலமைப்பு அறிஞனால் காய்ச்சலைக் குணப்படுத்த முடிவதில்லை! வழக்கமாக வேர்னெர் தனது நோயாளிகளை மறைவில் நகையாடுவான். ஆனால் மரணத் தறுவாயிலிருந்த ஒரு படைவீரனுக்காக அவன் இரங்கி அழுததை நான் ஒரு முறை கண்டேன்... அவன் ஏழை, லட்சங்களைப் பற்றிக் கனவு கண்டான், ஆனால் பணத்துக்காக ஓர் அடிகூட அதிகப்படியாக எடுத்து வைக்கமாட்டான். "உபகாரம் பகைவனுக்குச் செய்தாலும் செய்வேனே தவிர நண்பனுக்கு அல்ல. ஏனென்றால் நண்பனுக்கு உதவுவது பரோபகாரத்தை விற்பது ஆகும். மாறாக வெறுப்போ, எதிரியின் பெருந்தன்மையின் அளவுக்கு ஏற்பத் தீவிரமே அடையும்" என்று ஒரு தடவை அவன் என்னிடம் சொன்னான். அவனுக்குக் கொடு நாக்கு: அவனுடைய பரிகாசத்துக்கு இலக்காகி எத்தனையோ நல்லவர்கள் வடிகட்டிய மூடர்கள் என்று பெயர் பெற்றுவிட்டார்கள். அவனுடைய போட்டியாளர்களான பொறாமை பிடித்த நீர் மருத்துவர்கள், அவன் தனது நோயாளிகளை

வைத்துக்கொண்டு கேலிச் சித்திரங்கள் தீட்டுவதாக வதந்தி கிளப்பினார்கள். நோயாளிகள் கடுங்கோபம் அடைந்து, அனேகமாக எல்லாருமே அவனிடம் சிகிச்சை பெற மறுத்துவிட்டார்கள். அவனுடைய நண்பர்கள், அதாவது காக்கேஷியாவில் இராணுவ சேவை செய்த உண்மையிலேயே நேர்மையுள்ள மனிதர்கள் அவனுடைய இழந்த மதிப்பை மீட்க வீணே முயன்றார்கள்.

முதல் பார்வைக்கு அருவருப்பூட்டித் திடுக்கிடச் செய்வதும், பின்னர், திருத்தமற்ற வடிவமைப்பில் நம்பத்தகுந்த உயர்ந்த உள்ளத்தின் பதிவைக் காண்பதற்குக் கண்கள் பழகியதும் மனதுக்குப் பிடித்துவிடுவதும் ஆன வகையைச் சேர்ந்தது அவனுடைய வெளித் தோற்றம். இந்த மாதிரி ஆட்களிடம் பெண்கள் அடங்கா மையல் கொண்டதற்கும், மிக மிகப் புத்திளமையும் கவர்ச்சியும் வாய்ந்த என்டிமியோன்களின்* வனப்பைக்கூட அவர்களின் அழகின்மைக்கு மாற்றாகக் கொள்ள இம்மகளிர் ஒருப்படாததற்கும் உதாரணங்கள் இருந்திருக்கின்றன. பெண்களுக்கு உரிய நியாயத்தைச் செலுத்தவேண்டும்: உள அழகை உணரும் இயல்பூக்கம் அவர்களுக்கு இருக்கிறது. அதனால் தான் போலும் வேர்னெரைப் போன்ற ஆடவர்கள் பெண்கள்மேல் அவ்வளவு தீவிர மோகம் கொண்டிருக்கிறார்கள்.

வேர்னெர் உயரமற்றவன், மெலிந்தவன், வலுவற்றவன் - சிறுவன்போல. அவனது ஒரு கால் மற்றதைக் காட்டிலும் குட்டையாக இருந்தது - பைரனுடையது போன்று. முண்டத்துடன் ஒப்பிடுகையில் அவன் தலை பிரமாண்டமாக இருந்தது. முடியை அவன் ஒட்டக் கத்தரித்திருப்பான். இவ்வாறு வெளித் தெரியும் அவனது மண்டையோட்டின் சமமின்மை, எதிரெதிராக அமைந்த சாய்வுகளின் பின்னல்

* என்டிமியோன் - தொன்மைக் கிரேக்கப் புராணங்களில் வரும் அழகிய இளைஞன். இறவாமையும் நிலையான இளமையும் வரத்தால் பெற்றவன்.

காரணமாக மண்டையோட்டமைப்பியல்* அறிஞனைத் திகைப்பில் ஆழ்த்தியிருக்கும். எப்பொழுதும் சஞ்சலமாயிருக்கும் அவனது சிறு கருவிழிகள் எதிராளியின் எண்ணங்களை ஊடுருவிக் காண முயலும். அவனுடைய உடையில் நற்சுவையும் கச்சிதமும் கவனத்தை ஈர்க்கும். மெலிந்து, இரத்த நாளங்கள் புடைத்து, சிறியவையாயிருந்த அவன் கைகளில் வெண்மஞ்சள் கையுறைகள் இலகும். அவனுடைய கோட்டு, டை, அரைச் சட்டை ஆகியவை எப்போதும் கறுப்பு நிறமானவை. இளைஞர்கள் அவனை மெபிஸ்டோபில்** என்று அழைப்பார்கள். இந்தப் பெயருக்காகக் கோபித்துக்கொள்வது போல் அவன் பாவனை செய்வான். உண்மையிலோ இது அவனுடைய ஆணவத்துக்குப் புகழ்ச்சியாகவே விளங்கியது.

நாங்கள் ஒருவரையொருவர் விரைவில் புரிந்து கொண்டோம், நேயர்கள் ஆனோம், ஏனெனில் உளமார்ந்த நட்புகொள்ள நான் வல்லவன் அல்ல. இரண்டு உயிர் நண்பர்களில் எப்போதும் ஒருவன் மற்றவனுக்கு அடிமையாயிருப்பான் - அவர்களில் ஒருவனும் இதைப் பெரும்பாலும் ஒப்புக்கொள்ள மாட்டான் என்றாலும். அடிமையாயிருக்க என்னால் முடியாது, ஆள்பவனாயிருப்பதோ இந்தச் சந்தர்ப்பத்தில் களைப்பூட்டும் வேலை, ஏனெனில் இதோடு கூடவே ஏமாற்றவும் வேண்டியிருக்கும். தவிர என்னிடம் பணியாளர்கள் இருக்கிறார்கள், பணமும் இருக்கிறதே! நாங்கள் நேயர்கள் ஆனது இவ்வாறு: ஸ. என்ற இடத்தில், கூச்சலிடும் பெருந்தொகையான இளைஞரின் குழு நடுவே வேர்னெரை நான் சந்தித்தேன். மாலை முடியும் தறுவாயில் உரையாடல் வறட்டுத் தத்துவத்துக்குத் திரும்பியது. நம்பிக்கைகளைப் பற்றிப் பேச்சு நடந்தது. ஒவ்வொருவரும் வெவ்வேறு விஷயங்களில் நம்பிக்கை கொண்டிருந்தார்கள்.

---

* மண்டையோட்டமைப்பியல் (phrenology) - மண்டையோட்டின் அமைப்பைக் கொண்டு மனிதனின் பண்புகளை அறியலாம் என்று கூறிய போலி விஞ்ஞானம்.

** மெபிஸ்டோபில் - ஜெர்மானியக் கவிஞர் கோதே இயற்றிய "பாவுஸ்ட்" என்னும் நாடகக் காப்பியத்தில் வரும் தீய ஆவி.

"என்னைப் பொறுத்தவரையில் நான் ஒரே ஒரு விஷயத்தில் தான் உறுதியான நம்பிக்கை கொண்டிருக்கிறேன்" என்றான் மருத்துவன்.

அதுவரை மௌனமாயிருந்த அந்த மனிதனின் கருத்தை அறிய விரும்பி, "எதில்?" என்று கேட்டேன்.

"விரைவிலோ தாமதித்தோ, என்றாவது ஒரு நாள் நான் இறந்துபோவேன் என்பதில்" என்று அவன் பதில் அளித்தான்.

"நான் உங்களைவிட வளம் மிக்கவன். இந்த நம்பிக்கை தவிர எனக்கு இன்னொன்றும் உண்டு. அதாவது, என்றோ ஒரு நாள் பிறக்கும் துர்ப்பாக்கியம் எனக்கு ஏற்பட்டது என்பது" என்றேன்.

நாங்கள் பேசுவது வெட்டிப் பேச்சு என்று எல்லோரும் கருதினார்கள் ஆயினும் இதைவிட அறிவார்ந்தது எதையும் எவனும் சொல்லவில்லை. அந்த நாள் முதல் நாங்கள் கூட்டத்தில் ஒருவரோடு ஒருவர் தனியாக அளவளாவினோம். அடிக்கடி நாங்கள் சேர்ந்து உலாவுவோம், அருவப் பொருள்கள் பற்றி மிக ஆழ்ந்த முறையில் உரையாடுவோம் – நாங்கள் ஒருவரையொருவர் முட்டாளாக்கிக் கொண்டிருப்பதை இருவரும் கவனிக்கும்வரை. அப்போது நாங்கள் ரோமாபுரிக் குறிகாரர்கள் செய்வதாக கீஸிரோ கூறுவது போல, ஒருவரை ஒருவர் பொருள் பொதிந்த பார்வையுடன் நோக்கிக் கடகடவென்று சிரிக்கத் தொடங்குவோம், உளமாரச் சிரித்துத் தீர்த்த பின்பு மாலைப் பொழுதை நன்கு கழித்த திருப்தியுடன் பிரிந்து செல்வோம்.

நான் நீள் சோபாவில் படுத்து, கைகளைத் தலைக்கடியில் வைத்தவாறு முகட்டைப் பார்த்துக்கொண்டிருந்த வேளையில் வேர்னெர் என் அறைக்குள் வந்தான். சாய்வு நாற்காலியில் அமர்ந்து, கைத்தடியை மூலையில் சாத்தி விட்டுக் கொட்டாவிவிட்டு, வெளியே வெக்கையாய் இருப்பதாக அறிவித்தான். என்னை ஈக்கள் தொந்தரை

செய்வதாக நான் கூறினேன். பின்பு இருவரும் மௌனத்தில் ஆழ்ந்தோம்.

“ஒன்று கவனித்தீர்களா, அருமை டாக்டர், முட்டாள்கள் இல்லாவிட்டால் உலகத்தில் மிக மிகச் சலிப்பாயிருக்கும்... பாருங்களேன், இதோ நாம் இருவரும் அறிவுள்ளவர்கள். எல்லாவற்றையும் பற்றி முடிவில்லாமல் விவாதிக்கலாம் என்பதை நாம் முன்கூட்டி அறிவோம், அதனால் தான் நாம் விவாதிப்பதில்லை. நாம் ஒருவர் மற்றவரது அனேகமாக எல்லா அந்தரங்க எண்ணங்களையும் அறிவோம். ஒரு சொல் நமக்கு முழு வரலாற்றுக்குச் சமம். நமது உணர்ச்சிகளின் கருவை மூன்று மடிப்பு உறைக்கு ஊடாகக் காண்கிறோம். வருத்தமளிக்கும் விஷயம் நமக்கு வேடிக்கையானது, வேடிக்கையானது நமக்குத் துயர் நிறைந்தது. மொத்தத்திலோ, உண்மையாக நாம் நம்மையே தவிர எல்லா விஷயங்களிலும் ஏனோ தானோ என்று இருக்கிறோம். ஆகவே உணர்ச்சிகளையும் எண்ணங்களையும் பரிமாறிக்கொள்வது நமக்குள் நடைபெற முடியாது. ஒருவரை ஒருவர் பற்றி அறிய விரும்புவது எல்லாம் நாம் அறிவோம். மேற்கொண்டு அறிய விரும்போம். ஒரே சாதனந்தான் எஞ்சியிருக்கிறது. அது தான் புதிய செய்தி சொல்லுதல். ஏதேனும் புதிய செய்தி சொல்லுங்களேன்.”

நீண்ட பேச்சினால் களைத்துப்போய் நான் கண்களை மூடிக்கொண்டு கொட்டாவிவிட்டேன்...

அவன் சற்று யோசித்த பின் பதில் சொன்னான்:

“உங்களுடைய பிதற்றலில் ஒரு கருத்து இருக்கிறது.”

“இரண்டு!” என்றேன் நான்.

“ஒன்றை நீங்கள் சொல்லுங்கள், இன்னொன்றை நான் சொல்லுகிறேன்.”

நான் தொடர்ந்து முகட்டைப் பார்த்தவாறு உள்ளுக்குள் புன்னகை செய்து, “நல்லது, ஆரம்பியுங்கள்!” என்றேன்.

"ஊற்று நீருக்காக வந்திருப்பவர்களில் ஒருவரைப் பற்றி ஏதேனும் விவரங்கள் தெரிந்துகொள்ள நீங்கள் விரும்புகிறீர்கள். யாரைப் பற்றி நீங்கள் அக்கறை எடுத்துக் கொள்கிறீர்கள் என்பதை நான் ஊகித்துக்கொண்டு விட்டேன், ஏனென்றால் உங்களைப்பற்றி அங்கே ஏற்கனவே விசாரித்தார்கள்."

"டாக்டர்! நாம் அறவே பேசக்கூடாது: நாம் ஒருவர் உள்ளத்தை மற்றவர் படித்து விடுகிறோம்."

"இப்போது இரண்டாவது..."

"இரண்டாவது கருத்து இது; உங்களை ஏதாவது பேச வைக்க எனக்கு விருப்பம் உண்டாயிற்று. காரணம், முதலாவதாக, கேட்பது குறைவாகக் களைப்பூட்டுவது; இரண்டாவதாக, இரகசியம் எதையும் வெளியிடுவது இயலாது; மூன்றாவதாக, பிறத்தியார் இரகசியத்தைத் தெரிந்துகொள்ளலாம்; நான்காவதாக, உங்களைப் போன்ற அறிவுள்ளவர்கள் வார்த்தையாடுபவர்களைவிடக் கேட்பவர்களையே பெரிதும் விரும்புவார்கள். இப்போது விஷயத்துக்கு வருவோம்: சிற்றரசி லிகொவ்ஸ்க்காயா என்னைப் பற்றி உங்களிடம் என்ன சொன்னாள்?"

"அது சிற்றரசிதான், இளவரசி இல்லை என்று மிகவும் உறுதியாக எண்ணுகிறீர்களா?"

"முழு நம்பிக்கை கொண்டிருக்கிறேன்."

"ஏன்?"

"ஏனென்றால் இளவரசி குருஷ்நீத்ஸ்க்கியைப் பற்றி விசாரித்தாள்."

"உங்களுக்குக் கற்பனைத் திறன் மிகுதி. சிப்பாய் மேல் கோட்டு அணிந்த இந்த வாலிபன் இருவர்போர் நிகழ்த்தியதற்காக மேல் பதவியிலிருந்து தள்ளப்பட்டிருக்கிறான் என்று தான் நம்புவதாக இளவரசி கூறினாள்..."

"இந்த இன்பமான பிரமையில் அவளை இருக்க விட்டு விட்டீர்கள் என்று நம்புகிறேன் ..."

"சொல்லவே தேவையில்லை."

"கதை தொடங்கிவிட்டது! இந்த நகைச்சுவை நாடகத்தின் முடிவைப்பற்றி நாம் சிரமம் எடுத்துக்கொள்வோம். எனக்குச் சலிப்பாயிருக்கக் கூடாது என்பதில் விதி அக்கறை எடுத்துக்கொள்வது வெளிப்படை" என்று உவகை பொங்க ஆர்ப்பரித்தேன்.

"பாவம் குருஷ்நீத்ஸ்க்கிய் உங்களுக்குப் பலியாவான் என்பதை நான் முன்னுணர்கிறேன்..." என்றான் மருத்துவன்.

"மேலே சொல்லுங்கள், டாக்டர்..."

"உங்கள் முகம் தனக்கு அறிமுகமானது என்று சிற்றரசி கூறினாள். பீட்டர்ஸ்பர்கில், எங்கேனும் பிரபுவம்சத்தினர் வீட்டில் உங்களை அவள் சந்தித்திருக்கலாம் என்றேன்... உங்கள் பெயரைச் சொன்னேன். அவளுக்கு அது தெரிந்திருந்தது. உங்கள் கதை அங்கே பலமாக அடிபட்டிருக்கும் போலிருக்கிறது... உங்கள் நடவடிக்கைகளைப் பற்றிச் சிற்றரசி விவரித்தாள். உயர் சமூக அரட்டைகளுடன் தனது குறிப்புக் களையும் கட்டாயமாகச் சேர்த்துக்கொண்டிருப்பாள்... மகள் ஆவலாகக் கேட்டுக்கொண்டிருந்தாள். அவளுடைய கற்பனையில் நீங்கள் புது முறை நவீனத்தின் கதாநாயகனாக உருவாகிவிட்டீர்கள்... சிற்றரசி சொல்வது பிதற்றல் என்று அறிந்திருந்தபோதிலும் நான் அதை மறுக்கவில்லை."

"எனக்கு ஏற்ற நண்பர்!" என்று அவன் பக்கம் கையை நீட்டினேன்.

மருத்துவன் அதை உணர்ச்சியுடன் பற்றிக் குலுக்கினான்.

"நீங்கள் விரும்பினால் உங்களை அறிமுகம் செய்து வைக்கிறேன்..." என்றான்.

"அட வேண்டாம், விடுங்கள்!" என்று கைகளை உயரே வீசியாட்டினேன். கதாநாயகர்கள் அறிமுகம் செய்யப்

படுவதுண்டா எங்காவது? தங்கள் காதலியை நிச்சயமான மரணத்திலிருந்து தப்புவிப்பதன் வாயிலாக அன்றி வேறு விதத்தில் அவர்கள் பரிச்சயம் ஆவதில்லை...” என்றேன்.

“அப்படியானால் நீங்கள் இளவரசியின் பின்னே சுற்ற உண்மையாகவே விரும்புகிறீர்களா?”

“நான் விரும்புவது வேறு, முற்றிலும் வேறு! டாக்டர், முடிவில் நான் வெல்வேன்: நீங்கள் என்னைப் புரிந்து கொள்ளவில்லை!” ஒரு நிமிட மௌனத்துக்குப் பிறகு நான் பேச்சைத் தொடர்ந்தேன்: “நிற்க, இது எனக்கு வருத்தம் அளிக்கிறது, டாக்டர். எனது இரகசியங்களை நானாக ஒரு போதுமே வெளியிட்டது கிடையாது. மற்றவர்கள் அவற்றை ஊகிப்பது எனக்கு மிகவும் பிடிக்கும். ஏனென்றால் அப்போது ஏதேனும் நேர்ந்தால் நான் அவற்றை மறுக்க முடியும். எனினும் தாயையும் மகளையும் நீங்கள் எனக்கு வருணித்துக் கூறவேண்டும். அவர்கள் எப்பேர்ப்பட்டவர்கள்?”

மருத்துவன் சொன்னான்: “முதலாவதாக, சிற்றரசி நாற்பத்தைந்து வயதானவள். அவளுடைய இரைப்பை நேர்த்தியானது, ஆனால் இரத்தம் கெட்டுப் போயிருக்கிறது. கன்னங்களில் சிவப்புப் புள்ளிகள் இருக்கின்றன. தன் வாழ்வின் கடைசிப் பாதியை அவள் மாஸ்கோவில் கழித்தாள், அங்கே நிம்மதியில் பருத்துப் போய்விட்டாள். காமக் கவர்ச்சி கொண்ட கதைத் துணுக்குக்களை அவள் மிகவும் விரும்புகிறாள். பெண் அறையில் இல்லாதபோது தானே சில வேளைகளில் முறையில்லாத விஷயங்களைப் பேசுகிறாள். தன் புதல்வி கன்னி கழியாதவள், மாடப்புறா போல என்று அவள் எனக்கு அறிவித்தாள். எனக்கென்ன வந்தது இதிலே? ‘கவலைப் படாதீர்கள் அம்மா, நான் இந்த விஷயத்தை ஒருவரிடமும் சொல்ல மாட்டேன்!’ என்று கூற விரும்பினேன். சிற்றரசி கீல்வாதத்துக்கு மருத்துவம் செய்து கொள்கிறாள், மகள் எதற்கோ ஆண்டவனே அறிவான். நாள்தோறும் இரண்டு தம்ளர் கந்தகநீர் பருகும்படியும் அதே நீரில் வாரம் இருமுறை குளிக்கும்படியும் நான்

இருவருக்கும் சொன்னேன். கட்டளையிட்டு ஆளும் பழக்கம் சிற்றரசிக்குக் கிடையாது போலிருக்கிறது. பெண்ணின் அறிவு, படிப்பு இவற்றின் மேல் அவளுக்கு மரியாதை, மகள் பைரனை ஆங்கிலத்தில் படித்திருக்கிறாளாம், பீஜ கணிதம் அறிவாளாம். மாஸ்கோ பிரபுவம்ச மகளிர் அறிவு வேட்டைக்குக் கிளம்பியிருக்கிறார்கள் என்று தெரிகிறது. அவர்கள் செய்வதும் நல்லதே, மெய்யாக! நமது ஆடவர்கள் பொதுவாகவே மரியாதை அற்றவர்கள். ஆதலால் அவர்களுடன் சரசமாடுவது அறிவுள்ள நங்கைக்குச் சகிக்க இயலாததாக இருக்க வேண்டும். சிற்றரசிக்கு இளைஞர்களை மிக மிகப் பிடிக்கும். இளவரசியோ அவர்களை ஓரளவு இகழ்ச்சியுடன் நோக்குகிறாள்: மாஸ்கோ பழக்கம்! மாஸ்கோவில் அவர்கள் நாற்பது வயதுச் சாதுரிய வான்களுடன் தான் சல்லாபிக்கிறார்கள்."

"நீங்கள் மாஸ்கோ போயிருக்கிறீர்களா, டாக்டர்?"

"ஆம், எனக்கு அங்கே கொஞ்சம் பிராக்டிஸ் இருந்தது."

"மேலே சொல்லுங்கள்."

"ஆனால் நான் எல்லாவற்றையும் சொல்லிவிட்டேன் போலிருக்கிறதே... ஆமாம்! இன்னொரு விஷயம்: உணர்ச்சி களையும் விழைவுகளையும் இத்தகைய பிறவற்றைப் பற்றியும் விவாதிப்பதில் இளவரசிக்குப் பிரியம் போலிருக்கிறது... ஒரு குளிர்காலத்தை அவள் பீட்டர்ஸ்பர்கில் கழித்தாளாம், அவளுக்குப் பிடிக்கவில்லையாம் அந்நகர், சிறப்பாகச் சமூகம். அவளுக்கு உற்சாகமான வரவேற்பு கிடைக்கவில்லை போலும்."

"இன்றைக்கு அவர்கள் வீட்டில் நீங்கள் ஒருவரையும் காணவில்லையோ?"

"கண்டேனே. இருந்தார்கள் ஒரு அட்ஜூட்டாண்ட், ஒரே விரைப்பும் தானுமாக ஒரு கார்ட் படை அதிகாரி, புதிதாக வந்திருப்பவர்களில் ஒரு சீமாட்டி ஆகியோர். அவள்

சிற்றரசிக்குக் கணவன் வழியில் உறவாம். மிக அழகி, ஆனால் மிகவும் நோயாளி போலிருக்கிறது... நீங்கள் அவளைக் கிணற்றருகே பார்க்கவில்லையா என்ன? அவள் நடுத்தர உயரம், வெண்பொன் குழலி, செவ்வையான வதன அமைப்பு உள்ளவள், முக வண்ணம் காசநோய்க் குறி காட்டுவது, வலது கன்னத்தில் கறுப்பு மச்சம். அவளது முகத்தின் உணர்ச்சிகளை வெளிக்காட்டும் திறன் என்னை மலைக்க வைத்துவிட்டது."

"மச்சமா! இருக்க முடியுமா என்ன?" என்று வாய்க்குள் முணுமுணுத்தேன்.

மருத்துவன் என்னை உற்று நோக்கி என் நெஞ்சில் கையை வைத்து, வெற்றிக் குரலில் முழங்கினான்:

"அவள் உங்களுக்குத் தெரிந்தவள்!"

என் இதயம் வழக்கத்தைவிடத் தீவிரமாக அடித்துக் கொண்டது.

நான் சொன்னேன்: "இப்பொழுது வெற்றி கொண்டாடு வதற்கு உங்கள் முறை. ஆனால் நீங்கள் என்னைக் காட்டிக் கொடுக்க மாட்டீர்கள் என்று நம்புகிறேன். நான் அவளை இன்னும் பார்க்கவில்லை. ஆனால் முன்பு ஒரு காலத்தில் நான் காதலித்த ஒரு பெண்ணை உங்கள் உருவச் சித்திரிப்பில் காண்பதாக நம்புகிறேன்... அவளிடம் என்னைப்பற்றி ஒரு வார்த்தை பேசாதீர்கள். அவளாகக் கேட்டாலும் என்னைக் குறித்து மோசமாகவே சொல்லுங்கள்."

"ஆகா!" என்று தோள்களைக் குலுக்கினான் வேர்னெர்.

அவன் போனதும் கொடிய துயரம் என் நெஞ்சைப் பிழிந்தெடுத்தது. விதிதான் எங்களை மீண்டும் காக்கேஷியாவில் ஒன்று கூட்டியிருக்கிறதா, அல்லது அவள் தான் என்னை இங்கே எதிர்ப்படலாம் என்பதை அறிந்து வேண்டுமென்றே இங்கு வந்திருக்கிறாளா? நாங்கள் எப்படிச் சந்திப்போம்? அப்புறம், அவளே தானா இது? என்

முன்னுணர்வுகள் என்னை ஒருபோதும் ஏமாற்றியதில்லை. சென்றுபோனவை என்மீது போன்று இத்தகைய ஆதிக்கம் செலுத்தும் மனிதன் உலகில் எவனுமே இல்லை. கடந்து போன துன்பங்கள் அல்லது இன்பங்கள் பற்றிய எந்த நினைவும் என் உள்ளத்தை வேதனை உண்டாகும்படி தாக்கி அதிலிருந்து அதே ஒலிகளை எழச்செய்கிறது... நான் மட்டித் தனமாக அமைந்தவன்: எதையுமே நான் மறப்பதில்லை - எதையுமே!

சாப்பாட்டுக்குப் பிறகு ஒரு ஆறு மணிக்கு நான் உலாச் சாலைக்குப் போனேன். அங்கே கூட்டம் கூடியிருந்தது. சிற்றரசியும் இளவரசியும் இளைஞர்கள் புடைசூழ பெஞ்சியில் உட்கார்ந்திருந்தார்கள். வாலிபர்கள் புகழ்மாலை பாடிய வண்ணமாயிருந்தார்கள். நான் சிறிது தூரத்தில் இன்னொரு பெஞ்சியில் அமர்ந்து, அறிமுகமான இரண்டு அதிகாரிகளை நிறுத்தி, அவர்களுக்கு ஏதோ கதை சொல்லத் தொடங்கினேன். என் கதை வேடிக்கையாக இருந்தது வெளிப்படை, ஏனெனில் அவர்கள் பைத்தியம் பிடித்தவர்கள் போல விழுந்து விழுந்து சிரித்தார்கள். இளவரசியைச் சூழ்ந்திருந்தவர்களில் சிலரை ஆவல் என் பக்கம் ஈர்த்தது. கொஞ்சம் கொஞ்சமாக எல்லோருமே அவளை விட்டுவிட்டு என்னுடைய குழாத்துடன் சேர்ந்துகொண்டார்கள். நான் வாயை மூடவே இல்ல: என்னுடைய விகடத் துணுக்குகள் அசட்டுத்தனமாய்ப்படும் அளவுக்கு அறிவார்ந்தவையாக இருந்தன. அருகாகச் செல்பவர்கள் பற்றிய எனது கிண்டல்கள் கடுங்கோபமூட்டும் அளவுக்குக் குத்தலாக இருந்தன... ஜனங்களுக்குக் களிப்பூட்டுவதை நான் சூரியன் அஸ்தமிக்கும் வரை தொடர்ந்தேன். இளவரசி தாயாருடன் கைகோத்துக் கொண்டு, எவனோ நொண்டிக் கிழவன் உடன் வரச் சில தடவைகள் என் அருகாகக் குறுக்கும் நெடுக்கும் நடந்தாள். சில தடவைகள் அவள் பார்வை என்மேல் விழுந்தது. அலட்சிய பாவத்தை வெளிக்காட்ட முயன்று அது எரிச்சலையே தோற்றுவித்தது...

"அவன் உங்களுக்கு என்ன சொல்லிக்கொண்டிருந்தான்?" என்று மரியாதைக்காகத் தன்னிடம் திரும்பிய இளைஞர்களில் ஒருவனிடம் அவள் வினவினாள். "மிகவும் சுவையான கதையாயிருக்கும் – தன்னுடைய பராக்கிரமங்களையும் போர்களையும் பற்றியோ?" இதை அவள் போதிய அளவு உரக்கவே சொன்னாள் - என்னைக் குத்தும் நோக்கத்துடன் என்பதில் சந்தேகமில்லை. "ஆகா! நீங்கள் மெய்யாகவே சீற்றம் அடைந்திருக்கிறீர்கள், அன்பார்ந்த இளவரசியாரே. பொறுங்கள், இன்னும் இதே போலக் கிடைக்கும் உங்களுக்கு!" என்று எண்ணிக்கொண்டேன்.

குருஷ்நீத்ஸ்க்கிய் வேட்டை விலங்கு போன்று அவளைப் பின்பற்றினான், அவள் மீதிருந்து பார்வையை அவன் அகற்றவே இல்லை. யாரேனும் தன்னைச் சிற்றரசிக்கு அறிமுகம் செய்து வைக்கும்படி நாளையே அவன் கேட்கப் போகிறான் என்று சவால்விடுகிறேன். அவள் மிகவும் மகிழ்வாள், ஏனென்றால் அவளுக்குச் சலிப்பாயிருக்கிறது.

மே, 16ந் தேதி

இந்த இரண்டு நாட்களில் என் விவகாரம் வெகுவாக முன்னேறிவிட்டது. இளவரசி என்னை அறவே வெறுக்கிறாள். என்னைப்பற்றிய இரண்டு மூன்று கேலித்துணுக்குகள் எனக்குத் திருப்பிச் சொல்லப்பட்டன. அவை மிகவும் குத்தலானவை எனினும், அதே சமயம் மிகுந்த புகழ்ச்சியும் நிறைந்தவை. நல்ல சமூகத்துக்குப் பழக்கமானவனும் அவளுடைய பீட்டர்ஸ்பர்க் தாயாதிகளுடனும் அத்தை சித்திகளுடனும் அவ்வளவு நெருங்கிய தொடர்பு உள்ளவனும் ஆகிய நான் அவளை அறிமுகப்படுத்திக்கொள்ள முயலாதிருப்பது அவளுக்கு மிகவும் விசித்திரமாகப்படுகிறதாம். கிணற்றருகிலும் உலாச்சாலையிலும் நாங்கள் தினந்தோறும் சந்திக்கிறோம். பளிச்சிடும் அட்ஜூட்டாண்டுகள், வெளிறிய மாஸ்கோவாசிகள், பிறர் ஆகிய அவளுடைய பக்தர்களை அவளிடமிருந்து கவர்ந்து இழுக்க என் சக்தியை எல்லாம்

நான் பயன்படுத்துகிறேன். அனேகமாக எப்போதும் எனக்கு இதில் வெற்றியும் கிட்டுகிறது. என் வீட்டில் விருந்தினர்களை நான் எப்போதும் வெறுப்பவன். இப்பொழுதோ ஒவ்வொரு நாளும் என் வீடு விருந்தாளிகளால் நிறைந்திருக்கிறது. அவர்கள் பகலுணவு கொள்கிறார்கள், இரவுச் சாப்பாடு சாப்பிடுகிறார்கள், சீட்டாடுகிறார்கள் - ஆகா, எனது ஷாம்பெயின் அவளது விழிகளின் காந்த சக்தியை வெற்றி கொள்கிறது!

நேற்று நான் அவளைச் செலாகவ் கடையில் சந்தித்தேன். அற்புதமான பாரசீக இரத்தினக் கம்பளம் ஒன்றை அவள் விலைபேசிக் கொண்டிருந்தாள். விலையில் பிசுகாதிருக்கும் படி இளவரசி தன் தாயாரைக் கெஞ்சினாள்: இந்தக் கம்பளம் அவளது அறைக்கு எவ்வளவு அழகு ஊட்டும்! நான் நாற்பது ரூபிள் அதிக விலை கொடுத்து அதை வாங்கிவிட்டேன். இதற்காக எனக்குப் பரிசு கிடைத்த பார்வையில் மிக மிக வசீகரம் நிறைந்த சீற்றம் சுடர்விட்டது. இந்த இரத்தினக் கம்பளத்தை எனது செர்க்கேஸியக் குதிரைமேல் போர்த்து, மதியச் சாப்பாட்டு வேளைக்கு அதை அவள் வீட்டு ஜன்னல்கள் அருகாக நடத்திச் செல்லும்படி வேண்டுமென்றே கட்டளை இட்டேன். அந்தச் சமயத்தில் வேர்னெர் அவர்கள் வீட்டில் இருந்தான். இந்தக் காட்சியின் விளைவு மிக மிக நாடகத்தன்மை கொண்டிருந்தது என்று அவன் என்னிடம் சொன்னான். இளவரசி தனது குடிப்படையை எனக்கு எதிராகப் பிரசாரம் செய்து தூண்டிவிடப் பார்க்கிறாள். இரண்டு அட்ஜூட்டாண்டுகள், ஒவ்வொரு நாளும் என் வீட்டில் மதிய விருந்து சாப்பிடுகிறார்கள் என்றாலும், அவள் எதிரே எனக்கு மிக வறண்ட முறையில் முகமன் தெரிவிப்பதை நான் கவனித்தேன்.

குருஷ் நீத்ஸ்க்கிய் இரகசியத் தோற்றத்தை மேற்கொண்டிருக்கிறான். கைகளை முதுகுக்குப் பின் வைத்தவாறு நடக்கிறான், ஒருவரையும் அடையாளம் கண்டுகொள்வதில்லை. அவனுடைய கால் திடீரென்று

குணப்பட்டு விட்டது. அரிதாகவே நொண்டுகிறான். சிற்றரசியுடன் உரையாடுவதற்கும் இளவரசிக்கு ஏதோ பாராட்டுரை பகர்வதற்கும் அவனுக்கு வாய்ப்பு கிடைத்து விட்டது. இளவரசி மிகவும் தராதரம் பார்ப்பவள் அல்ல போலிருக்கிறது, ஏனென்றால் அப்பொழுது முதல் அவனுடைய வணக்கத்துக்கு மிக இனிய முறுவலால் பதில் அளிக்கிறாள்.

"நீ என்ன, லிகொவ்ஸ்க்காயா வீட்டாருடன் அறிமுகம் செய்துகொள்ள அறவே விரும்பவில்லையா?" என்று அவன் நேற்று என்னிடம் கேட்டான்.

"அறவே."

"அப்படிச் சொல்லிவிடாதே! நீரூற்றுக்கு வந்திருப்பவர் களிலேயே மிக விரும்பத்தக்க குடும்பம்! இங்கே உள்ள சிறந்த சமூகத்தினர் எல்லாருமே..."

"என் நண்பனே, இங்குள்ளவர்கள் அல்லாதவர்களையும் எனக்கு ஒரேயடியாக அலுத்துப் போயிற்று. நீ அவர்கள் வீட்டுக்குப் போவது உண்டா?"

"இன்னும் இல்லை. இளவரசியுடன் இரண்டொரு தடவை பேசினேன், அவ்வளவு தான். அழையா விருந்தினனாக ஒருவர் வீட்டுக்குப் போவது, அது இங்கே சகஜம் தான் என்றாலும், எக்கச்சக்கமாயிருக்கிறது... எனக்கு மட்டும் பதவிச்சின்னம் இருக்குமானால் அப்போது வேறு விஷயம்..."

"ஐயோ வேண்டாம்! இப்போதுள்ள நிலையில் நீ எவ்வளவோ அதிகக் கவர்ச்சியுள்ளவனாயிருக்கிறாய்! உன்னுடைய சாதக நிலைமையைப் பயன்படுத்திக்கொள்ள உனக்குத் திறமை பற்றாது, அவ்வளவு தான்... சிப்பாய் மேல்கோட்டு இளகிய நெஞ்சுள்ள எல்லாச் சீமாட்டிகள் கண்களுக்கும் நீ வீரனாகவும் துன்பப்பட்டவனாகவும் தோன்றச் செய்கிறது."

குருஷ்நீத்ஸ்க்கிய் ஆத்மதிருப்தி தோன்ற முறுவலித்தான்.

"என்ன உளறல்!" என்றான்.

"இளவரசி உன்மேல் ஏற்கனவே காதல் கொண்டு விட்டாள் என நான் திண்ணமாக நம்புகிறேன்" என்று பேச்சைத் தொடர்ந்தேன்,

அவன் காதுவரை முகஞ் சிவக்கக் கன்னங்களை உப்பிக்கொண்டான்.

ஓ அகம்பாவமே! ஆர்க்கிமிடீஸ்* எதனால் உலக உருண்டையைத் தூக்க விரும்பினானோ அந்த நெம்புகோல் நீயே!

அவன் கோபங்கொண்டவன் போன்ற நடிப்புடன், "உனக்கு எல்லாமே கேலி தான்! முதலாவதாக, அவள் என்னை இதுவரை தெரிந்துகொண்டிருப்பதே சொற்பம்..."

"பெண்கள் விரும்புவது தங்களுக்குத் தெரியாதவர்களையே."

"அவளுக்கு என்னைப் பிடிக்கவேண்டும் என்ற ஆசை எனக்கு இல்லவே இல்லை. நான் விரும்புவதெல்லாம் சுமுகமான வீட்டாருடன் அறிமுகம் செய்துகொள்வதைத் தான். நான் எதையேனும் எதிர்பார்த்தால் அது கேலிக்கு இடமாகும்... ஆனால் நீங்கள் இருக்கிறீர்களே, உதாரணமாக, உங்கள் விஷயமே வேறு! நீங்கள் பீட்டர்ஸ்பர்க் நகரின் வெற்றி வீரர்கள்: உங்களுடைய பார்வை பட வேண்டியது தான், பெண்கள் உருகிவிடுவார்கள்... ஆமாம், உனக்குத் தெரியுமா, பிச்சோரின், இளவரசி உன்னைப் பற்றி என்ன சொன்னாள் என்று?"

---

* ஆர்க்கிமிடீஸ் (கி.மு.287 - 212) கிரேக்கக் கணித, பௌதிக அறிஞர். புதுப்புனைவாளர். நெம்புகோலை விஞ்ஞான அடிப்படையில் முதன் முதல் பயன்படுத்தியவர். "பூமிக்கு வெளியே இருக்க இடம் கிடைத்தால் உலகையே நெம்புகோலால் தூக்குவேன்" என்று இவர் சொன்னாராம்.

"என்ன அது? அதற்குள் அவள் உன்னிடம் என்னைப் பற்றிப் பேசினாளா?"

"ஆனால் மகிழ்ச்சியில் பூரித்துவிடாதே. ஒரு நாள் கிணற்றடியில் அவளோடு பேச்சுக் கொடுத்தேன், தற்செயவாக. இரண்டு வார்த்தை பேசியதுமே அவள் கேட்டாள்: 'அந்தக் கனவான் யார், கருங்கும்மென்று கடுத்த பார்வையோடு இருக்கிறாரே, அவர்? உங்களோடு இருந்தார், அன்றைக்கு...' தனது இனிய செயலை நினைவு படுத்திக்கொண்டதும் அவளுக்கு முகம் சிவந்துவிட்டது, அது எந்த நாள் என்று குறிப்பிட அவள் விரும்பவில்லை. 'எந்த நாள் என்று நீங்கள் சொல்லவேண்டாம். அது என்றென்றைக்கும் என் நினைவில் பதிந்திருக்கும்' எனக் கூறினேன் நான். என் நண்பா, பிச்சோரின்! நான் உன்னை வாழ்த்த மாட்டேன். உன்னைப் பற்றி அவளுக்குக் கெட்ட அபிப்பிராயம்... உண்மையாகவே இது வருந்தத்தக்கது, ஏனென்றால் மேரி மிகவும் இனியவள்!"

ஒரு பெண் தங்களுக்கு அரைகுறையாகவே பரிச்சய மானவள் என்றாலுங்கூட, தங்கள் பிரியத்துக்கு ஆளாகும் பேறு பெற்றிருந்தால் அவளை என் மேரி, என் ஸோபீ என்று குறிப்பிடும் மனிதர்களைச் சேர்ந்தவன் குருஷ்நீத்ஸ்க்கிய் என்பதைச் சொல்லிவிட வேண்டும்.

நான் ஆழ்ந்த தோற்றத்தை வருவித்துக்கொண்டு கூறினேன்:

"ஆமாம், அவள் அழகற்றவளல்ல... ஆனால் ஒன்று, ஜாக்கிரதையாக இரு, குருஷ்நீத்ஸ்க்கிய்! ருஷ்ய இளஞ் சீமாட்டிகள் பெரும்பாலும் மானசீகக் காதலிலேயே இன்புறு கிறார்கள். திருமணம் பற்றிய எண்ணத்தை அதனுடன் அவர்கள் கலப்பதில்லை. மானசீகக் காதலோ எல்லாவற்றிலும் நிம்மதியற்றது. ஆடவர்கள் தங்களுக்குக் களிப்பூட்ட வேண்டும் என்று விரும்பும் பெண்களில் இளவரசியும் ஒருத்தி எனக் காண்கிறது. நீ அருகே

இருக்கையில் இரண்டு நிமிடங்கள்கூட அவளுக்குச் சலிப்பு தட்டிற்றோ, நீ மீள வகையின்றித் தொலைந்தாய். உன்னுடைய மௌனம் அவளது ஆவலைத் தூண்டிவிட வேண்டும். உனது உரையாடலோ அதை ஒரு போதும் முழுமையாகத் தீர்க்கக்கூடாது. நீ அவளை ஒவ்வொரு நிமிடமும் கலவரத்துக்கு உள்ளாக்க வேண்டும். உன் பொருட்டாக அவள் பத்துத் தடவை எல்லோருக்கும் முன்னிலையில் தன் கருத்தைப் புறக்கணிப்பாள், இதைத் தியாகம் என்று அழைப்பாள். இதற்குக் கைம்மாறு பெறுவதற்காக உன்னை வதைக்கத் தொடங்குவாள், பின்பு தன்னால் உன்னைச் சகிக்கவே முடிவதில்லை என்று சொல்வாள். நீ அவள் மீது ஆதிக்கத்தை நிலை நாட்டாவிட்டால், அவளது முதல் முத்தம் கூட இரண்டாவதைப் பெறுவதற்கு உனக்கு உரிமை அளிக்காது. அவள் உன்னோடு வேண்டுமென்கிற வரையில் சரசமாடுவாள், ஆனால் இரண்டொரு வருடங்களுக்குப் பிறகு, தாயாருக்குக் கீழ்ப்படிந்து எவனாவது குரூபிக்கு வாழ்க்கைப் படுவாள், தான் துர்ப்பாக்கியவதி என்றும் தான் ஒரே ஒரு மனிதனையே, அதாவது உன்னை மட்டுமே, காதலித்த தாகவும், அவன் சிப்பாய் மேல்கோட்டு அணிந்திருந்த ஒரே காரணத்தால் (இந்தச் சாம்பல் நிறமான கனத்த கோட்டுக்கு உள்ளே ஆர்வம் பொங்கும், உயர் பண்புடைய இதயம் துடித்துக்கொண்டிருந்தபோதிலும்) அவனுடன் தன்னைக் கூட்டிவைக்கத் தெய்வம் விரும்பவில்லை என்றும் தனக்கே நம்பிக்கையூட்ட முற்படுவாள்…"

குருஷ்நீத்ஸ்க்கிய் மேஜைமேல் முட்டியால் குத்தி, அறையில் குறுக்கும் நெடுக்குமாக நடக்கலானான்.

நான் உள்ளுக்குள் கெக்கலித்தேன், இரண்டொரு தடவை வெளிப்படையாகப் புன்முறுவல் கூடச் செய்தேன், ஆனால் நல்ல வேளையாக அவன் இதைக் கவனிக்கவில்லை. அவன் காதலில் ஆழ்ந்திருந்தது தெளிவு, ஏனெனில் முன்னை விட அதிக எளிதில் நம்புபவன் ஆகிவிட்டான். இவ்வூர்க் கருஞ் செதுக்கு வேலைப்பாடுள்ள வெள்ளி மோதிரம்கூட

அவன் விரலில் காட்சி தரலுற்றது. அது எனக்குச் சந்தேகம் விளைத்தது... நான் அதைக் கவனமாகப் பார்வையிட்டேன். அப்புறம் என்ன? அதன் உட்பக்கம் நுணுக்கு எழுத்துக்களால் மேரி என்ற பெயர் செதுக்கப்பட்டிருந்தது. அதன் அருகில் புகழ்பெற்ற தம்ளரை அவள் எடுத்துக் கொடுத்த தேதி பொறித்திருந்தது. எனது கண்டுபிடிப்பை நான் இரகசியமாகவே வைத்துக்கொண்டேன். அவனை வலுக் கட்டாயப்படுத்தி ஒப்புக்கொள்ளச் செய்ய நான் விரும்பவில்லை. அவன் தானாகவே என்னைத் தனது அந்தரங்க நம்பிக்கைக்கு உரியவனாகத் தெரிந்தெடுக்க வேண்டும் என்பதே என் விருப்பம் – அதிலே தான் நான் மகிழ்வடைவேன்...

....

    இன்று நான் தாமதமாகப் படுக்கை விட்டு எழுந்தேன். கிணற்றடிக்கு வந்தேன் - ஒருவரையும் காணோம். வெக்கை யாகிவிட்டது. வெள்ளிய சடை மேகங்கள் வெண்பனி மலைகளிலிருந்து விரைந்தோடி, இடிப்புயல் வருவதற்கு அறிகுறி காட்டின. மாஷூக் மலைமுடி அணைந்த தீவட்டி போலப் புகைந்தது. அதைச் சுற்றிலும் பாம்புகள் போன்று சுருண்டு நெளிந்து ஊர்ந்தன சாம்பல் நிற முகிற்கற்றைகள். தங்கள் போக்கு தடை செய்யப்பட்டதும் அவை மலைப் புதர்களின் முட்களில் மாட்டிக்கொண்டவை போலக் காட்சி அளித்தன. காற்றில் மின்னாற்றல் நிறைந்திருந்தது. நான் குகைக்கு இட்டுச் செல்லும் திராட்சைக் கொடிவழியில் வெகு தூரம் உள்ளே சென்றேன். என் நெஞ்சில் துயர் தேங்கி யிருந்தது. கன்னத்தில் மச்சம் உள்ள எந்த யுவதியைப் பற்றி மருத்துவன் என்னிடம் கூறினானோ, அவளை நினைவு கூர்ந்தேன்... எதற்காக அவள் இங்கே வந்திருக்கிறாள்? இது அவளே தானா? இது அவள் தான் என்று நான் நினைப்பது ஏன்? இந்த விஷயத்தை நான் இவ்வளவு உறுதியாக நம்பக்கூடச் செய்வது ஏன்? கன்னங்களில் மச்சங்கள் உள்ள பெண்களுக்கு என்ன, பஞ்சமா? இப்படி எண்ணமிட்டவாறு நான் குகையை நெருங்கினேன்.

பார்க்கிறேனோ, அதன் வளைவின் குளிர் நிழலில், கல் பெஞ்சியின் மேல் வீற்றிருந்தாள் ஒரு பெண். வைக்கோல் தொப்பி அணிந்து, கறுப்புச் சால்வையால் முக்காடிட்டுக் கொண்டு, தலை மார்பில் படும்படி குனிந்திருந்தாள். தொப்பி அவளது முகத்தை மறைத்தது. அவளுடைய சிந்தனையைக் கலைக்கக்கூடாது என்பதற்காக நான் திரும்ப நினைத்தேன், அதற்குள் அவள் என்னை நிமிர்ந்து நோக்கினாள்.

"வேரா!" என்று தன் வசமின்றிக் கத்திவிட்டேன். அவள் மேனி சிலிர்த்தது, முகம் வெளிறியது.

"நீங்கள் இங்கே இருப்பது எனக்குத் தெரியும்" என்றாள்.

நான் அவள் அருகே அமர்ந்து அவள் கையைப் பிடித்துக்கொண்டேன். நெடுங்காலமாக நான் மறந்திருந்த படபடப்பு இந்த அன்புக் குரலின் ஒலி கேட்டதும் என் இரத்த நாளங்களில் விரைந்து பரவியது. தனது ஆழ்ந்த, அமைதி நிறைந்த கண்களால் அவள் என் விழிகளுக்குள் நோக்கினாள். நம்பாமையும் கடிந்துகொள்வது போன்ற பாவமும் அவளது கண்களில் தென்பட்டன.

"நாம் சந்தித்து வெகுகாலம் ஆகிவிட்டது" என்றேன்.

"வெகுகாலம். இருவரும் பல விஷயங்களில் மாறி விட்டோம்!"

"ஆகவே, இப்போது நீ என்னைக் காதலிக்கவில்லை, அப்படித்தானே?"

"நான் மணமானவள்!" என்றாள் அவள்.

"மறுபடியுமா? ஆனால் சில ஆண்டுகளுக்கு முன் இந்தக் காரணம் இப்போது போலவே நிலவியது, இருந்தாலும்..."

அவள் தன் கையை என் பிடியிலிருந்து வெடுக்கென இழுத்துக்கொண்டாள். அவளுடைய கன்னங்கள் நெருப் பாய்க் கனன்றன.

"ஒரு வேளை நீ உன்னுடைய இரண்டாம் கணவனைக் காதலிக்கிறாயோ?"

அவள் பதில் பேசாமல் முகத்தைத் திருப்பிக் கொண்டாள்.

"அல்லது அவன் மிகவும் பொறாமை பிடித்தவனோ?" மௌனம்.

"அதற்கென்ன? அவன் இளைஞன், அழகன், அதிலும் நிச்சயமாகப் பணக்காரன், ஆகவே நீ அஞ்சுகிறாய்..." நான் அவளை ஏறிட்டுப் பார்த்தவன், அரண்டுபோய்விட்டேன். அவளது வதனம் ஒரே புகலின்மையைத் தோற்றுவித்தது, விழிகளில் கண்ணீர் பளிச்சிட்டது.

கடைசியில் அவள் கிசுகிசுத்தாள்: "சொல்லு, என்னை வதைப்பதில் உனக்கு மிகவும் களிப்பு உண்டாகிறதா? நான் உன்னை வெறுக்க வேண்டும். நாம் ஒருவரை ஒருவர் அறிந்த கணம் முதல் துன்பத்தைத் தவிர வேறு எதையும் எனக்குத் தரவில்லை..." அவளுடைய குரல் தழுதழுத்தது. அவள் என் பக்கம் குனிந்து என் மார்பின் மேல் தலையைச் சாய்த்துக் கொண்டாள்.

நான் நினைத்துக்கொண்டேன்: "நீ என்னைக் காதலித்ததும் ஒருவேளை அந்தக் காரணத்தினாலேயே போலும். இன்பங்கள் மறந்துவிடும், துன்பங்களோ ஒரு போதும் மறவா..."

அவளை இறுகத் தழுவிக்கொண்டேன். அவ்வாறே நெடுநேரம் இருந்தோம். முடிவில் எங்கள் உதடுகள் நெருங்கி வந்து, ஆவேசம் பொங்கும், பரவசப்படுத்தும் முத்தத்தில் ஒன்றாயின. அவளது கரங்கள் பனிக்கட்டியாய்க் குளிர்ந் திருந்தன, நெற்றியோ கொதித்தது. இதன்பின் எங்களுக்குள் தொடங்கிய உரையாடல், எழுத்தில் எவ்விதப் பொருளும் அற்றவையும் திரும்பிச் சொல்ல இயலாதவையும் நினைவு படுத்திக்கொள்ளக் கூட முடியாதவையுமான பேச்சுக்களில் ஒன்று. இத்தகைய உரையாடல்களில் ஒலிகளின் பொருள் சொற்களின் பொருளுக்கு மாற்றாகவும் அதை இட்டு நிரப்புவதாகவும் அமைகிறது, இத்தாலிய இசை நாடகங்களில் போல.

நான் தனது கணவனை அறிமுகம் செய்துகொள்வதை அவள் அறவே விரும்பவில்லை. உலாச்சாலையில் நான் மேலோட்டமாகப் பார்த்த அதே நொண்டிக் கிழவன் தான் அவன். மகனுக்காக அவனுக்கு வாழ்க்கைப்பட்டாளாம். அவன் பணக்காரனாம், கீல்வாதத்தால் அவதிப்படுகிறானாம். அவனை ஒரு தரங்கூடக் கேலி செய்ய நான் துணியவில்லை: அவள் அவனைத் தகப்பன் ஸ்தானத்தில் வைத்துப் பூசிக் கிறாள் - அதே சமயம், கணவன் ஸ்தானத்தில் வைத்து வஞ்சிக்கிறாள். பொதுவாக மனித இதயம், சிறப்பாகப் பெண் உள்ளம், விசித்திரமானது தான்!

வேராவின் கணவன் ஸெம்யோன் வஸீல்யெவிச் க...வ், சிற்றரசி லிகொவ்ஸ்க்காயாவின் தூர உறவினன். அவன் அவள் வீட்டுக்கு அருகே தான் வசிக்கிறான். வேரா சிற்றரசி வீட்டுக்கு அடிக்கடி போய் வருகிறாள். அவளிடமிருந்து கவனத்தை வேறுபுறம் திருப்பும் பொருட்டு லிகொவ்ஸ்க்காயா வீட்டாருடன் அறிமுகம் செய்து கொள்வதாகவும் இளவரசியைச் சுற்றிவந்து உபசரிப்பதாகவும் நான் அவளுக்கு வாக்குக் கொடுத்தேன். இந்த விதமாக என் திட்டங்கள் சிறிதும் குலையவில்லை, எனக்குக் கொண்டாட்டமாகவும் இருக்கும்...

கொண்டாட்டமாக! ஆம், உள வாழ்க்கையின் ஒரு கட்டத்தில் மனிதர்கள் நிலையான இன்பத்தை மட்டுமே தேடுகிறார்கள். அப்போது யாரையேனும் தீவிரமாக, பேரார் வத்துடன் காதலிப்பதன் தேவையை இதயம் உணர்கிறது. நான் ஏற்கனவே அந்தப் பருவத்தைக் கடந்துவிட்டேன். இப்போதோ நான் ஆசைக்கு உரியவனாக இருக்கவே விரும்புகிறேன், அதுவும் மிகச் சிலருக்கே. ஒரு நிலையான பற்று எனக்குப் போதுமாயிருக்கும் என்று எனக்கே கூடத் தோன்றுகிறது: இதயத்தின் இரங்கத்தக்க பழக்கம்!

ஒரு விஷயம் மட்டும் எனக்கு எப்போதுமே விந்தையாக இருந்தது: நான் ஒருபோதுமே அன்புக்குரிய பெண்களின் அடிமை ஆனது கிடையாது. மாறாக, அவர்களுடைய

சித்தத்தின் மீதும் இதயத்தின் மீதும் வெல்ல முடியாத அதிகாரத்தை, அதற்காக எவ்விதத்திலும் முயலாமலே, நான் எப்பொழுதும் பெற்று வந்திருக்கிறேன். எதனால்? நான் எந்தக் காலத்திலும் எதையும் வெகுவாக மதிப்பதில்லை என்பதாலும் என்னைக் கை நழுவ விட்டுவிடுவோமோ என்று அவர்கள் ஓயாமல் பயந்து கொண்டிருந்ததாலுமோ? அல்லது வலிமை வாய்ந்த உடலின் காந்தத் தன்மை கொண்ட பாதிப்போ இது? இல்லாவிட்டால், பிடிவாத சுபாவம் கொண்ட ஒரு பெண்ணைச் சந்திக்க எனக்குத்தான் வாய்க்கவில்லையோ?

பிடிவாதக்காரிகளை நான் திட்டமாக விரும்புவதில்லை என்பதை ஒப்புக்கொள்ள வேண்டும்: பிடிவாதம் அவர்கள் காரியமா என்ன?

ஆமாம், இப்போது நினைவு வருகிறது: ஒரு தரம், ஒரே ஒரு தரம் மட்டுமே நான் சித்த உறுதி வாய்ந்த ஒரு பெண்ணைக் காதலித்தேன். அவளை வெல்ல என்னால் முடியவே இல்லை... நாங்கள் பகைவர்களாகப் பிரிந்தோம். ஆனால் ஒருவேளை ஒரு ஐந்து ஆண்டுகள் கழிந்த பின் நான் அவளைச் சந்தித்திருந்தால் நாங்கள் வேறு விதமாகப் பிரிந்திருப்போம்...

வேரா நோயாளி, அவள் இதை ஒப்புக்கொள்ளா விடினும், கடுமையாக நோய்ப்பட்டவள். அவளுக்குக் காச நோயோ அல்லது கடிய காய்ச்சல் எனப்படும் நோயோ (இது ருஷ்ய நோய் அல்லவே அல்ல, நமது மொழியில் இதற்குப் பெயரும் இல்லை) என்று அஞ்சுகிறேன்.

நாங்கள் குகையில் இருக்கையிலேயே இடிமழை வந்து விட்டது. அதனால் நாங்கள் அரை மணிக்கு மேல் அங்கேயே இருக்க வேண்டியதாயிற்று. தனக்கு விசுவாசமாயிருப்பதாக ஆணையிடும்படி அவள் என்னை வற்புறுத்தவில்லை. நாங்கள் பிரிந்த பிறகு வேறு பெண்களை நான் காதலித்தேனா என்று கேட்கவுமில்லை... முன்போன்ற கவலையின்மையுடன் அவள்

என்னை நம்பினாள், நானும் அவளை ஏமாற்றவில்லை: உலகிலேயே அவள் ஒருத்தியைத் தான் ஏமாற்றுவதற்கு எனக்குத் திறன் கிடையாது. நாங்கள் விரைவிலேயே, ஒரு கால் என்றென்றைக்கும் பிரிந்து போய்விடுவோம் என்பதை அறிவேன்: இருவரும் வெவ்வேறு வழிகளில் செல்வோம், சவக்குழிவரை. ஆனால் அவளைப் பற்றிய நினைவுகள் என் உள்ளத்தில் குறைவின்றி நிலைத்திருக்கும். நான் இதை அவளிடம் எப்போதும் திரும்பத் திரும்பச் சொல்வேன். மறுத்துப் பேசிய பொழுதிலும் அவளும் என்னை நம்புகிறாள்.

முடிவில் நாங்கள் பிரிந்தோம். அவளுடைய தொப்பி புதர்களுக்கும் பாறைகளுக்கும் பின்னே மறையும் வரை நான் அவள் போவதையே பார்த்துக்கொண்டிருந்தேன். முதல் பிரிவுக்குப் பின்னர் நேர்ந்தது போலவே வலி ஏற்படும் அளவுக்கு என் இதயம் நெரிந்தது. ஓ, இந்த உணர்ச்சி ஏற்பட்டது குறித்து நான் எப்படி அகமகிழ்ந்தேன்! இளமை தான் தனது நலன் விளைக்கும் புயல்களுடன் என்னிடம் மீண்டும் திரும்பப் போகிறதா, அல்லது இது அதனுடைய விடைபெறும் பார்வை, கடைசி நினைவுப் பரிசு மட்டுந்தானா? நினைக்கவே வேடிக்கையாக இருக்கிறது, தோற்றத்தில் நான் இன்னும் சிறுவன் தான்: முகம் வெளிறியிருந்த போதிலும் இன்னும் புதுமலர்ச்சி கொண்டிருக்கிறது; அவயவங்கள் துவட்சியும் வடிவான அமைப்பும் உள்ளவை; அடர்ந்த முடி சுருள்கிறது, விழிகள் அனல் வீசுகின்றன, உதிரம் உற்சாகம் பொங்குகிறது...

வீடு திரும்பியதும் நான் குதிரை ஏறி ஸ்தெப்பி வெளிக்குச் சவாரி போனேன். ஊக்கமுள்ள குதிரைமேல் உயரமான புற்களின் வழியே பாலைவனக் காற்றுக்கு எதிராகச் சவாரி போவது எனக்கு உவப்பானது. நறுமணக் காற்றைப் பேரார்வத்துடன் பருகுவேன், பார்வையை நீலத் தொலைவில் செலுத்தி, நிமிடத்துக்கு நிமிடம் மேலும் மேலும் தெளிவாகிக்கொண்டே போகும் பொருள்களின் மங்கிய வரையுருக்களை உணர்ந்தறிய முயல்வேன்.

நெஞ்சில் எத்தகைய துயரந்தான் தங்கியிருப்பினும், எத்தகைய நிம்மதியின்மை தான் எண்ணத்தை உலைவுறுத்தினும் எல்லாம் கணப்போதில் விலகிவிடும்: உள்ளம் அயர்வு நீங்கி இதம் பெறும், உடற் களைப்பு மனச் சஞ்சலத்தை வென்றுவிடும். தென் பிரதேசக் கதிரவனால் ஒளியுறுத்தப் பெறும் சுருள்முடி மலைகளின் காட்சியில், நீல வானின் காட்சியில், அல்லது பாறைக்குப் பாறை தாவி விழும் அருவியின் இரைச்சலைச் செவி மடுக்கையில் என்னால் மறக்க முடியாத மங்கையர் பார்வை எதுவுமே இல்லை.

காவல் கோபுரங்களில் அங்காந்து கொண்டிருக்கும் கஸாக்கியப் படை வீரர்கள் தேவையோ நோக்கமோ இன்றிக் குதிரைமேல் பாய்ச்சலில் செல்லும் என்னைக் கண்டு நெடுநேரம் இந்தப் புதிரை விடுவிக்க மூளையைக் குழப்பிக்கொண்டார்கள் என்று நினைக்கிறேன், ஏனென்றால் உடையைக் கொண்டு நான் செர்க்கேஸியன் என அவர்கள் கருதினார்கள். செர்க்கேஸிய உடை அணிந்து குதிரைச் சவாரி செய்கையில் நான் அனேகக் கபார்தீனியர்களைக் காட்டிலும் அதிகமாகக் கபார்தீனியனை ஒத்திருப்பதாக உண்மையிலேயே ஜனங்கள் என்னிடம் சொல்லியிருக்கிறார்கள். மாண்புசான்ற இந்தப் போர் உடையைப் பொறுத்தவரையில் நான் ஒரே பிலுக்கன் என்பது சரியே: ஒரு அதிகப்படியான சரிகை இராது; விலையுயர்ந்த ஆயுதம் எளிய வேலைப்பாடு கொண்டிருக்கும்; தொப்பியில் மென் மயிர் அளவுக்குமேல் நீளமாயிராது, அளவுக்கு மேல் குட்டையாகவும் இராது; கணைக்கால் பட்டைகளும் மென்தோல் ஜோடுகளும் முடிந்த வரை துல்லியமாகப் பொருந்தியிருக்கும். உள்கோட்டு வெண்மை, செர்க்கேஸிய மேலங்கி கரும் பழுப்பு. மலைவாசிகளின் குதிரையேற்றத்தை நான் நீண்ட காலம் பயின்றேன். காக்கேஷியப் பாங்கில் எனது குதிரையேற்றக் கலையை அங்கீகரிப்பதனால் எனது அகம்பாவத்துக்குப் பூச்சூட்ட முடிவது போல வேறு எதனாலும் முடியாது. என்னிடம் நான்கு குதிரைகள்

இருக்கின்றன: ஒன்று எனக்காக, மற்றவை நேயர்களுக்காக, வெளிகளில் தன்னந்தனியே செல்வதால் சலிப்பு ஏற்படாதிருக்கும் பொருட்டு; அவர்களோ, என் குதிரைகளை மகிழ்ச்சியுடன் எடுத்துக்கொள்கிறார்கள், ஆனால் ஒரு போதும் என்னோடு சேர்ந்து சவாரி செய்வதில்லை. மாலை ஆறு மணி ஆன பின்பே பகல் சாப்பாட்டுக்கு நேரம் ஆகிவிட்டதை நினைவு கூர்ந்தேன். என் குதிரை களைத்துச் சோர்ந்திருந்தது. பியாத்திகோர்ஸ்க்கியிலிருந்து ஜெர்மானியக் குடியிருப்புக்குப் போகும் பாதை வழியே சென்றேன். நீரூற்றுக் கூட்டத்தினர் அந்தக் குடியிருப்புக்கு அடிக்கடி உல்லாசப் பயணம் செய்வது உண்டு. பாதை புதர்களுக்கு இடையே வளைந்தும் சிறு மலைப்பள்ளங்களில் இறங்கியும் செல்கிறது. இந்தப் பள்ளங்களில் உயரமான புற்களின் பந்தருக்கு அடியே இரைந்து கொண்டு ஓடுகின்றன நீரோடைகள். பெஷ்த்தூ, ஸ்மேயிநயா, ஷில்யேஸ்நயா, லீஸ்யா ஆகிய மலைகளின் நீல அடுக்குகள் வட்ட அரங்கு போன்று சுற்றிலும் நிமிர்ந்து நிற்கின்றன. பால்க்காக்கள் என்று இந்த வட்டாரப் பேச்சில் வழங்கும் இத்தகைய மலைப்பள்ளங்களில் ஒன்றில் இறங்கி, குதிரைக்கு நீர் காட்டுவதற்காக நான் நின்றேன். அப்போது குதிரையேற்றக்காரர்களின் கூட்டம் ஒன்று ஆரவாரமும் பளபளப்புமாகப் பாதையில் தென்பட்டது. சீமாட்டிகள் கறுப்பு, நீலச் சவாரியுடைகள் அணிந்திருந்தார்கள். ஆடவர்கள் செர்க்கேஸிய, நீஷ்னிய் நோவ்கரத்[4] மோஸ்தர்களின் கலப்படமான ஆடைகளில் விளங்கினார்கள். எல்லோருக்கும் முன்னே, இளவரசி மேரியுடன் வந்தான் குருஷ்நீத்ஸ்க்கிய்.

செர்க்கேஸியர்கள் பட்டப்பகலில் தாக்குவதுண்டு என்று நீரூற்றுச் சீமாட்டிகள் இன்னும் நம்புகிறார்கள். அதனால்தான் போலும், குருஷ்நீத்ஸ்க்கிய் சிப்பாய் மேல்கோட்டுக்கு வெளியே உடைவாளையும் இரண்டு கைத்துப்பாக்கிகளையும் தொங்க விட்டுக்கொண்டிருந்தான். இந்த வீரவேடத்தில் அவன் மிகவும் கேலிக்குரியவனாகத்

தோன்றினான். உயரமான புதர் என்னை அவர்களிடமிருந்து மறைத்தது, ஆனால் அதன் இலைகளின் ஊடாக என்னால் எல்லாவற்றையும் பார்க்க முடிந்தது. உரையாடல் உருக்க உணர்ச்சிமிக்கதாக இருந்தது என்பதை அவர்களது முகபாவங்களிலிருந்து நான் கண்டுகொண்டேன். கடைசியில் அவர்கள் இறக்கத்தை நெருங்கினார்கள். இளவரசியின் குதிரைக் கடிவாள வாரை குருஷ்நீத்ஸ்க்கிய் பிடித்துக்கொண்டான். அவர்களது உரையாடலின் இறுதிப் பகுதி அப்போது என் காதில் பட்டது.

"நீங்கள் வாழ்நாள் முழுவதும் காக்கேஷியாவிலேயே தங்கிவிட விரும்புகிறீர்களா?" என்று வினவினாள் இளவரசி.

அவளுடைய துணைவன் கூறினான்: "எனக்கு ருஷ்யா என்ன பொருளுடையது? ஆயிரக்கணக்கான மனிதர்கள், என்னைவிட அவர்கள் பணக்காரர்கள் என்ற காரணத்தால், என்னை இகழ்ச்சியுடன் நோக்கும் நாடு அது. ஆனால் இங்கேயோ - இந்தக் கனத்த இராணுவ மேல்கோட்டு உங்களுடன் நான் அறிமுகம் செய்துகொள்ளத் தடையாக இல்லை."

"மாறாக..." என்று முகஞ்சிவந்தாள் இளவரசி.

குருஷ்நீத்ஸ்க்கியின் முகம் மனநிறைவைக் காட்டியது. அவன் மேலே சொன்னான்:

"இங்கே என் வாழ்க்கை ஆரவாரத்துடன், அநாகரிக மக்களின் துப்பாக்கிக் குண்டுகளுக்கிடையே, நான் அறியாமலே விரைவாகக் கழிந்துவிடும். ஆண்டவன் மட்டும் எனக்கு ஒவ்வோர் ஆண்டும் ஒளிவீசும் ஒரு நங்கையின் பார்வையை அனுப்புவானானால், அதாவது..."

இதற்குள் அவர்கள் எனக்கு நேராக வந்து விட்டார்கள். நான் குதிரையைச் சவுக்கால் அடித்துப் புதருக்குப் பின்னிருந்து வெளியே வந்தேன்...

"Mon dieu, un circassien!" என்று திகிலுடன் கூவினாள் இளவரசி.

அவளுடைய கலக்கத்தை முற்றிலும் தெளிவிக்கும் பொருட்டு நான் சற்றே தலை வணங்கி, பிரெஞ்சு மொழியில் பதில் அளித்தேன்:

"Ne craignez rien, madame, je ne suis pas plus dangereux que votre cavalier."*

அவள் குழப்பம் அடைந்தாள் - ஆனால் எதனால்? தனது தவறு காரணமாகவா அல்லது எனது பதில் துடுக்கானது என்று அவளுக்குப்பட்டதாலா? எனது இரண்டாவது அனுமானம் சரியாக இருக்க வேண்டும் எனவே நான் விரும்பினேன். குருஷ்நீத்ஸ்க்கிய் அதிருப்தியைக் காட்டும் பார்வையை என் மீது வீசினான்.

இரவு, அதாவது சுமார் பதினொரு மணிக்கு, உலாச் சாலையின் லிண்டன் மரங்களின் நடுவாக நான் உலாவச் சென்றேன். நகரம் உறங்கியது. சில ஜன்னல்களில் மட்டுமே விளக்குகள் மினுக்கிட்டன. மூன்று புறங்களில் கருநிழல் காட்டின பாறைத் தொடர்கள், மாஷூக் மலையின் கிளைகள். மலையின் உச்சியில் கிடந்தது கெடுகுறி காட்டும் கருமுகில். திங்கள் கீழ்த்திசையில் உதித்தது. தொலைவில் வெண்பனி மலைகள் வெள்ளிக் குஞ்சம் போல மின்னின. பாராக்காரர் களின் அழைகுரல்கள் இரவில் திறந்துவிடப்பட்ட வெந்நீர் ஊற்றுக்களின் ஓசையுடன் கலந்தொலித்தன. சில வேளைகளில், தெளிவாக ஒலிக்கும் குதிரைக் குளம்படிச் சத்தம் வீதியில் கேட்கும். அதனுடன் மூடிய மாட்டு வண்டியின் கிறீச்சொலியும் தூங்கிவழியும் தாத்தாரியனின் பாட்டொலியும் வரும். நான் பெஞ்சியில் உட்கார்ந்து சிந்தனையில் ஆழ்ந்தேன்... நட்பார்ந்த உரையாடல் வாயிலாக

---
* "அட கடவுளே, செர்க்கேஸியன்!" (பிரெஞ்சு).
* "பயப்படாதீர்கள், சீமாட்டி, உங்கள் துணைவனைவிட அபாயமானவன் அல்ல நான்."

என் எண்ணங்களுக்குப் போக்குவிடுவதன் அவசியத்தை நான் உணர்ந்தேன்... ஆனால் யாருடன்? "வேரா இப்போது என்ன செய்து கொண்டிருக்கிறாளோ?" என்று சிந்தித்தேன்... இந்த நிமிடத்தில் அவள் கையைப் பற்றிக் குலுக்குவதற்காக எதையும் கொடுத்திருப்பேன்.

ஒருசீரற்ற விரைவான காலடிகளின் அரவம் திடீரெனக் காதில் பட்டது... குருஷ்நீத்ஸ்க்கிய் போலும்... அவனே தான்!

"எங்கிருந்து இப்படி?"

"சிற்றரசி லிகொவ்ஸ்க்காயா வீட்டிலிருந்து" என்று கன ஆடம்பரமாகச் சொல்லிவிட்டு, "மேரி தான் எப்படிப் பாடுகிறாள்!" என்றான்.

"ஒரு விஷயம் தெரியுமா? நான் பந்தயம் கட்டுகிறேன், நீ யூன்கெர் என்பது அவளுக்குத் தெரியாது என்று; நீ உயர் பதவியிலிருந்து அகற்றப்பட்டவன் என்றே நினைத்துக் கொண்டிருக்கிறாள்" எனக் கூறினேன்.

"இருக்கலாம்! எனக்கு என்ன வந்தது?" என்று எங்கோ நினைவாகச் சொன்னான் அவன்.

"இல்லை, நான் சும்மா தான் இப்படிச் சொன்னேன்..."

"இன்று நீ அவளுக்குக் கடுங்கோபம் உண்டாக்கிவிட்டாய், தெரியுமா? இது முன் கேட்டறியாத துடுக்கு என்று அவள் எண்ணினாள். நீ மிக நல்லமுறையில் பயிற்றி வளர்க்கப் பட்டவன், உயர் சமூகத்தை மிக நன்றாக அறிந்தவன், எனவே அவளை அவமானப்படுத்தும் எண்ணம் உனக்கு இருந்திருக்க முடியாது என்று மிகுந்த சிரமத்தின் பேரில் தான் என்னால் அவளை நம்பவைக்க முடிந்தது. உனக்குத் திமிரான பார்வை என்றும் உன்னைப் பற்றி நீ மிகவும் உயர்வான கருத்து கொண்டிருப்பதாகவும் அவள் சொல்லுகிறாள்."

"அவள் நினைப்பது தவறு அல்ல... நீ அவளுக்குத் துணை நிற்க விரும்பவில்லையா?"

எனக்கு இன்னும் இந்த உரிமை இல்லை என்பதற்காக வருந்துகிறேன்...

"அப்படியா சேதி! இவனுக்கு நம்பிக்கை இருப்பதாகத் தெரிகிறதே" என நினைத்துக்கொண்டேன்.

குருஷ்நீத்ஸ்க்கிய் பேச்சைத் தொடர்ந்தான்: "நிற்க, உனக்குத்தான் கெடுதல். அவர்களுடன் அறிமுகம் செய்து கொள்வது இனிமேல் உனக்குக் கடினம் ஆகும். வருந்தத் தக்க விஷயம். நான் அறிந்தவற்றில் எல்லாம் மிகவும் இன் முகமுள்ள இனிய வீடு இது..."

நான் உள்ளுக்குள் புன்னகைத்தேன்.

"எனக்கு எல்லாவற்றிலும் இனிய வீடு இப்போது என்னுடையது தான்" என்று கூறி, கொட்டாவி விட்டுவிட்டு, போகும் பொருட்டு எழுந்தேன்.

"ஆனால் ஒப்புக்கொள், நீ உன் செயலுக்கு வருந்துகிறாய் அல்லவா?"

"என்ன பிதற்றல்! நான் விரும்பினால் நாளைக்கே மாலையில் சிற்றரசியின் வீட்டில் இருப்பேன்..."

"பார்ப்போம்..."

"உன்னைத் திருப்திப்படுத்துவதற்காக இளவரசியைச் சுற்றிவந்து நயந்து உபசரிக்கவும் செய்வேன்..."

"ஆமாம், அவள் உன்னோடு பேச இஷ்டப்பட்டால்..."

"நான் தருணம் பார்த்துக் காத்திருப்பேன், உன்னுடைய பேச்சில் அவளுக்கு எப்போது அலுப்பு தட்டுகிறது என்று... விடை கொடு!"

"நான் சுற்றித் திரியப் போகிறேன் - இப்போது என்னால் உறங்கவே முடியாது... கேள், ரெஸ்டாரண்டு போவோம் வாயேன். அங்கே சூதாடலாம்... எனக்கு இன்று கடுமையான உணர்ச்சிகள் தேவை..."

"நீ தோற்க வேண்டும் என்று வாழ்த்துகிறேன்..." நான் வீட்டுக்குப் போனேன்.

மே, 21ந் தேதி

ஒரு வாரம் கழிந்துவிட்டது, ஆனால் நான் இன்னும் லிகொவ்ஸ்க்காயா வீட்டாருடன் அறிமுகம் செய்து கொள்ளவில்லை. வசதியான வாய்ப்பை எதிர்பார்த்துக் கொண்டிருக்கிறேன். குருஷ்நீத்ஸ்க்கிய் இளவரசியை நிழல் போன்று எங்கும் பின்தொடர்கிறான். அவர்களுடைய உரையாடல்கள் முடிவற்றவை. அவன் மேல் அவளுக்கு எப்போதுதான் அலுப்பு தட்டுமோ? தாயார்காரி இதைக் கவனிப்பதில்லை, ஏனென்றால் அவன் மணமகன் அல்ல. இது தான் தாயாரின் தர்க்கம் என்பது! இரண்டு, மூன்று கனிந்த பார்வைகளை நான் கவனித்தேன் - இதற்கு முடிவு கட்டுவது அவசியம்.

நேற்று கிணற்றருகே முதல் தடவையாக வந்தாள் வேரா... நாங்கள் குகையில் சந்தித்ததற்குப் பிறகு அவள் வீட்டைவிட்டு வெளியேறவே இல்லை. நாங்கள் ஒரே சமயத்தில் தம்ளர்களை ஊற்றில் முக்கினோம். அதற்காகக் குனிகையில் அவள் என்னிடம் கிசுகிசுத்தாள்:

"லிகொவ்ஸ்க்காயா வீட்டாருடன் அறிமுகம் செய்து கொள்ள நீ விரும்பவில்லையா?... அங்கு மட்டுமே நாம் ஒரு வரை ஒருவர் காணமுடியும்..."

கண்டனமா! சலிப்பாயிருக்கிறது! ஆனால் எனக்கு இது வேண்டும்...

நிற்க: ரெஸ்டாரெண்டு ஹாலில் நாளை கூட்ட நடனம் கட்டணத்துடன். நான் இளவரசியோடு மஸூர்க்கா நடனம் ஆடப் போகிறேன்.

மே, 22ந் தேதி

ரெஸ்டாரெண்டு ஹால் பிரபுவம்சத்தினர் கழக மண்டபமாக மாறிவிட்டது. ஒன்பது மணிக்கு எல்லோரும் வந்து சேர்ந்துவிட்டார்கள். சிற்றரசியும் அவள் புதல்வியும் கடைசியாக வந்தவர்களில் இருந்தார்கள். பல சீமாட்டிகள் இளவரசியைப் பொறாமையும் பரிவின்மையும் ததும்ப நோக்கினார்கள், ஏனெனில் அவள் மிகப் பாந்தமாக உடையணிபவள். தங்களை இந்த வட்டாரத்துப் பிரபு வம்சத்தினர் என்று கருதுபவர்கள் பொறாமையை மறைத்துக் கொண்டு இளவரசியுடன் சேர்ந்து கொண்டார்கள். அதற்கென்ன செய்வது? பெண்கள் கூட்டம் எங்கே இருக்கிறதோ அங்கே மேல், கீழ் என்ற இரண்டு வட்டங்கள் உடனே தோன்றிவிடும். ஜன்னலோரமாகக் கூட்டத்தில் நின்ற குருஷ்நீத்ஸ்க்கிய், கண்ணாடியில் முகத்தை அழுத்தியவாறு தன் தேவியையே வைத்த கண் வாங்காமல் பார்த்துக்கொண்டிருந்தான். அவன் அருகாகச் செல்கையில் அவள் அரிதாகவே புலப்படும் விதத்தில் அவனை நோக்கித் தலை அசைத்தாள். அவன் சூரியன் போல ஒளி வீசலானான்... நடனம் பொலொனேஸுடன் தொடங்கிற்று. அப்புறம் வால்ட்ஸ் இசை ஒலித்தது. குதிமுட்கள் கிணுகிணுத்தன, கோட்டு விளிம்புகள் உயர்ந்து சுழன்றன.

ரோஜா நிற இறகுகள் சூடியிருந்த பருத்த சீமாட்டி ஒருத்தியின் பின்னே நான் நின்றேன். அவளது ஆடையின் ஆடம்பரம், 'பிஷ்மா'* காலத்தை எனக்கு நினைப்பூட்டியது. அவளுடைய சுரசுரப்பான தோலின் வண்ண வேறுபாடு கறுப்புப்பட்டு வட்டத் துண்டுகளை முகத்தில் மச்சங்களாக ஒட்டிக்கொள்ளும் இன்பகரமான காலத்தை நினைவுக்குக்

---

* பிஷ்மா - இடையைக் குறுகலாகவும் மற்ற அங்கங்களை எடுப்பாகவும் காட்டுவதற்காகக் கம்பி வளையத்தின் மேல் அணியப்பட்ட புசுபுசுப்பான ஆடை. 18ம் நூற்றாண்டிலும் 19ம் நூற்றாண்டின் தொடக்கத்திலும் பெண்களின் மோஸ்தராக விளங்கிற்று.

கொண்டுவந்தது. அவளது கழுத்திலிருந்த மிகப் பெரிய பாலுண்ணி மணி மாலையால் மறைக்கப்பட்டிருந்தது. தன் நடன ஜோடியான டிராகூன் ரெஜிமெண்டுக் காப்டனிடம் அவள் சொன்னாள்:

"இந்த இளவரசி லிகொவ்ஸ்க்காயா கொஞ்சங்கூடச் சகிக்கமுடியாத பெண்! நீங்களே பாருங்களேன், என்னை இடித்தாள், மன்னிப்பும் கேட்கவில்லை. போதாக்குறைக்குத் திரும்பிப் பிடிக்கண்ணாடி வழியே என்னைப் பார்க்க வேறு செய்தாள்... C'est umpayable!* எதைக் குறித்து கர்வப்படுகிறாள்? இவளுக்குப் பாடம் கற்பிக்க வேண்டியது தான்..."

தொண்டு செய்ய ஆயத்தமாயிருந்த காப்டன், "இது ஒன்றும் சிரமமான வேலை அல்ல!" என்று கூறிவிட்டு அடுத்த அறைக்குச் சென்றான்.

நான் உடனே இளவரசியை அணுகினேன். அறிமுக மில்லாத சீமாட்டிகளுடன் நடனமாடுவதை அனுமதிக்கும் இந்தப் பக்கத்துச் சுதந்திரத்தைப் பயன்படுத்தி, இளவரசியை வால்ட்ஸ் நடனத்துக்கு அழைத்தேன்.

புன்முறுவல் செய்யாதிருக்கவும் தனது வெற்றி உணர்ச்சியை மறைக்கவும் அவளால் அனேகமாக முடியவில்லை. எனினும் வெகு விரைவிலேயே முற்றிலும் அலட்சியமான, ஓரளவு கண்டிப்புகூடக் கொண்ட தோற்றத்தை வருவித்துக் கொள்வது அவளுக்குச் சாத்தியமாகிவிட்டது. அவள் என் தோள்மேல் கையை அசட்டையாகப் போட்டாள், தலையை லேசாக ஒரு புறம் சாய்த்துக்கொண்டாள், நாங்கள் நடனமாடத் தொடங்கினோம். இதைவிட இன்பக்கிளர்ச்சி ஊட்டுவதும், துவள்வதுமான இடையை நான் அறியேன்! அவளுடைய நறிய மூச்சு என் முகத்தில் பட்டது. வால்ட்ஸ் நடனச் சுழற்சியின்போது தனது தோழர்களிடமிருந்து தனிப்பிரியும்

---

* "வேடிக்கைதான் இது!" (பிரெஞ்சு).

கூந்தற்சுருள் என் அனலும் கன்னத்தின்மேல் வழுகிச் செல்லும்... நான் மூன்று வட்டங்கள் ஆடினேன். (அவள் வியப்பூட்டும் வகையில் நன்றாக ஆடுகிறாள்.) அவளுக்கு மூச்சு முட்டிற்று, விழிகள் மங்கின, பாதி திறந்த உதடுகள் வெகு சிரமத்துடனேயே அவசியமான சொற்களைக் கிசுகிசுத்தன: "Merci monsieur"

சில நிமிடங்கள் பேசாதிருந்த பிறகு நான் மிக மிகப் பணிவைத் தோற்றுவித்தவாறு அவளிடம் சொன்னேன்:

"இளவரசியாரே, தங்களுடன் அறிமுகமே இல்லாத நான், தங்களது தயையின்மைக்குப் பாத்திரனாகும் துர்ப்பாக் கியம் பெற்றுவிட்டதாகக் கேள்விப்பட்டேன்... நீங்கள் என்னைத் துடுக்கன் எனக் கருதினீர்களாம்... இது உண்மை தானா?"

"எனது இந்தக் கருத்தை இப்போது உறுதிப்படுத்த விரும்புகிறீர்களோ?" என்று ஏளனக் கோரணியுடன் மொழிந்தாள் இளவரசி. உணர்ச்சிகளை உடனுக்குடன் வெளிக்காட்டும் அவளது முகத்தோற்றத்துக்கு இது மிகவும் பொருந்துகிறது.

"எதனாலாவது உங்களை அவமதிக்க நான் துணிவு கொண்டிருந்தேன் என்றால், இன்னும் அதிகத் துணிவுடன் உங்களிடம் மன்னிப்புக் கோர அனுமதியுங்கள்... நீங்கள் என் விஷயத்தில் தவறு செய்துவிட்டீர்கள் என்பதை உங்களுக்கு நிரூபிக்க உண்மையில் நான் பெரிதும் விரும்புகிறேன்..."

"இது உங்களுக்கு மிகக் கடினமாயிருக்கும்...'

"எதனாலோ?"

"எதனால் என்றால், நீங்கள் எங்கள் வீட்டிற்கு வர மாட்டீர்கள், இந்தக் கூட்ட நடனங்களோ, அடிக்கடி திரும்ப நடைபெற மாட்டா எனக் காண்கிறது."

---

* "நன்றி, கனவானே!" (பிரெஞ்சு).

"இதன் பொருள் என்னவென்றால் அவர்கள் வீட்டுக் கதவு எனக்கு நிரந்தரமாக அடைக்கப்பட்டுவிட்டது என்பதே" என எண்ணிக்கொண்டேன்.

ஓரளவு வருத்தத்துடன் கூறினேன்: "கேளுங்கள் இளவரசி யாரே, பச்சாத்தாபப்படும் குற்றவாளியை ஒருபோதும் நிராகரிக்கலாகாது: புகலின்மை காரணமாக அவன் இன்னும் இருமடங்கு கேடான குற்றம் புரியக்கூடும்... அப்போது..."

எங்களைச் சுற்றியிருந்தவர்களின் கெக்கலிப்பும் கசமுசப்பும் என்னைத் திரும்பவும் வாக்கியத்தை இடை முறிக்கவும் வைத்தன. எனக்குச் சில தாவடிகளுக்கப்பால் ஆடவர் கூட்டம் ஒன்று நின்றுகொண்டிருந்தது. இனிய இளவரசிக்கு எதிராகப் பகைமை நோக்கத்தை வெளியிட்ட டிராகூன் ரெஜிமெண்டுக் காப்டனும் அவர்களுடன் இருந்தான். என்ன காரணத்தாலோ அவன் விசேஷத் திருப்தியைக் காட்டினான், கைகளைத் தேய்த்துக்கொண்டான், கடகடவென்று நகைத்தான், தோழர்களை நோக்கிக் கண் சிமிட்டினான். நீண்ட மீசையும் சிவந்த மூஞ்சியுமாக, விருந்துக் கோட்டு அணிந்திருந்த ஒரு கனவான் அவர்கள் குழுவிலிருந்து பிரிந்து தட்டித் தடுமாறி நடந்து நேரே இளவரசியை நெருங்கினான்: அவன் போதையேறக் குடித்திருந்தான். குழப்பமடைந்த இளவரசியின் எதிரே நின்று கைகளை முதுகுப்புறம் வைத்தவாறு, கலங்கிய சாம்பல் நிறக் கண்களால் அவளை உறுத்து நோக்கி, கரகரத்த கீச்சுக் குரலில் கூறினான்:

"Permettez...* அட இது என்ன வேண்டியிருக்கிறது... வெறுமே உங்களை மஸூர்க்கா நடனத்துக்கு அழைக்கிறேன்..."

இளவரசி கெஞ்சும் பார்வையுடன் சுற்றிலும் நோக்கி, "உங்களுக்கு என்ன வேண்டும்?" என்று நடுங்கும் குரலில் கேட்டாள். அந்தோ! அவளுடைய தாய் தொலைவில் இருந்தாள், அவளுக்கு அறிமுகமான இளைஞர்களில்

---

* அனுமதியுங்கள். (பிரெஞ்சு).

எவனும் அக்கம் பக்கத்தில் இல்லை. ஒரு அட்ஜுடெட்டாண்ட் இதை எல்லாம் பார்த்தான் போலிருக்கிறது, ஆனால் இந்தக் குழப்பத்தில் தலையிட வேண்டாம் என்று கூட்டத்தின் பின்னே பதுங்கிவிட்டான்.

குடிகாரக் கனவான் டிராகூன் ரெஜிமெண்டுக் காப்டனை நோக்கிக் கண் சிமிட்டினான், அவன் சைகைகளால் இவனுக்கு உற்சாகமூட்டினான். "என்ன? உங்களுக்கு இஷ்டமில்லையா என்ன? pour mazure* நடனத்துக்கு மறுபடியும் உங்களை அழைக்கும் கௌரவம் பெற்றிருக்கிறேன்... நான் குடிகாரன் என்று ஒருவேளை நினைக்கிறீர்களோ? இது ஒன்றும் பிரமாதமில்லை! எவ்வளவோ விட்டாற்றியாக இருக்கும், நிச்சயமாய்ச் சொல்லுகிறேன் ..." என்றான் குடிகாரக் கனவான்.

திகிலாலும் பொங்கும் சினத்தாலும் இளவரசி மூர்ச்சையாகும் நிலையில் இருப்பதை நான் கண்டேன்.

நான் குடிகாரச் சீமானை அணுகி, அவன் கையை மிக இறுகப் பற்றி, அவன் விழிகளை உறுத்து நோக்கியவாறு அப்பால் சென்றுவிடும்படி கேட்டுக்கொண்டேன். இளவரசி என்னுடன் மஸூர்க்கா ஆடுவதாக வெகு நேரத்துக்கு முன்பே வாக்களித்துவிட்டாள் என அதற்குக் காரணம் கூறினேன்.

"ஊம், ஒன்றும் செய்வதற்கில்லை! அடுத்த தடவை பார்ப்போம்!" என்று வாய்விட்டுச் சிரித்துவிட்டு அவன் தனது வெட்கமடைந்த தோழர்களிடம் போனான். அவர்கள் அக்கணமே அவனை அடுத்த அறைக்கு இழுத்துப் போய் விட்டார்கள்.

ஆழ்ந்த உணர்ச்சி ததும்பும் அற்புதமான பார்வை எனக்குப் பரிசாகக் கிடைத்தது.

இளவரசி தன் அன்னையிடம் போய் அவளிடம் எல்லா வற்றையும் சொன்னாள். அவள் என்னைக் கூட்டத்தில்

---

* மஸூர்க்காவுக்கு. (பிரெஞ்சு).

தேடிப்பிடித்து நன்றி செலுத்தினாள். என் தாயாரைத் தனக்குத் தெரியும் என்றும் என் சித்திகள் அத்தைகளில் அரை டஜன் பெயருடன் தனக்குச் சிநேகம் என்றும் எனக்கு அறிவித்தாள்.

“எப்படி நேர்ந்ததோ அறியேன், ஆனால் நாம் இன்னும் ஒருவருக்கொருவர் அறிமுகமாகவில்லை” என்று அவள் பேச்சைத் தொடர்ந்தாள். ஆனால் நீங்கள் ஒருவர் தான் இதற்குப் பொறுப்பாளி என்பதை ஒப்புக்கொள்ளுங்கள்: நீங்கள் எல்லோரிடமும் ஒரேயடியாகக் கூச்சப்படுகிறீர்களே, அது எதனுடனும் சேர்த்தியில்லை. எனது விருந்தறையின் சூழ்நிலை உங்கள் சோர்வைப் போக்கிவிடும் என்று நம்புகிறேன்... மெய்தானே?”

இந்த மாதிரிச் சந்தர்ப்பத்தில் பயன்படுத்துவதற்கு எல்லோரிடமும் தயாராக இருக்க வேண்டிய சொற்களை நான் அவளிடம் கூறினேன்.

குவாட்ரில் நடனம் சகிக்க முடியாத அளவு நீடித்தது.

முடிவில் இசைக்குழு மஸூர்க்கா நடன சங்கீதத்தை முழக்கியது. இளவரசியும் நானும் அமர்ந்தோம்.

குடிகாரக் கனவானைப் பற்றியோ, எனது முந்திய நடத்தையைப் பற்றியோ குருஷ்நீத்ஸ்க்கியைப் பற்றியோ நான் ஒரு தடவையேனும் பேச்செடுக்கவில்லை. கைப்பான நிகழ்ச்சியால் அவளுக்கு ஏற்பட்டிருந்த உளப் பதிவுகள் சிறிது சிறிதாக அகன்றுவிட்டன. அவள் முகம் மலர்ந்தது. அவள் மிகவும் இனிமையாக விகடம் செய்தாள். அவளுடைய பேச்சு குத்தலாயிருப்பதாகக் காட்டிக்கொள்ளாமலே குத்தலாகவும் குதூகலமாகவும் சரளமாகவும் இருந்தது. அவளுடைய விமர்சனங்கள் சில வேளைகளில் ஆழ்ந்தவையாக இருந்தன... எனக்கு அவளை வெகுகாலமாகவே பிடித்திருக்கிறது என்பதை மிகவும் சிக்கலும் சிடுக்குமான வாக்கியத்தால் நான் அவளை உணரவைத்தேன். அவள் தலையைக் குனிந்து கொண்டாள். அவள் முகம் லேசாகச் சிவந்தது.

பிறகு தனது வெல்வெட் விழிகளை உயர்த்தி என்னை நோக்கிச் செயற்கையாகச் சிரித்து, "நீங்கள் விந்தை மனிதர்!" என்றாள்.

"நான் உங்களை அறிமுகப்படுத்திக்கொள்ள விரும்பவில்லை, ஏனென்றால், பக்தர்களின் மட்டுமீறி நெருக்கமான பெருங்கூட்டம் உங்களைச் சூழ்ந்திருக்கிறது. அதில் ஒரே யடியாக மறைந்து போய்விடுவேனோ என்று அஞ்சினேன்" என்றேன்.

"நீங்கள் அஞ்சியது வீண்! அவர்கள் எல்லோருமே சலிப்பூட்டுபவர்கள்..."

"எல்லாருமா? எல்லாருமேயா என்ன?"

அவள் என்னை நிலைக்குத்திட்டு நோக்கினாள், எதையோ நினைவுபடுத்திக்கொள்ள முயன்றாள், பின்னர் மறுபடியும் சற்றே முகஞ்சிவந்தாள், முடிவாக உறுதியுடன் சொன்னாள், "எல்லாருமே!" என்று.

"என் நண்பன் குருஷ்நீத்ஸ்க்கிய் கூடவா?"

"அவர் உங்கள் நண்பரா என்ன?" என்று சிறிது சந்தேகத்தை வெளியிட்டாள் இளவரசி.

"ஆம்."

"சலிப்பூட்டுபவர்கள் வரிசையில் அவர் சேர்ந்தவர் அல்ல தான்..."

"ஆனால் துர்ப்பாக்கியசாலிகள் வரிசையில் சேர்ந்தவன்" என்று நான் சிரித்தேன்.

"சந்தேகமில்லாமல்! உங்களுக்கென்ன, வேடிக்கையாயிருக்கிறதோ? நீங்கள் அவர் இடத்தில் இருந்திருக்க வேண்டும், அப்போது தெரியும்..."

"என்ன பிரமாதம்? நானுந்தான் ஒரு காலத்தில் யூன்கெராக இருந்தேன். மெய்யாகவே சொல்லுகிறேன், அது என் வாழ்க்கையிலேயே மிகச்சிறந்த காலம்!"

"அவர் என்ன, யூன்கெரா?" என்று அவள் வெடுக்கெனக் கேட்டுவிட்டு, "ஆனால் நான் நினைத்தேன்..." என்றாள்.

"நீங்கள் என்ன நினைத்தீர்கள்?

"ஒன்றுமில்லை! இந்தச் சீமாட்டி யார்?"

இதன் பின் உரையாடல் வேறு திசையில் திரும்பியது. இந்த விஷயத்துக்கு மீண்டும் திரும்பவே இல்லை.

ஆக மஸூர்க்கா முடிந்தது, நாங்கள் பிரிந்தோம் - மறு சந்திப்பு வரை. சீமாட்டிகள் போய்விட்டார்கள். நான் இரவு உணவு கொள்ளச் சென்றவன் வேர்னெரைக் கண்டேன்.

"ஆகா! அப்படிச் சொல்லுங்கள் என்றேன். என்னவோ இளவரசியை நிச்சயமான சாவிலிருந்து தப்புவிப்பதன் மூலமாக அன்றி வேறு வகையில் அறிமுகம் செய்துகொள்வ தில்லை என்றீர்களே" என்று நொடித்தான் வேர்னெர்.

"நான் அதைவிடச் சிறந்த காரியம் செய்தேன். கூட்ட நடனத்தில் மூர்ச்சையாகிவிடாமல் காப்பாற்றினேன்..." என்று நான் பதில் சொன்னேன்.

"அது எப்படி? விவரமாகச் சொல்லுங்கள்!"

"இல்லை, ஊகியுங்கள், ஐயா, உலகில் யாவற்றையும் ஊகிப்பவரே!"

மே, 23ந் தேதி

மாலை சுமார் ஏழு மணிக்கு நான் உலாச்சாலையில் உலாவிக் கொண்டிருந்தேன். குருஷ்நீத்ஸ்க்கிய் என்னைத் தொலைவிலிருந்து பார்த்து அருகே வந்தான்: அவன் கண்களில் ஏதோ வேடிக்கையான பேரானந்தம் சுடர்ந்தது. என் கையை ஆர்வத்துடன் பற்றிக் குலுக்கி, துயரம் ததும்பும் குரலில் கூறினான்:

"உனக்கு நன்றி செலுத்துகிறேன், பிச்சோரின்... நான் சொல்வது புரிகிறதா?"

“இல்லை. எப்படியாயினும் நன்றி செலுத்தத் தேவையில்லை” என்றேன் நான், எந்த நன்மையும் செய்ததாக உண்மையிலேயே எனக்குத் தோன்றாமையால்.

“அது எப்படி? நேற்றோ? மறந்துவிட்டாயா? மேரி எனக்கு எல்லாவற்றையும் விவரித்தாள்...”

“என்ன? இப்போது உங்களுக்குள் எல்லாமே பொது தானோ? நன்றி கூடவா?”

“கேள்” என்று குருஷ்நீத்ஸ்க்கிய் பெருத்த படாடோபத்துடன் பேசலானான்: “நீ என் நேயனாக இருக்க விரும்பினால், தயை செய்து என் காதலை நையாண்டி செய்யாதே... நான் அவளை வெறி கொண்டவன் போல் காதலிக்கிறேன் என்பதை நீயே காண்கிறாய்... நான் நினைக்கிறேன், நான் நம்புகிறேன், அவளும் என்னைக் காதலிக்கிறாள் என்று... உன்னிடம் ஒன்று கேட்டுக் கொள்கிறேன்: இன்று மாலை நீ அவர்கள் வீட்டுக்குப் போவாய். அங்கே நடப்பதை எல்லாம் உற்றுக் கவனிப்பதாக எனக்கு வாக்களி. நான் அறிவேன் நீ இந்த விஷயங்களில் அனுபவம் மிகுந்தவன், என்னைவிட நன்றாக நீ பெண்களை அறிவாய் என்பதை... மங்கையர்! மங்கையர்! யாரே அவர்களைப் புரிந்துகொள்பவர்? அவர்களது முறுவல் அவர்களது நோக்குக்கு முரண்படுகிறது, அவர்களது சொற்கள் வாக்களித்து வசீகரிக்கின்றன, அவர்களது குரலின் தொனியோ விலக்கித் தள்ளுகிறது... ஒரு சமயம் அவர்கள் நமது மிக மிக இரகசியமான எண்ணத்தை அறிந்து ஊகித்துவிடுகிறார்கள், மறு சமயம் மிக மிகத் தெளிவான குறிப்பைக்கூடப் புரிந்துகொள்ள மாட்டேனென்கிறார்கள்... இளவரசியைத்தான் எடுத்துக்கொள்வோமே: நேற்று அவள் விழிகள் என்மேல் நிலைத்து, ஆர்வத்தால் அனல் வீசின. இன்றோ அவை மங்கி, உணர்ச்சியற்றுத் தோன்றின...”

“இது ஊற்று நீரின் விளைவாயிருக்கலாம் ஒரு வேளை” என்றேன் நான்.

“நீ எல்லாவற்றிலும் மோசமான அம்சத்தையே காண்கிறாய்... சடப்பொருள்வாதி!” என்று இகழ்ச்சி தோன்றக் கூறினான். “கிடக்கிறது. பொருளை மாற்றுவோம்” என்று தனது மட்டமான சிலேடையால் திருப்தி அடைந்து முகம் மலர்ந்தான்.

எட்டு மணி அடித்தபின் நாங்கள் சிற்றரசி வீட்டுக்குச் சேர்ந்து போனோம்.

வேரா வீட்டைக் கடந்து செல்கையில் அவள் ஜன்னல் அருகே நிற்கக் கண்டேன். நாங்கள் ஒருவரை ஒருவர் மேலோட்டமாகப் பார்த்துக்கொண்டோம். குருஷ்நீத்ஸ்க்கியும் நானும் போய்ச் சேர்ந்த சிறிது நேரத்திற்கெல்லாம் அவளும் சிற்றரசி வீட்டு விருந்தறையில் பிரவேசித்தாள். சிற்றரசி அவளைத் தன் உறவினள் என்று எனக்கு அறிமுகப்படுத்தினாள். தேநீர் அருந்தினோம். விருந்தினர் நிறைய இருந்தார்கள். உரையாடல் பொதுப்படையாக நடந்தது. நான் சிற்றரசியின் பிரியத்தைச் சம்பாதிக்க முயன்று பாடுபட்டேன், விகடம் செய்தேன், சில தடவைகள் அவளை மனம்விட்டுச் சிரிக்க வைத்தேன். இளவரசிக்கும் கலகலவென்று நகைக்கப் பலமுறை விருப்பம் உண்டாயிற்று, ஆனால் தான் மேற்கொண்ட பாத்திரத்திலிருந்து விலகி விடாதிருப்பதற்காகச் சிரிப்பை அடக்கிக்கொண்டாள். சோர்ந்த தோற்றம் தனக்குப் பொருந்துவதாக அவள் நினைக்கிறாள். ஒருவேளை அது தவறல்ல போலும். எனது களிப்பு அவளுக்குத் தொற்றாததைக் கண்டு குருஷ்நீத்ஸ்க்கிப் பெருமகிழ்ச்சி அடைந்திருக்கிறான் என்று தோன்றுகிறது.

தேநீர் பருகியபின் எல்லோரும் ஹாலுக்குப் போனார்கள்.

“எனது கீழ்ப்படிவில் உனக்குத் திருப்திதானே, வேரா? என்று அவள் அருகாகச் செல்கையில் கேட்டேன்.

காதலும் நன்றியும் நிறைந்த பார்வையை அவள் என்மேல் வீசினாள். இந்தப் பார்வைகளுக்கு நான் இப்போது பழகிப்போய்விட்டேன். ஆனால் ஒரு காலத்தில் இவை

எனது பேரின்பமாகத் திகழ்ந்தன. சிற்றரசி தன் புதல்வியைப் பியானோ வாசிக்கச் சொன்னாள். ஏதாவது பாடும்படி எல்லோரும் அவளைக் கேட்டுக்கொண்டார்கள். நான் பேசாதிருந்தேன். பொதுக் குழப்பத்தைப் பயன்படுத்திக் கொண்டு நான் வேராவுடன் ஜன்னல் அருகே சென்றேன். எங்கள் இருவருக்கும் மிக முக்கியமான ஒரு விஷயத்தை என்னிடம் சொல்ல அவள் விரும்பினாள். அது வெறும் பிதற்றலாக முடிந்தது...

நிற்க, இளவரசிக்கு எனது அலட்சிய பாவம் எரிச்சலூட்டியது. கோபம் பொங்கும் பளிச்சென்ற ஒரே பார்வையிலிருந்து நான் இதைக் கண்டுகொண்டேன்... ஓ, என்னால் அற்புதமாகப் புரிந்துகொள்ள முடியும் இந்த உரையாடலை. பேச்சற்ற, ஆனால் உள்ளத்தை வெளிக்காட்டுகிற, சுருக்கமான, ஆனால் வன்மைமிக்க உரையாடலை.

அவள் பாடத் தொடங்கினாள்: அவளுடைய குரல் சுமாராயிருந்தது, ஆனால் அவள் பாடுவது மோசம்... சொல்லப் போனால் நான் அதைக் கேட்கவில்லை. மாறாக குருஷ்நீத்ஸ்க்கியோ, அவளுக்கு எதிரே பியானோவில் முழங்கைகளை ஊன்றியபடி நின்று, கண்களால் அவளை ஆர்வத்துடன் பருகினான், நிமிடத்துக்கு ஒரு தரம் வாய்க்குள்ளாகச் சொல்லிக்கொண்டான்: "Charmant Delicieux!"* என்று .

வேரா என்னிடம் சொன்னாள்: "கேள்! நீ என் கணவரை அறிமுகம் செய்துகொள்ள வேண்டுமென்று நான் விரும்பவில்லை. ஆனால் சிற்றரசியின் பிரியத்திற்கு நீ எப்படியாவது பாத்திரமாகிவிட வேண்டும். உனக்கு இது சுலபம். என்ன நினைத்தாலும் செய்துவிட உன்னால் முடியும். நாம் இங்கே மட்டுமே சந்திப்போம்..."

"இங்கே மட்டுந்தானா?"

---

* "வசீகரம்! அற்புதம்!" (பிரெஞ்சு).

|191|

அவள் முகம் சிவக்கப் பேச்சைத் தொடர்ந்தாள்:

"நான் உன் அடிமை என்பதை நீ அறிவாய். உன் விருப்பத்துக்கு மாறு செய்ய என்னால் ஒரு போதுமே முடியவில்லை... இதற்கு உரிய தண்டனை எனக்குக் கிடைக்கும்: நீ என்னைக் காதலிப்பதை நிறுத்திவிடுவாய்! குறைந்தபட்சம் என் நற்பெயரையாவது காப்பாற்றிக்கொள்ள நான் விரும்புகிறேன். எனக்காக அல்ல: இதை நீ மிக நன்றாக அறிவாய்! ஐயோ, நான் உன்னைக் கெஞ்சிக் கேட்கிறேன்: வெறும் சந்தேகங்களாலும் நடிப்புப் பராமுகத்தாலும் முன் போல என்னை வதைக்காதே. நான் ஒரு கால் சீக்கிரம் இறந்து போவேன். நாளுக்கு நாள் பலவீனம் அடைவதை உணர்கிறேன்... வருங்கால வாழ்வு பற்றி என்னால் நினைக்க முடியாது என்றாலும் நான் உன்னையே பற்றி எண்ணுகிறேன்... ஆண்களாகிய நீங்கள் பார்வையால், கைகுலுக்கலால் ஏற்படும் இன்பத்தை அறிய மாட்டீர்கள்... நானோ, ஆணையிட்டுச் சொல்லுகிறேன், உன் குரலைக் கேட்டு மிக ஆழ்ந்த, விந்தையான பேரின்பத்தில் திளைக்கிறேன். மிக மிக ஆவேசம் நிறைந்த முத்தங்கள்கூட அதற்கு மாற்று ஆக முடியாது."

இதற்குள் இளவரசி பாடுவதை நிறுத்திவிட்டாள். பாராட்டு முணுமுணுப்பு அவளைச் சுற்றி ஒலித்தது. எல்லோருக்கும் பிறகு நான் அவளை அணுகி, அவளுடைய குரலைப் பற்றி வெகு அசட்டையாக ஏதோ சொன்னேன்.

அவள் கீழ் உதட்டைப் பிதுக்கி முகத்தைச் சுளித்து, மிகவும் ஏளனத் தோற்றத்துடன் உபசார வணக்கம் தெரிவித்தாள்.

"நான் பாடியதை நீங்கள் கேட்கவே இல்லை என்பது எனக்கு இன்னும் உவப்பூட்டுகிறது. ஆனால் ஒரு கால் உங்களுக்கு இசையில் பற்றே கிடையாதோ?" என்றாள்.

"இல்லை, பற்று உண்டு... பகல் சாப்பாட்டுக்குப் பிறகு விசேஷமாக."

"உங்களுடைய ருசிகள் மிக மிக நயமற்றவை என்று குருஷ் நீத்ஸ்க்கிய் சொல்வது சரிதான்... நீங்கள் இசையை விரும்புவது சுவையுணவின் நோக்கிலேயே என்பதைக் காண்கிறேன்..."

"மீண்டும் தவறு செய்கிறீர்கள். நான் சுவையூண் விரும்பி அல்லவே அல்ல: எனது இரைப்பை மிகக் கெட்டது. ஆனால் பகல் சாப்பாட்டுக்குப் பிறகு இசை தாலாட்டுகிறது. மதிய உண்டிக்குப் பின் உறங்குவது உடல் நலத்துக்கு உகந்தது: எனவே நான் இசையை விரும்புவது மருத்துவ நோக்குடனேயே. மாறாக மாலையிலோ, சங்கீதம் எனது நரம்புகளை மட்டுமீறித் தூண்டிவிடுகிறது. எனக்கு அளவுக்கு மேல் ஏக்கமோ அளவுக்குமேல் களிப்போ உண்டாகிறது. ஏங்குவதற் சந்தேகங்களா களிப்பதற்கோ தகுந்த காரணங்கள் இல்லாவிடில் இவ்விரண்டில் எதுவும் களைப்பு உண்டாக்கும். தவிர கூட்டத்தில் ஏக்கம் கேலிக்கிடமாகும், அளவு கடந்த களிப்போ முறையற்றதாகும்..."

அவள் முடிவுவரை கேட்காமல் அப்பால் போய், குருஷ் நீத்ஸ்க்கியின் பக்கத்தில் உட்கார்ந்தாள். உருக்க உணர்ச்சி நிறைந்த ஏதோ உரையாடல் அவர்களுக்கிடையே தொடங்கியது. அவன் சொல்வதைக் கருத்தூன்றிக் கேட்பது போன்று காட்டிக்கொள்ள இளவரசி முயன்றாள் எனினும் அவனுடைய அறிவு சான்ற சொற்களுக்கு எங்கோ நினைவாகவும் பொருத்தமின்றியும் விடை பகர்ந்தாள் போலும், ஏனெனில் சில சமயங்களில் அவன் அவளை வியப்புடன் நோக்கி, அவளது நிம்மதியற்ற பார்வையில் அவ்வப்போது வெளிப்பட்ட மனச்சஞ்சலத்தின் காரணத்தை ஊகிக்க முயன்றான்...

ஆனால் நான் உங்கள் மனத்தை அறிந்துகொண்டேன், அன்பார்ந்த இளவரசியாரே, எச்சரிக்கையாயிருங்கள்! எனக்கு ஏட்டிக்குப் போட்டி செய்ய, என் தன்மானத்தைப் புண்படுத்த நீங்கள் விரும்புகிறீர்கள் - அது பலிக்காது! நீங்கள்

| 193 |

என் மீது போர் தொடுத்தால் நான் ஈவிரக்கம் அற்றவனா யிருப்பேன்.

அதன் பிறகு அன்று மாலை அவர்களுடைய உரையாடலில் குறுக்கிட நான் பல தடவைகள் வேண்டு மென்றே முயன்றேன். ஆனால் எனது சொற்களை அவள் வெகு வறட்சியுடன் புறக்கணித்துவிட்டாள், நான் நடிப்புக் கோபத்துடன் முடிவில் அப்பால் அகன்றேன். இளவரசி வெற்றிப் பெருமிதம் காட்டினாள். குருஷ்நீத்ஸ்க்கியும் அவ்வாறே. வெற்றி கொண்டாடுங்கள், என் நண்பர்களே, துரிதப்படுத்துங்கள்... உங்கள் வெற்றிக் கொண்டாட்டம் நெடுநேரம் நீடிக்காது! வேறு என்ன? எனக்கு முன்னுணர்வு உண்டு... ஒரு பெண்ணை அறிமுகம் செய்துகொண்டதும் அவள் என்னைக் காதலிப்பாளா மாட்டாளா என்பதை நான் எப்போதும் பிசகின்றி உய்த்துணர்ந்து கொள்வேன்...

எஞ்சிய மாலை நேரத்தை நான் வேராவின் அருகே கழித்தேன். பழைய நாட்களைப் பற்றி நெஞ்சாரப் பேசித் தீர்த்தேன்... எதற்காகத்தான் அவள் என்னை இவ்வாறு காதலிக்கிறாளோ, மெய்யாகவே அறியேன்! அதிலும் என்னுடைய எல்லாச் சிறு சிறு பலவீனங்களுடனும், கெட்ட விழைவுகளுடனும் என்னை முற்ற முழுக்க அறிந்துகொண்ட ஒரே பெண் இவள் தான்... தீமை அவ்வளவு கவர்ச்சி உள்ளதா என்ன?

குருஷ்நீத்ஸ்க்கியும் நானும் சேர்ந்தே வெளியேறினோம். தெருவில் அவன் என்னோடு கைகோத்துக்கொண்டான். நீண்ட மௌனத்துக்குப் பிறகு அவன் கேட்டான்:

"ஊம், என்ன சொல்கிறாய்?"

"நீ மடையன்" என்று கூற வாயெடுத்தேன், ஆனால் விருப்பத்தை அடக்கிக்கொண்டு வெறுமே தோள்களைக் குலுக்கினேன்.

மே, 29ந் தேதி

இந்த நாட்களில் எல்லாம் நான் எனது முறையிலிருந்து ஒரு தரங்கூடப் பிறழவில்லை. இளவரசிக்கு என் உரையாடலில் பற்று விழத் தொடங்கியிருக்கிறது. என் வாழ்க்கையின் விந்தை நிகழ்ச்சிகளில் சிலவற்றை நான் அவளுக்கு விவரித்தேன். நான் அசாதாரண மனிதன் என அவள் எண்ண ஆரம்பித்திருக்கிறாள். உலகிலுள்ள எல்லா விஷயங்களையும், சிறப்பாக உணர்ச்சிகளை நான் எள்ளி நகையாடுகிறேன். இது அவளுக்குத் திகில் உண்டாக்கத் தொடங்கியிருக்கிறது. என் எதிரே குருஷ்நீத்ஸ்க்கியுடன் மெல்லுணர்ச்சிகள் நிறைந்த விவாதங்களில் ஈடுபட அவள் துணிவதில்லை. அவனுடைய பேச்சுக்களுக்கு ஏற்கனவே பலமுறை ஏளனப் புன்னகையால் விடையளித்தாள். நானோ, ஒவ்வொரு தடவையும் குருஷ்நீத்ஸ்க்கிய் அவளை அணுகியதுமே பணிவான தோற்றத்துடன் அவர்களைத் தனியே விட்டு ஒதுங்கிவிடுகிறேன். முதல் முறை அவள் இதனால் மகிழ்ச்சி அடைந்தாள் அல்லது அடைந்ததாகக் காட்ட முயன்றாள். இரண்டாந் தடவை என்மீது கோபங்கொண்டாள். மூன்றாவது தரமோ, குருஷ்நீத்ஸ்க்கிய் மேல் எரிந்து விழுந்தாள்.

"உங்களுக்குத் தன்மதிப்பு போதவே போதாது! குருஷ்நீத்ஸ்க்கியுடன் இருப்பதில் எனக்கு அதிகக் குதூகலம் உண்டாவதாக ஏன் நினைக்கிறீர்கள்?" என்று நேற்று அவள் என்னிடம் கேட்டாள்.

நண்பனது இன்பத்தின் பொருட்டு எனது மகிழ்ச்சியைத் தியாகம் செய்கிறேன் என்றேன்.

"எனது மகிழ்ச்சியையுந்தான்" என்றாள் அவள்.

நான் அவளை நிலைக்குத்திட்டு நோக்கி, ஆழ்ந்த முகத் தோற்றத்தை வருவித்துக் கொண்டேன். அப்புறம் பகல் முழுவதும் அவளோடு ஒரு வார்த்தை பேசவில்லை... மாலையில் அவள் சிந்தனையில் ஆழ்ந்திருந்தாள், இன்று

காலை கிணற்றருகிலோ இன்னும் அதிகச் சிந்தனை அவள் முகத்தில் தேங்கியிருந்தது. நான் அவள் அருகே சென்றபோது, குருஷ்நீத்ஸ்க்கிய் இயற்கையைப் பாராட்டிப் பரவசப்பட்டுக் கொண்டிருந்தான், அவள் எங்கோ நினைவாக அவன் பேச்சைக் கேட்டுக்கொண்டிருந்தாள். ஆனால் நான் பின்னே வருவது தெரிந்ததுமே, என்னைக் கவனிக்காதவள் போலக் காட்டிக் கொள்ளும் பொருட்டுக் கலகலவென நகைக்கலானாள் (கொஞ்சங்கூடப் பொருத்தமின்றி). நான் அப்பால் போய் இரகசியமாக அவளை அவதானித்தேன்: அவள் தன் சகாவிடமிருந்து முகத்தைத் திருப்பிக்கொண்டு இரண்டு முறை கொட்டாவிவிட்டாள். குருஷ்நீத்ஸ்க்கிய் அவளுக்கு அறவே புளித்துப்போய்விட்டான். இன்னும் இரண்டு நாட்கள் அவளோடு நான் பேசப்போவதில்லை.

ஜூன், 3ந் தேதி

நான் அடிக்கடி என்னையே கேட்டுக்கொள்கிறேன்: எவளை நான் மயக்கி வலைப்படுத்த விரும்பவில்லையோ, எவளை ஒருகாலும் மணந்துகொள்ளப் போவதில்லையோ, அந்த இளநங்கையின் காதலைப் பெற நான் இவ்வளவு பிடிவாதமாக எதற்குப் பாடுபடுகிறேன்? இந்தப் பெண்மைப் பிலுக்கு எதற்காக? இளவரசி மேரி எந்தக் காலத்திலாவது என்னை எவ்வளவு காதலிப்பாளோ அதைக் காட்டிலும் அதிகமாக வேரா என்மேல் மையல் கொண்டிருக்கிறாள். அவள் வெல்லமுடியாத அழகியாக எனக்குத் தோன்றியிருந்தாலாவது அவளை அடையும் முயற்சியின் கஷ்டத்தினால் நான் ஈர்க்கப்பட்டிருப்பேன்...

ஆனால் அப்படி இல்லவே இல்லையே! எனவே, இளமையின் முதல் ஆண்டுகளில் நம்மை வதைக்கும் காதலைக் குறித்த நிம்மதியற்ற தேவை அல்ல இது: அந்தத் தேவை நம்மை ஒரு மங்கையிடமிருந்து இன்னொரு மங்கையிடம் தள்ளுகிறது - நம்மைக் கண்டாலே கரிக்கும் ஒருத்தியை நாம் சந்திக்கும்வரை. அப்போது தான்

தொடங்குகிறது நமது நிலைத்த தன்மை - இயல்பான, முடிவற்ற விழைவு. புள்ளியிலிருந்து புறப்பட்டு அண்டப் பெருவெளியில் செல்லும் கோடு என்று இதைக் கணிதரீதியில் குறிப்பிடலாம். இலக்கை, அதாவது முடிவை, அடைவது இயலாததாக இருப்பதே இந்த முடிவின்மையின் மர்மம்.

எதனால் தான் நான் தொல்லைப்படுகிறேன்? குருஷ்நீத்ஸ்க்கிய் மேல் பொறாமையினாலா? அப்பாவி! அதற்கு அவன் அருகனே அல்ல. அல்லது இது கடைகெட்ட, ஆனால் வெல்லமுடியாத ஒரு உணர்வின் விளைவா? இந்த உணர்வின் நிர்ப்பந்தத்தால் நாம் நண்பனின் இனிய மருள்களை அழிக்கிறோம்; அவன் மனமுடைந்துபோய், தான் எதை நம்பவேண்டும் என்று கேட்கையில் அவனுக்குப் பின்வருமாறு பதில் சொல்லும் அற்ப சந்தோஷத்தை அடைவதற்காக: "என் நண்பா, என் விஷயத்திலும் இவ்வாறே நேர்ந்தது! ஆயினும் நீயே பார்க்கிறாயே, நான் பகலுணவு கொள்கிறேன், இரவு உண்டி அருந்துகிறேன், மிக நிம்மதியாக உறங்குகிறேன், கத்தலோ கண்ணீரோ இன்றியே என்னால் இறக்க முடியும் என்று நம்புகிறேன்!"

இருந்தாலும், இப்போது தான் முகையவிழத் தொடங்கி யிருக்கும் இளம் உள்ளத்தை உரிமை ஆக்கிக் கொள்வதில் எல்லையற்ற இன்பம் உளது அன்றோ! எதன் சிறந்த நறுமணம் பகலவனின் முதல் கதிரை எதிர்கொண்டு ஆவியாகி விடுமோ அந்த மலர் போன்றவள் அவள்; இந்தக் கணத்தில் அதைக் கொய்து, தெவிட்டத் தெவிட்ட முகர்ந்து தீர்த்த பின்பு தெருவில் எறிந்துவிட வேண்டும்: யாரேனும் ஒரு வேளை அதை எடுத்துக்கொள்ளக் கூடுமே! வழியில் எதிர்ப்படும் எல்லாவற்றையும் உட்கொண்டு தீர்த்துவிடும் அடங்கா வேட்கையை நான் உணர்கிறேன். மற்றவர்களுடைய துன்பங்களையும் இன்பங்களையும் நான் என் நோக்கிலிருந்தே, எனது உள வலிமைக்குத் துணை செய்யும் உணவு என்ற வகையிலேயே, காண்கிறேன். விழைவுகளின் பாதிப்பினால் மதியிழப்பதற்கு நான் இப்போது வல்லன் அல்லேன். எனது

புகழ்விருப்பம் சூழ்நிலைமைகளால் அடக்கப்பட்டிருக்கிறது, ஆனால் அது வேறு வடிவில் வெளிப்பட்டுள்ளது, ஏனெனில் புகழ்விருப்பம் என்பது அதிகார வேட்கை தவிர வேறில்லை. எனது முதல் மகிழ்வோ, என்னைச் சுற்றியுள்ளவை யாவற்றையும் எனது சித்தத்துக்குக் கீழ்ப்படுத்துவதே. தன்பால் அன்பும் பக்தியும் அச்சமும் ஏற்படச் செய்வது, அதிகாரத்தின் முதல் அறிகுறியும் மாபெரும் வெற்றியும் அல்லவா? ஒருவரது துக்கங்களுக்கும் சுகங்களுக்கும், நேரான உரிமை எதுவும் இல்லாமலே, காரணமாக விளங்குவது நமது ஆணவத்துக்கு யாவற்றினும் இனிய உணவு அன்றோ? இன்பம் என்பது தான் என்ன? நிறைவுற்ற ஆணவமே. உலகில் உள்ளவர்கள் யாவரிலும் சிறந்தவன், வலிமை மிகுந்தவன் என்று என்னை நான் மதித்தால் நான் இன்பம் அடைந்தவன் ஆவேன். எல்லோரும் என் மீது அன்பு செலுத்தினால் எனக்குள் நான் முடிவற்ற அன்பு ஊற்றுக்களைக் கொண்டிருப்பேன். தீமை தீமையைத் தோற்றுவிக்கிறது; முதலாவது துன்பம் பிறனைத் துன்புறுத்துவதால் உண்டாகும் மகிழ்ச்சியை நாம் புரிந்து கொள்ளச் செய்கிறது. தீமை பற்றிய கருத்து மனிதனது அறிவில் தோன்றிவிட்ட பின் அதைச் செயலில் ஈடுபடுத்த விரும்பாதிருப்பது அவனுக்குச் சாத்தியமல்ல: கருத்துக்கள் அங்ககப் படைப்புக்கள் என்று யாரோ சொல்லியிருக்கிறார். அவற்றின் பிறப்பே அவற்றுக்கு வடிவம் அளித்துவிடுகிறது. இந்த வடிவம் தான் செய்கை. எவனுடைய அறிவில் பிறரைக் காட்டிலும் அதிகக் கருத்துகள் உதிக்கின்றனவோ அவன் மற்றவர்களைவிட அதிகமாகச் செயலாற்றுகிறான். எனவே தான் குமாஸ்தா மேஜையுடன் பிணிக்கப்பட்டிருக்கும் மேதை உயிர் துறக்கவோ மதி இழக்கவோ நேர்கிறது. வலிய உடற்கட்டுள்ள மனிதன் குந்திய வாழ்க்கையும் அடக்கமான நடத்தையும் மேற்கொண்டால் மூளையில் இரத்தக்குழாய் வெடித்து இறந்து போவது போன்றதே இதுவும்.

விழைவுகள் என்பவை வளர்ச்சியின் முதல் பருவத்தில் உள்ள கருத்துகள் தவிர வேறில்லை: அவை இதயத்தின் இளமைக்கு உரியவை. ஆயுட்காலம் முழுவதும் அவற்றால்

உலப்புற நினைப்பவன் மடையன்: அமைதியாகப் பெருகும் பல ஆறுகள் ஆரவாரம் மிக்க அருவிகளாகத் தொடங்குகின்றன, ஆனால் அவற்றில் ஒன்றேனும் கடலில் கலக்கும் வரை துள்ளலும் நுரையுமாகப் பாய்வதில்லை. ஆயினும், அடிக்கடி இந்த அமைதி, மறைமுகமானது எனினும், மாண்புமிக்க ஆற்றலின் அடையாளம் ஆகும். உணர்ச்சிகள், எண்ணங்களின் நிறைவும் ஆழமும் வெறிகொண்ட பாய்ச்சல்களுக்கு இடங்கொடுப்பதில்லை: உள்ளம் துன்பம் உழன்றும் இன்பம் துய்த்தும் தேர்ந்த பின் எல்லாவற்றையும் திட்டமாகப் புரிந்து கொள்கிறது, அவை அப்படித்தான் இருக்கவேண்டும் என்று உறுதி கொள்கிறது. மழைப்புயல் இல்லாவிடில் வெயிலின் நிலையான வெம்மை தன்னை வறட்டியெடுத்துவிடும் என்பதை அது அறியும். தனது சொந்த வாழ்வை அது ஊடுருவி நோக்குகிறது, அன்புக்குரிய குழந்தையைப் போன்று தன்னைப் பேணவும் தண்டிக்கவும் செய்கிறது. தன்னை அறிதலின் இந்த மிக உயர்ந்த நிலையில் தான் மனிதனால் இறைவனின் நியாயத்தை மதிப்பிட முடியும்.

இந்தப் பக்கத்தை மறுபடி படித்த பின், எடுத்துக் கொண்ட விஷயத்திலிருந்து நான் வெகுதூரம் விலகிச் சென்றுவிட்டதைக் காண்கிறேன்... ஆனால் தேவை தான் என்ன? நான் இந்த நாட்குறிப்பை எழுதுவது எனக்காகவே தானே? ஆகவே, இதில் நான் எந்தச் சப்புச் சவற்றைக் கொட்டினாலும், காலம் கடந்தபின் அது எனக்கு விலையுயர்ந்த நினைவு ஆகிவிடுமே.

....

குருஷ்நீத்ஸ்க்கிய் வந்து என் கழுத்தைக் கட்டிக் கொண்டான். அவன் அதிகாரி ஆக்கப்பட்டிருக்கிறானாம். நாங்கள் ஷாம்பெயின் பருகினோம். டாக்டர் வேர்னெர் அவனைத் தொடர்ந்து வந்தான்.

"நான் உங்களை வாழ்த்தமாட்டேன்" என்று அவன் குருஷ்நீத்ஸ்க்கியிடம் சொன்னான்.

"ஏன்?"

"ஏனென்றால் சிப்பாய் மேல்கோட்டு உங்களுக்கு மிகவும் இசைகிறது. இங்கே, நீரூற்றிடத்தில் தைக்கப்படும் காலாட்படை அதிகாரி உடுப்பு உங்களுக்கு எவ்விதக் கவர்ச்சியும் அளிக்காது என்பதை ஒப்புக்கொள்ளுங்கள்... விஷயம் என்ன தெரியுமா? இதுவரை நீங்கள் விதிவிலக்காக விளங்கினீர்கள். இப்போதோ, பொது விதிக்கு உட்பட்டு விடுவீர்கள்."

"என்ன வேண்டுமானாலும் சொல்லிக்கொள்ளுங்கள், டாக்டர்! நான் களிதுள்ளுவதற்கு இடையூறு செய்ய உங்களால் முடியாது" என்று சொல்லிவிட்டு, "பதவிச் சின்னங்கள் எனக்கு எவ்வளவு நம்பிக்கை ஊட்டியிருக்கின்றன என்பதை இவர் அறியார்" என என் காதில் கூறினான் குருஷ்நீத்ஸ்க்கிய். பின்பு உரக்க, "ஆகா, பதவிச் சின்னங்களே, பதவிச் சின்னங்களே! உங்கள் நட்சத்திரங்கள் வழிகாட்டும் விண்மீன்கள்... இல்லை! இப்போது நான் முழு இன்பத்தில் திளைக்கிறேன்" என்றான்.

"எங்களுடன் மலைப் பள்ளத்துக்கு உலாவ வருவாயா?" என்று நான் அவனிடம் வினவினேன்.

"நானா? உடுப்பு தயார் ஆகும் வரை எந்தக் காரணத்தை முன்னிட்டும் இளவரசிக்கு எதிரே வரமாட்டேன்."

"உன்னுடைய சந்தோஷச் செய்தியை அவளுக்குத் தெரிவிக்க அனுமதிக்கிறாயா?"

"இல்லை, தயவு செய்து சொல்லாதே... நான் அவளை ஆச்சரியத்தில் ஆழ்த்த விரும்புகிறேன்."

"ஆனால் ஒன்று சொல். அவளோடு உன் விவகாரம் எந்த மட்டில் இருக்கிறது?"

அவன் குழப்பம் அடைந்து சிந்திக்கலானான். பெருமை அடித்துக்கொள்ள, பொய் சொல்ல அவனுக்கு

ஆசையாயிருந்தது - ஆனால் மனச்சாட்சி உறுத்தியது. அதே சமயம் உண்மையை ஒப்புக்கொள்ள வெட்கமாயிருந்தது.

“என்ன நினைக்கிறாய்? அவள் உன்னைக் காதலிக் கிறாளா?”

“காதலிக்கிறாளா? நல்ல ஆளப்பா நீ, பிச்சோரின், உன்னுடைய எண்ணங்கள் தாம் எப்படி! இவ்வளவு சீக்கிரம் எப்படி முடியும்? அப்படியே அவள் காதலித்தாலும் குல மகள் அதைச் சொல்லமாட்டாள்...'

“நல்லது! அதோடு, உன் கருத்துப்படி, குல மகனும் தன் விழைவுகளைப் பற்றி வாயை மூடிக்கொண்டிருக்க வேண்டும் போலும்?

“அடே, தம்பீ! எல்லாவற்றுக்கும் உரிய முறை உண்டு. எத்தனையோ விஷயங்கள் சொல்லப்படுவதில்லை, ஊகிக்கவேபடுகின்றன...'

“அது உண்மையே... ஆனால் நாம் ஒரு பெண்ணின் விழிகளில் காணும் காதல் அவளை எதற்கும் கட்டுப்படுத்தாது, சொற்களோ... ஜாக்கிரதை, குருஷ்நீத்ஸ்க்கிய், அவள் உன்னை ஏமாற்றிவிடுவாள்...”

அவன் கண்களை வானை நோக்கி நிமிர்த்தி, ஆத்ம திருப்தியுடன் புன்னகை செய்தவாறே சொன்னான்: “அவளா? எனக்கு உன்மேல் இரக்கமாயிருக்கிறது, பிச்சோரின்!”

அவன் போய்விட்டான்.

மாலையில் பெருந்தொகையான கூட்டத்தினர் கால் நடையாக மலைப் பள்ளம் சென்றார்கள்.

இந்தப் பக்கத்து விஞ்ஞானிகளின் கருத்துப்படி இந்தப் பள்ளம் அணைந்த எரிமலைக் கிடங்கு தவிர வேறில்லை. அது மாஷூக் மலைச் சரிவில், நகரிலிருந்து ஒரு வெர்ஸ்ட்டா தொலைவில் இருக்கிறது. புதர்களுக்கும் பாறைகளுக்கும் நடுவாக, குறுகிய ஒற்றையடிப் பாதை அதற்கு இட்டுச்

செல்கிறது. மலை மீது ஏறியதும் நான் இளவரசிக்குக் கைகொடுத்தேன். உலா முடிவுவரை அவள் அதை விடவே இல்லை.

எங்கள் உரையாடல் வம்பளப்பிலிருந்து தொடங்கிற்று: எங்களுக்குத் தெரிந்தவர்களில் எதிரே இருந்தவர்கள், இல்லாதவர்கள் எல்லோரையும் வரிசையாகக் குறிப்பிட்டு, முதலில் அவர்களுடைய வேடிக்கையான இயல்புகளையும் பின்பு கெட்ட அம்சங்களையும் நான் வருணிக்கலானேன். சிடுசிடுப்பு என்னை ஆட்கொண்டது. வேடிக்கையாக ஆரம் பித்தவன் உண்மையான கோபத்துடன் முடித்தேன். முதலில் இது அவளுக்கு விளையாட்டாயிருந்தது, அப்புறமோ, திகிலூட்டியது.

"நீங்கள் ஆபத்தான மனிதர். உங்கள் நாக்கில் அகப்பட்டுக்கொள்வதை விட, காட்டில் கொலைகாரனின் வாளுக்கு அடியில் அகப்பட்டுக்கொள்வதை மேலாகக் கருதுவேன். நான் உண்மையாகவே உங்களைக் கேட்டுக் கொள்கிறேன்: என்னைப் பற்றிக் கெடுதலாகப் பேச உங்களுக்கு விருப்பம் உண்டாகும்போது கத்தியை எடுத்து என்னை வெட்டிவிடுங்கள், அதுவே மேல் - உங்களுக்கு இது மிகக் கடினமாக இராது என்று நினைக்கிறேன்" என்றாள்.

"நான் கொலைகாரனைப் போலவா இருக்கிறேன்?"

"இன்னும் மோசமாக..."

நிமிட நேரம் சிந்தனை செய்துவிட்டு நான் ஆழ்ந்த உணர்ச்சிவசப்பட்ட தோற்றத்துடன் கூறலானேன்:

"ஆம், மிகச்சிறு குழந்தைப் பருவம் முதலே இது தான் என் விதியாக இருந்து வந்திருக்கிறது! எனது முகத்தில் கெட்ட பண்புகளின் குறிகள் இருப்பதாக எல்லோரும் பாவித்துக் கொண்டார்கள்; இந்தப் பண்புகள் இருக்கவில்லை, ஆனால் அவர்கள் கருதிவிடவே அவை தோன்றிவிட்டன. நான் அடக்கமுள்ளவனாக இருந்தேன்

– என்னைப் பாசாங்குக்காரன் என்று பழிசாட்டினார்கள்: நான் கலகலப்பற்றவன் ஆகிவிட்டேன். நன்மையையும் தீமையையும் நான் ஆழ்ந்து உணர்ந்தேன்; என்னை எவரும் கொஞ்சிச் சீராட்டவில்லை, எல்லோரும் அவமதித்தார்கள்: நான் நீண்ட வைரம் பாராட்டுபவன் ஆகிவிட்டேன். நான் கருங்கும்மென்று இருந்தேன் - மற்றக் குழந்தைகள் குதூகலமாகவும் கலகலப்பாகவும் இருந்தார்கள்; அவர்களை விட நான் மேலானவன் என்று உணர்ந்தேன் - என்னைக் கீழானவனாக மதித்தார்கள்: நான் பொறாமைக்காரன் ஆகிவிட்டேன். உலகம் அனைத்தையும் அன்பு செய்ய நான் ஆயத்தமாக இருந்தேன் - என்னை ஒருவரும் புரிந்து கொள்ளவில்லை. நான் வெறுக்கக் கற்றுக்கொண்டேன். வண்ணக் கவர்ச்சியற்ற எனது இளமை என்னுடனேயும் சமூகத்துடனேயும் போராட்டத்தில் கழிந்தது. எனது சிறந்த உணர்ச்சிகளைப் பிறரது கேலிக்கு அஞ்சி இதயத்தின் அடி யாழத்தில் புதைத்துவிட்டேன். அங்கேயே அவை மடிந்து போயின. நான் உண்மை பேசினேன் - என்னை ஒருவரும் நம்பவில்லை. நான் ஏமாற்றலானேன். சமூகத்தையும் அதன் விசைக்கம்பிச் சுருள்களையும் நன்கு அறிந்துகொண்டு நான் வாழ்க்கை இயலில் தேர்ந்தவன் ஆனேன். ஆனால், எந்த அனுகூலங்களை அடைவதற்காக நான் அவ்வளவு அலுப்புச் சலிப்பின்றிப் பாடுபட்டு முயன்றேனோ அவற்றை இலவசமாகப் பெற்று, எவ்விதத் தேர்ச்சியும் இன்றியே மற்றவர்கள் இன்பத்தில் திளைப்பதைக் கண்டேன். அப்போது தான் என் நெஞ்சில் புகலற்ற சோர்வு உண்டாயிற்று - கைத் துப்பாக்கிக் குழலால் தீர்த்துக்கொள்ளக்கூடிய வகையான சோர்வு அல்ல, வறண்ட, செயலற்ற சோர்வு; வினயம், அன்பு முறுவல் இவற்றால் மூடப்பட்டிருப்பது. நான் நீதிநெறி முடவன் ஆகிவிட்டேன்: என் உள்ளத்தின் ஒரு பாதி நிலவவில்லை, வாடி, வறண்டு, மாய்ந்துவிட்டது. நான் அதை அறுத்து எறிந்துவிட்டேன். மற்றப் பாதியோ அசைந்தது, ஒவ்வொருவர் பணிக்காகவும் உயிர்த்திருந்தது. எவரும் இதைக் கவனிக்கவில்லை, ஏனெனில் அதன்

மரித்துவிட்ட மறுபாதி நிலவியது ஒருவருக்கும் தெரியாது. ஆனால் இப்போது நீங்கள் எனக்குள் அதன் நினைவைக் கிளப்பிவிட்டீர்கள், நான் உங்களுக்கு அதன் கல்லறைக் குறிப்பைப் படித்துச் சொன்னேன். பலருக்குப் பொதுவாக எல்லாக் கல்லறைக் குறிப்புக்களும் கேலிக்குரியவையாகத் தோன்றுகின்றன, எனக்கோ, அப்படித் தோன்றுவதில்லை, சிறப்பாக அவற்றுக்கு அடியில் அடக்கமாகியிருப்பவற்றைப் பற்றி நான் நினைவுகூரும்போது. ஆனால் ஒன்று, எனது கருத்துகளைப் பகிர்ந்துகொள்ளும்படி நான் உங்களை வேண்டவில்லை. எனது பேச்சு உங்களுக்கு நகைப்பிற்குரிய தாகப்பட்டால், தாராளமாகச் சிரியுங்கள்: முன்னரே சொல்லிவிடுகிறேன், இது எனக்குச் சிறிதும் வருத்தம் அளிக்காது.”

அந்தக் கணத்தில் என் பார்வை அவளது விழிகளைச் சந்தித்தது. அவற்றில் கண்ணீர் பெருகிற்று. என் கைமீது சார்ந்திருந்த அவளது கரம் நடுங்கியது. கன்னங்கள் கனன்றன. என்மேல் அவளுக்கு இரக்கம் உண்டாயிற்று! எல்லா மாதர்களும் எளிதில் ஆட்பட்டுவிடும் உணர்ச்சியான அனுதாபம் அவளுடைய அனுபவமற்ற இதயத்தில் தன் உகிர்களைப் புகுத்திவிட்டது. உலாவலின்போதெல்லாம் அவள் எங்கோ நினைவாக இருந்தாள், ஒருவருடனும் சரசமாடவில்லை - இது பெருத்த அறிகுறி ஆயிற்றே!

நாங்கள் பள்ளத்தை அடைந்தோம். சீமாட்டிகள் தங்கள் துணைவர்களை விட்டுவிட்டார்கள். அவளோ, என் கையை விடவே இல்லை. உள்ளூர்ப் பிலுக்கர்களின் பரிகாசப் பேச்சுக்கள் அவளுக்குச் சிரிப்பூட்டவில்லை. பள்ளத்தின் செங்குத்து விளிம்பு, அதனருகே நின்றபோது அவளுக்குத் திகில் உண்டாக்கவில்லை. மற்ற இளஞ்சீமாட்டிகளோ கீச்சிட்டார்கள், கண்களை மூடிக்கொண்டார்கள்.

திரும்புகாலில் நான் எங்களது துயரப் பேச்சை மறுபடி எடுக்கவில்லை. ஆனால் என்னுடைய வெற்றுக் கேள்விகளுக்கும் கிண்டல்களுக்கும் அவள் சுருக்கமாக, கவன மின்றி விடையிறுத்தாள்.

"நீங்கள் காதலித்ததுண்டா?" என்று முடிவில் வினவினேன்.

அவள் என்னை நேரிட்டு நோக்கினாள், தலையை அசைத்தாள், மீண்டும் சிந்தனையில் ஆழ்ந்தாள். ஏதோ சொல்ல அவள் விரும்பியதும் எதிலிருந்து தொடங்குவது என அவளுக்குத் தெரியவில்லை என்பதும் புலப்பட்டன. அவள் நெஞ்சு அலைமோதியது... வேறு என்ன? மஸ்லின் சட்டைக் கை பலவீனமான பாதுகாப்புத்தானே! மின்பொறி என் கையிலிருந்து அவளுடைய கைக்குள் பாய்ந்தது. அனேகமாக எல்லா விழைவுகளும் இப்படித்தான் தொடங்குகின்றன. ஒரு பெண் நம்முடைய உடல் அல்லது அகப் பண்புகளுக்காக நம்மைக் காதலிப்பதாக எண்ணி நம்மையே நாம் அடிக்கடி ஏமாற்றிக்கொள்கிறோம். இப்பண்புகள் அவளுடைய இதயத்தைப் புனித நெருப்பை ஏற்றுக்கொள்ளச் சித்தப்படுத்துகின்றன, இசைவிக்கின்றன என்பதில் சந்தேகமில்லை. ஆயினும் முதல் ஸ்பரிசம் தான் விஷயத்தை முடிவு செய்கிறது.

உலாவலிலிருந்து நாங்கள் திரும்பியதும் இளவரசி செயற்கைப் புன்னகையுடன், "நான் இன்று மிகப் பரிவுள்ளவளாக இருந்தேன், அல்லவா?" என்றாள்.

நாங்கள் பிரிந்தோம்.

அவளுக்குத் தன்மீது அதிருப்தி. உணர்ச்சியற்றவள் என்று தன்னை நொந்துகொள்கிறாள்... ஆகா, இது முதலாவது, முக்கியமான வெற்றி! நாளை எனக்குப் பரிசு அளிக்க விரும்புகிறாளாம். இதை எல்லாம் நான் ஏற்கனவே மனப்பாடமாக அறிவேன் - அது தான் சலிப்பாயிருக்கிறது!

ஜூன், 4ந் தேதி

இன்று வேராவைக் கண்டேன். தன் பொறாமைக் குணத்தால் என்னை வாட்டியெடுத்துவிட்டாள். இளவரசி தன் அந்தரங்க இரகசியங்களைச் சொல்லிக்கொள்ள

நம்பகமானவள் இவள் என நினைத்தாள் போலிருக்கிறது: வாய்ப்பான தேர்வு தான், ஒப்புக்கொள்ள வேண்டும்!

"இதெல்லாம் எதில் போய் முடியும் என்பதை நான் ஊகிக்கிறேன். இப்போதே எனக்குச் சொல்லிவிடேன், நீ அவளைக் காதலிக்கிறாய் என்று" எனக் கூறினாள் வேரா.

"நான் அவளைக் காதலிக்கவில்லை என்றாலோ?"

"அப்படியானால் அவளை விடாது தொடர்வானேன்? அவளது கற்பனையைக் கலவரப்படுத்திக் கொந்தளிக்க வைப்பானேன்? ஓ, உன்னை நன்றாக அறிவேனே! கேள், நான் உன்னை நம்ப வேண்டும் என்று நீ விரும்பினால் ஒரு வாரத்திற்கெல்லாம் கிஸ்லவோத்ஸ்க் வந்து சேர். நாளை மறுநாள் நாங்கள் அங்கே குடிமாற்றிப் போகிறோம். சிற்றரசி இன்னும் சில நாட்கள் இங்கேயே தங்கியிருப்பாள். பக்கத்திலேயே வீடு பிடித்துக்கொள். நாங்கள் ஊற்றின் அருகே உள்ள பெரியவீட்டு மேல் மாடிக்குக் குடிபோகிறோம். கீழ்க்கட்டில் சிற்றரசி வசிப்பாள். பக்கத்தில் அதே வீட்டுக் காரனுக்குச் சொந்தமான வீடு இன்னும் காலியாக இருக்கிறது... வருவாயா?"

நான் வாக்களித்தேன். அன்று மாலையே அந்த வீட்டை அமர்த்துவதற்கு ஆளனுப்பிவிட்டேன்.

குருஷ்நீத்ஸ்க்கிய் மாலை ஆறு மணிக்கு என்னிடம் வந்து மறுநாள் தன் உடுப்பு தயாராகிவிடும், கூட்ட நடனத்துக்குப் போக வாக்காக என்று தெரிவித்தான்.

"கடைசியில் மாலை முழுவதும் அவளோடு நடனமாடப் போகிறேன்... அப்போது ஆசைதீரப் பேசுவேன்!" என்றான்.

"நடனம் எப்போது?"

"அட நாளைக்கு என்கிறேன்! உனக்குத் தெரியாதோ? பெரிய விழா. உள்ளூர் அதிகாரிகள் இதற்கு ஏற்பாடு செய்திருக்கிறார்கள்..."

"உலாச்சாலைக்குப் போவோம் வா..."

"ஒருகாலும் மாட்டேன், இந்த அசிங்கம் பிடித்த மேல் கோட்டுடன்..."

"அதென்ன? இதன் மேல் பிரியம் விட்டுப் போயிற்றா?"

நான் தனியே உலாவச் சென்றேன், இளவரசி மேரியைச் சந்தித்தேன், மஸூர்க்கா என்னுடன் ஆடுவதற்கு அழைத்தேன். அவள் வியப்பும் மகிழ்ச்சியும் அடைந்தவள் போல காணப்பட்டாள்.

"நீங்கள் தேவை ஏற்பட்டால்தான் நடனம் ஆடுவீர்கள், சென்ற தடவையில் போல, என்று நினைத்தேனே" என்று மிக இனிய முறுவல் செய்தாள்...

குருஷ்நீத்ஸ்க்கிய் இல்லாததை அவள் கவனிக்கவே இல்லை போலும்.

"நாளை உங்களுக்குக் களிப்பூட்டும் ஆச்சரியம் காத்திருக்கிறது" என்று அவளிடம் சொன்னேன்.

"என்ன அது?"

"அது இரகசியம்... நடனத்தில் நீங்களே அறிந்து கொள்வீர்கள்."

மாலையைச் சிற்றரசி வீட்டிலேயே கழித்தேன். வேராவும் மிக வேடிக்கையான ஒரு கிழவனும் தவிர வேறு விருந்தாளிகளே இல்லை. நான் உல்லாச மனநிலையில் இருந்தேன். விதம் விதமான அசாதாரணக் கதைகளைக் கற்பனை செய்து விவரித்தேன். இளவரசி என் எதிரே அமர்ந்து, என் உளறலை ஆழ்ந்த, ஒரே உன்னிப்பான, கனிவும் கலந்த கவனத்துடன் கேட்டுக்கொண்டிருப்பதைக் கண்டு என் மனச்சாட்சி உறுத்திற்று. எங்கே போய்விட்டன அவளுடைய துடிதுடிப்பு, தளுக்கு குலுக்கு, முரண்டுகள், துடுக்கான முகத்தோற்றம், இகழ்ச்சிப் புன்னகை, எங்கோ நினைவான பார்வை, எல்லாம்?

வேரா இதை எல்லாம் கண்டுகொண்டாள். அவளது நோயுற்ற முகத்தில் மிக ஆழ்ந்த துயரம் குடிகொண்டிருந்தது. ஜன்னலுக்கு அருகே நிழலில், அகன்ற சாய்வு நாற்காலியில் புதைந்திருந்தாள்... எனக்கு அவள் மேல் இரக்கம் உண்டாயிற்று.

அப்போது நான் எங்கள் இருவருக்கும் அறிமுகம் ஏற்பட்டதையும் எங்களது காதலையும் பற்றிய, திடுக்கிடும் சம்பவங்கள் நிறைந்த வரலாற்றைக் கூறலானேன். புனை பெயர்களால் உண்மையை மறைத்தேன் என்பது கூறாமலே விளங்கும்.

எனது மென்மையையும் நிம்மதியின்மையையும் பேருவகையையும் நான் உயிரோவியங்களாகக் கண்முன் நிறுத்தினேன்; அவளுடைய செயல்களையும் சுபாவத்தையும் அனுகூலமான ஒளியில் காட்டினேன். இதனால் மகிழ்ந்து அவள் இளவரசியுடன் எனது சரசத்துக்காக என்னை மன்னிக்க வேண்டியதாயிற்று.

அவள் எழுந்து எங்கள் பக்கத்தில் வந்து உட்கார்ந்தாள், உற்சாகம் அடைந்தாள்... பதினொரு மணிக்குப் படுத்து உறங்கும்படி மருத்துவர்கள் சொல்லுகிறார்கள் என்பது இரவு இரண்டு மணிக்குத் தான் எங்களுக்கு நினைவு வந்தது.

ஜூன், 5ந் தேதி

நடனத்துக்கு அரை மணிநேரம் இருக்கும்போது குருஷ்நீத்ஸ்க்கிய் காலாட்படை அதிகாரி உடுப்பின் சோபை முழுதும் இலங்க என் வீட்டுக்கு வந்தான். மூன்றாவது பொத்தானில் பொருத்தப்பட்டிருந்த வெண்கலச் சங்கிலியில் தொங்கிற்று பிடிவைத்த இரட்டைக் கண்ணாடி. நம்பமுடியாத பெரிய அளவினவான பதவிச் சின்னங்கள் காதல் தேவதையின் சிறகுகள் வடிவில் மேல் நோக்கி வளைந்திருந்தன. அவனுடைய ஜோடுகள் கறுமுறுத்தன. பழுப்புநிறமான மெல்லிய தோல் கையுறைகளையும்

தொப்பியையும் இடக்கையில் பிடித்துக்கொண்டு நெளி செய்த கேசத்தின் சிறு சுருள்களை வலது கையால் நொடிக்கொரு தரம் தடவிவிட்டுக் கொண்டிருந்தான். ஆத்ம திருப்தியும் அதோடு ஒரு சிறிது தயக்கமும் அவன் முகத்தில் தென்பட்டன. அவனுடைய திருவிழாக்கோலமும் இறுமாந்த நடையும் என்னைக் கெக்கலி கொட்டி நகைக்க வைத்திருக்கும் – அவ்வாறு செய்வது எனது நோக்கத்துக்குப் பொருந்தியிருந்தால்.

தொப்பியையும் கையுறைகளையும் மேஜைமேல் போட்டுவிட்டு, நிலைக்கண்ணாடி முன் நின்று கோட்டு விளிம்புகளை இழுத்துவிட்டுக் கொள்ளவும் சரிசெய்து கொள்ளவும் தொடங்கினான். பிரமாண்டமான கறுப்புக் குட்டையை மிக உயர்ந்த கழுத்துப்பட்டைமேல் சுற்றிக் கட்டியிருந்தான். கழுத்துப் பட்டையின் விளிம்பு விரைத்த அவன் மோவாயைத் தாங்கிக் கொண்டிருந்தது. குட்டை கோட்டுக் காலருக்கு மேல் அறைஅங்குலம் வெளியே நீட்டிக்கொண்டிருந்தது. அது போதாது என்று அவனுக்குத் தோன்றியது; அவன் அதைக் காதுகள் வரை மேலே இழுத்துவிட்டான்.

இராணுவ உடுப்பின் காலர் குறுகலாகவும் ஒரு நிலையில் நிற்காததாகவும் இருந்தபடியால் இந்தச் சிரமமான உழைப்பின் காரணமாக அவன் முகத்தில் இரத்தம் குப்பென்று பாய்ந்தது.

"ஆமாம், நீ என்ன, இந்த நாட்களில் என் இளவரசியை ஒரேயடியாக நைச்சியம் பண்ணிவிட்டாயாமே?" என்று என்னைப் பாராமலே மிக அசட்டையாக வினவினான்.

"என் போன்ற அசடுகள் தேநீர் குடிப்பதெங்கே?" என்று பதிலளித்தேன். கடந்த காலத்தைச் சேர்ந்த மிகத் தந்திரசாலியான தூர்த்தனும் பூஷ்க்கினால் ஒரு காலத்தில் பாடப் பெற்றவனுமான ஒருவனுக்கு மிகப் பிரியமான ருஷ்யப் பழமொழி இது.

“சொல்லேன், உடுப்பு எனக்குப் பாந்தமாக இருக்கிறதா? அப்பா, பாழாய்ப்போகிற யூதன்! கக்கத்தில் எப்படி அறுக்கிறது! உன்னிடம் அத்தர் இல்லையா?”

“அட கடவுளே! இன்னும் எதற்கு உனக்கு? உன்மேல் தான் ரோஜாப் பொமேட் வாசனை கமகமக்கிறதே...”

“பரவாயில்லை. எங்கே, இப்படிக் கொடு...”

டைக்குப் பின்னும் கைக்குட்டையிலும் சட்டைக் கைகளிலும் அரைச் சீசாவைக் கொட்டிக்கொண்டான்.

“நீ நடனம் ஆடப்போகிறாயா?” என்று கேட்டான்.

“எனக்கு உத்தேசமில்லை.”

“இளவரசியோடு நான் மஸூர்க்கா நடனம் ஆடத் தொடங்க வேண்டியிருக்கும். எனக்கா ஒரு முத்திரைகூடத் தெரியாது.

“மஸூர்க்காவுக்கு நீ அவளை அழைத்திருக்கிறாயா?”

“இன்னும் இல்லை...”

“பார்த்துக்கொள், யாராவது முந்திக்கொண்டு விடாமல்...”

“மெய்யாகவா?” என்று அவன் நெற்றியில் அடித்துக் கொண்டான். “விடை கொடு. நான் போய் வாயிலில் அவளுக்காகக் காத்திருக்கிறேன்” எனக் கூறிவிட்டுத் தொப்பியை எடுத்துக்கொண்டு ஓடிவிட்டான்.

அரை மணி நேரத்துக்குப் பின் நானும் புறப்பட்டேன். தெரு இருட்டாக வெறிச்சோடிக் கிடந்தது. கழக மன்றத்தை அல்லது உணவுவிடுதியை (எப்படி வேண்டுமோ சொல்லிக் கொள்ளலாம்), சுற்றிலும் ஆட்கள் நெருக்க மாகக் குழுமியிருந்தார்கள். அதன் ஜன்னல்கள் வெளிச்ச மாயிருந்தன. ரெஜிமெண்டு இசையொலிகளை மாலைக்

காற்று என்னிடம் ஏந்தி வந்தது. நான் மெதுவாக நடந்தேன். எனக்கு ஏக்கமாயிருந்தது... நான் எண்ணமிட்டேன்: உலகில் எனக்கு விதிக்கப்பட்டுள்ள ஒரே செயல் மற்றவர்களது நம்பிக்கையைக் குலைப்பது தானா? நான் வாழ்ந்து செயலாற்றத் தலைப்பட்ட நாள் முதல் விதி என்னை மற்றவர்களது துன்பியல் நாடகத்தை முற்றுவிப்பதற்கே பயன்படுத்தி வந்திருக்கிறது - ஏதோ நான் இல்லாவிடில் எவனும் சாகவோ, மனமுடைந்து சோரவோ முடியாது போல! ஐந்தாம் அங்கத்தின் இன்றியமையாத பாத்திரமாக நான் விளங்கி வந்திருக்கிறேன்; கொலைகாரன் அல்லது துரோகியின் பாத்திரத்தைத் தன்வசமின்றியே நான் ஏற்று நடித்திருக்கிறேன். இவ்வாறு செய்ததில் விதியின் குறிக்கோள்தான் என்ன? பாமரரஞ்சகமான துன்பியல் கதைகளும் குடும்பக் காதல் கதைகளும் இயற்று பவனாகவோ, அல்லது, பொழுதுபோக்குக் கதைகளை மக்களுக்கு வழங்கும் சஞ்சிகைகளுக்கு, உதாரணமாக "பிப்ளியாத்தேக்கா த்லியா ச்தேனியாவுக்கு"* விஷயதானம் செய்பவனாகவோ விதி என்னை நியமித்திருக்கிறதோ? எப்படி அறிவது? வாழ்க்கையைத் தொடங்குகையில் ஒரு அலெக்ஸாந்தராகவோ அல்லது லார்டு பைரனாகவோ அதை முடிக்கவேண்டும் என்று எண்ணுபவர்களும், ஆனால் வெறும் கீழ்த்தர சிவில் அதிகாரிகளாக ஆயுள் முழுவதும் இருந்துவிடுபவர்களுமான மனிதர்கள் கொஞ்சமா?

ஹாலுக்குள் புகுந்து ஆடவர் கூட்டத்தில் மறைந்து கொண்டு அவதானிக்கலானேன். குருஷ்நீத்ஸ்க்கிய் இளவரசியின் பக்கத்தில் நின்றுகொண்டு பெருத்த ஆவேசத்துடன் ஏதோ சொல்லிக்கொண்டிந்தான். அவள் வேறு எங்கோ நினைவாக கேட்டுக்கொண்டிருந்தாள், விசிறியை உதடுகளில் அழுத்தியவாறு இருபுறமும் கண்ணோட்டினாள்.

---

* "பிப்ளியாத்தேக்கா த்லியா ச்தேனியா" (படிப்போர் நூலகம்) என்பது 1834 முதல் 1865 வரை பீட்டர்ஸ்பர்க் நகரில் வெளியிடப்பட்ட இலக்கியச் சஞ்சிகை.

அவளுடைய முகம் பொறுமையின்மையைக் காட்டியது, விழிகள் சுற்றிலும் யாரையோ துழாவித் தேடின. நான் அவர்கள் பேச்சைக் கேட்பதற்காக ஓசையின்றிப் பின்னே நெருங்கினேன்.

“நீங்கள் என்னை வதைக்கிறீர்கள், இளவரசியாரே! நான் உங்களைக் காணாதிருந்த நாட்களில் நீங்கள் வெகுவாக மாறிவிட்டீர்கள்…” என்றான் குருஷ்நீத்ஸ்க்கிய்.

“நீங்களுந்தாம் மாறிவிட்டீர்கள்” என்று அவனைச் சட்டென ஒரு பார்வை பார்த்தாள் இளவரசி. அதில் மறைந் திருந்த கிண்டலை அவன் புரிந்துகொள்ளவில்லை.

“நானா? நானா மாறிவிட்டேன்? ஐயோ, ஒருகாலும் இல்லை! இது நடக்கவே முடியாதது, தெரியுமா? ஒரு முறை உங்களைப் பார்த்தவன், உங்கள் தெய்விக வடிவை ஆயுள் முழுதும் உள்ளத்தில் வைத்திருப்பான்…”

“போதும், விடுங்கள்…”

“மிக அண்மையில்கூட, அதுவும் அடிக்கடி, தயை கூர்ந்து எதைச் செவிமடுத்தீர்களோ அதையே இப்போது கேட்க விரும்பாதது ஏனோ?”

“ஏனென்றால் கூறியது கூறல் எனக்குப் பிடிக்காது” என்று அவள் சிரித்தாள்…

“அந்தோ, எனது எண்ணம் கைப்பான தவறு ஆகிவிட்டது! குறைந்தபட்சம் இந்தப் பதவிச் சின்னங்கள் எனக்கு எதிர்பார்க்கும் உரிமையை அளிக்கும் என எண்ணினேன் நான், மதிகெட்டவன்… இல்லை, அந்த அருவருக்கத்தக்க சிப்பாய்க் கோட்டை வாழ்நாள் முழுவதும் அணிந்திருப்பதே எனக்கு மேலாயிருக்கும்; உங்கள் கவனம் என்மேல் விழுந்ததற்கு நான் ஒருவேளை அதற்குத்தானே கடமைப்பட்டிருக்கிறேன்…”

“உண்மையாகவே சிப்பாய்க் கோட்டு உங்கள் முகத்துக்கு எவ்வளவோ இசைவாயிருந்தது…”

அந்தச் சந்தர்ப்பத்தில் நான் அவர்களை அணுகி இளவரசிக்குத் தலை வணங்கினேன். அவள் சற்றே முகஞ் சிவந்து, விரைவாக மொழிந்தாள்:

"மெய்தானே திருவாளர் பிச்சோரின், சாம்பல் நிற மேல்கோட்டு திருவாளர் குருஷ்நீத்ஸ்க்கிய்க்கு எவ்வளவோ இசைகிறது அல்லவா?"

"உங்கள் கருத்தை நான் ஒப்புக்கொள்ள மாட்டேன். அதிகாரி உடுப்பில் இவர் இன்னும் இளையவராகக் காண்கிறார்" என்றேன் நான்.

குருஷ்நீத்ஸ்க்கியால் இந்தத் தாக்குதலைத் தாங்க முடியவில்லை. எல்லாச் சிறுவர்களும் போலவே அவன் தன்னைக் கிழவனாகப் பாவித்துக்கொண்டிருக்கிறான். தன் முகத்தில் விழைவுகளின் ஆழ்ந்த அடையாளங்கள் வயதின் பதிவுக்குப் பதிலாக விளங்குகின்றன என்பது அவனுடைய நினைப்பு. வெறிகொண்ட பார்வையை அவன் என்மேல் வீசினான், காலைத் தொப்பென்று அடித்தான், அப்பால் போய்விட்டான்.

"ஒன்றை ஒப்புக்கொள்ளுங்கள்: இவன் எப்போதுமே மிகவும் நகைப்பிற்குரியவனாகவே இருந்தான் எனினும், அண்மைக்காலம் வரை உங்களுக்குக் கவர்ச்சியுள்ளவனாகவே தோன்றி வந்தான்... சாம்பல் நிற மேல்கோட்டு காரணமாகவா?" என்று இளவரசியைக் கேட்டேன்.

அவள் விழிகளைத் தாழ்த்திக்கொண்டு பேசாதிருந்தாள்.

நடனநேரம் முழுவதும் குருஷ்நீத்ஸ்க்கிய் இளவரசியை விடாது பின்பற்றினான். அக்கம் பக்கமாகவோ எதிரும் புதிருமாகவோ அவளுடன் நடனமாடினான். அவளை விழிகளால் விழுங்குபவன் போல நோக்கினான், பெரு மூச்செறிந்தான், கெஞ்சுவதும் கடிந்து கொள்வதுமாக அவளை நச்சரித்தான். மூன்றாவது க்வாட்ரில் நடனத்துக்குப் பிறகு அவள் அவனை ஒரேயடியாக வெறுக்கலானாள்.

குருஷ்நீத்ஸ்க்கிய் என்னை நெருங்கி என் கையைப் பிடித்துக்கொண்டு, "உன்னிடம் நான் இதை எதிர்பார்க்க வில்லை" என்றான்.

"எதை?"

"நீ அவளோடு மஸுர்க்கா நடனம் ஆடப் போகிறாய் அல்லவா? அவள் என்னிடம் ஒப்புக்கொண்டுவிட்டாள்..." என்று அழ்ந்த குரலில் கேட்டான்.

"அப்படித்தான் என்றால் என்ன? இது இரகசியமா?"

"அதைச் சொல்ல வேறு வேண்டுமா? பெண்களிடம், சரசக்காரிகளிடம் நான் இதை எதிர்பார்த்திருக்க வேண்டும்... நல்லது, பழிவாங்குகிறேன்!"

"உன் சிப்பாய் மேல்கோட்டையோ பதவிச் சின்னங் களையோ குறை கூறு. அவள் மேல் குற்றம் சாட்டுவானேன்? உன்மேல் அவளுக்குப் பிரியம் விட்டுப் போய்விட்டதென்றால் அவள்மேல் என்ன குற்றம்?"

"எதற்காக நம்பிக்கைக்கு இடந்தர வேண்டும்?"

"நீ எதற்காக நம்பிக்கை வைத்தாய்? ஒன்றை விரும்பு வதையும் முயன்று பெறுவதையும் நான் புரிந்து கொள்கிறேன். ஆனால் நம்பிக்கை எவன் வைக்கிறான்?"

"பந்தயத்தில் நீ கெலித்துவிட்டாய், ஆனால் முழுமையாக அல்ல" என்று வைரத்துடன் முறுவலித்தான் அவன்.

மஸுர்க்கா தொடங்கியது. குருஷ்நீத்ஸ்க்கிய் இளவரசி ஒருத்தியையே தேர்ந்தெடுத்தான், மற்ற இளைஞர்களும் அவளையே ஒவ்வொரு நிமிடமும் தேர்ந்தெடுத்தார்கள். இது எனக்கெதிரான சதியாலோசனை என்பது தெளிவாயிருந்தது. அந்த அளவுக்கு நல்லது தான்: அவளுக்கு என்னோடு பேச ஆசையாயிருக்கிறது, இவர்கள் அவளைத் தடுக்கிறார்கள். விளைவாக அவளுடைய ஆசை இரு மடங்கு ஆகும்.

இரண்டொரு முறை நான் அவள் கையைப் பற்றிக் குலுக்கினேன். இரண்டாவது தடவை அவள் ஒரு வார்த்தை பேசாமல் அதை உருவிக்கொண்டாள்.

"இன்று இரவு எனக்குச் சரியாகவே உறக்கம் பிடிக்காது" என்று மஸூர்க்கா முடிந்ததும் அவள் என்னிடம் சொன்னாள்.

"இதற்குப் பொறுப்பாளி குருஷ்நீத்ஸ்க்கிய்."

"இல்லவே இல்லை!" பின்பு அவள் முகம் ஒரேயடியாகச் சிந்தனையில் ஆழ்ந்து, ஏக்கம் ததும்புவதைக் கண்ட நான் அன்று அவள் கரத்தைக் கட்டாயமாக முத்தமிடுவது என்று உறுதி பூண்டேன்.

எல்லோரும் வீடு செல்லலானார்கள். இளவரசியை வண்டியில் ஏற்றிவிட்டுவிட்டு, அவளுடைய சிறு மென் கரத்தை நான் என் உதடுகளில் ஒற்றிக்கொண்டேன். இருட்டாயிருந்ததால் ஒருவரும் இதைப் பார்த்திருக்க முடியாது.

என்மேல் மிகுந்த திருப்தியுடன் ஹாலுக்குத் திரும்பினேன்.

பெரிய மேஜையைச் சுற்றி அமர்ந்து உணவருந்திக் கொண்டிருந்தார்கள் இளைஞர்கள். குருஷ்நீத்ஸ்க்கிய் அவர்களுக்கு நடுவே இருந்தான். நான் உள்ளே வந்ததும் எல்லோரும் பேச்சை நிறுத்திவிட்டார்கள். என்னைப் பற்றியே பேசிக்கொண்டிருந்தார்கள் போலும். சென்ற கூட்ட நடனத்திற்குப் பிறகு பலர் என்மேல் காட்டமாயிருக்கிறார்கள்; முதன்மையாக டிராகூன் ரெஜிமெண்டுக் காப்டன் என்னைக் கண்டால் முறைக்கிறான். இப்போது குருஷ்நீத்ஸ்க்கியின் தலைமையில் எனக்கு எதிராகப் பகைவர் கூட்டம் ஒன்று நிச்சயமாக உருவாகிக்கொண்டிருப்பதாகத் தெரிகிறது. குருஷ்நீத்ஸ்க்கியின் தோற்றத்தில் பெருமிதமும் வீரமும் மிளிர்கின்றன.

மிகவும் மகிழ்ச்சி: நான் பகைவர்களை நேசிக்கிறேன், ஆனால் கிறிஸ்துவின் போதனைப்படி அல்ல. அவர்கள் எனக்கு வேடிக்கை காட்டுகிறார்கள், என் உதிரத்தைக் குதுகுதுப்பு அடையச் செய்கிறார்கள். எப்போதும் எச்சரிப்புடன் இருப்பது, ஒவ்வொரு பார்வையையும், ஒவ்வொரு சொல்லின் பொருளையும் உடனுக்குடன் புரிந்து கொள்வது, நோக்கத்தை ஊகிப்பது, சதிகளைத் தகர்ப்பது, ஏமாந்தவன் போல நடிப்பது, பின்பு, அவர்கள் அரும்பாடுபட்டு எழுப்பிய தந்திரங்களும் சூழ்ச்சிகளும் கொண்ட பெருத்த மாளிகையைத் திடீரென ஒரே இடியில் தரைமட்டம் ஆக்குவது - இதைத் தான் நான் வாழ்க்கை என்கிறேன்.

சாப்பாட்டு நேரம் முழுவதையும் குருஷ்நீத்ஸ்க்கிய் டிராகூன் ரெஜிமெண்டுக் காப்டனுடன் ஏதோ கிசுகிசுத்துக் கண்ணடித்துக்கொண்டிருந்தான்.

ஜூன், 6ந் தேதி

இன்று காலை வேரா தன் கணவனுடன் கிஸ்லவோத்ஸ்க் போய்விட்டாள். சிற்றரசி லிகொவ்ஸ்க்காயாவின் வீட்டுக்குச் செல்கையில் நான் அவர்களுடைய வண்டியைக் கண்டேன். அவள் என்னைப் பார்த்துத் தலை அசைத்தாள்: அவள் பார்வையில் கண்டனம் தென்பட்டது.

குற்றவாளி யார்? தன்னைத் தனியாகக் காணும் வாய்ப்பை எனக்குத் தர அவள் ஏன் மறுக்கிறாள்? காதல் நெருப்பைப் போன்றே இரை இல்லாவிடில் அணைந்து விடுகிறது. எனது வேண்டுகோள்கள் செய்ய முடியாததைப் பொறாமை ஒரு வேளை செய்யும் போலும்.

சிற்றரசி வீட்டில் முழுதாக ஒரு மணி நேரம் உட்கார்ந் திருந்தேன். மேரி வெளியே வரவில்லை - அவளுக்கு உடம்பு சரியாயில்லையாம். மாலையில் உலாச்சாலையிலும் அவளைக் காணவில்லை. உருவாகியுள்ள பகைவர்

கூட்டம் பிடிவைத்த கண்ணாடிகளை ஆயுதங்களாக ஏந்தி, உண்மையிலேயே அச்சுறுத்தும் தோற்றத்தை மேற்கொண்டது. இளவரசிக்கு உடம்பு சரியில்லாததில் நான் மகிழ்ச்சியே அடைகிறேன்: இவர்கள் அவளிடம் ஏதாவது விதத்தில் துடுக்காக நடந்து கொண்டிருப்பார்கள். குருஷ்நீத்ஸ்க்கியின் தலைமயிர் கலைந்து கிடக்கிறது, தோற்றத்தில் புகலின்மை காணப்படுகிறது. அவன் உண்மையிலேயே துக்கம் அடைந்திருக்கிறான் என்று தோன்றுகிறது. சிறப்பாக அவனது தன் மதிப்பு புண்பட்டுவிட்டது. இருந்தாலும் சில மனிதர்களுடைய மனச் சோர்வுகூட வேடிக்கையாக இருக்கிறது அல்லவா?

வீடு திரும்புகையில் எனக்கு ஏதோ குறையாக இருப்பதை உணர்ந்தேன். நான் அவளைப் பார்க்கவில்லை! அவளுக்கு உடம்பு சரியாயில்லை! நான் என்ன, மெய்யாகவே காதல் கொண்டுவிட்டேனா? என்ன அபத்தம்!

ஜூன் 7ந் தேதி

காலை பதினொரு மணிக்கு - சிற்றரசி லிகொவ்ஸ்க்காயா யெர்மோலவ் குளியறையில் வழக்கமாக வியர்க்கும் நேரத்தில் - நான் அவள் வீட்டின் அருகாகச் சென்றேன். இளவரசி சிந்தனை தேங்கிய முகத்துடன் ஜன்னலோரமாக உட்கார்ந்திருந்தாள், என்னைக் கண்டதும் துள்ளி எழுந்தாள்.

நான் முன்னறையில் புகுந்தேன். அங்கே ஒருவரும் இல்லை. எனவே நான் இந்தப் பக்கத்து வழக்கப்படி, அறிவிப்பு இல்லாமலே விருந்தறைக்குள் போனேன்.

இளவரசியின் இன்முகம் மங்கிய வெளிறல் கொண்டிருந்தது. அவள் பியானோ அருகே, நாற்காலியின் முதுகில் ஒரு கையை ஆதரவாக வைத்தவாறு நின்றிருந்தாள். அந்தக் கை சற்றே நடுங்கிற்று. நான் சந்தடியின்றி அவளை நெருங்கி, "உங்களுக்கு என்மேல் கோபமா?" என்று கேட்டேன்.

சோர்ந்த, ஆழ்ந்த பார்வையால் என்னை ஏறிட்டு நோக்கி, தலையை அசைத்தாள். அவள் உதடுகள் ஏதோ சொல்ல விரும்பின, ஆனால் அவற்றால் முடியவில்லை. விழிகள் நீர் மல்கின. சாய்வு நாற்காலியில் துவண்டு அமர்ந்து முகத்தைக் கைகளால் மூடிக்கொண்டாள்.

நான் அவளது கையைப் பற்றி, "உங்களுக்கு என்ன நேர்ந்தது?" என்று வினவினேன்.

"உங்களுக்கு என்மேல் மதிப்பே இல்லை. ஐயோ! விடுங்கள் என்னை!"

நான் சில அடிகள் நகர்ந்தேன்... அவள் நாற்காலியில் நிமிர்ந்தாள். அவளது விழிகள் சுடர் வீசின...

நான் கதவின் பிடியைப் பற்றிக்கொண்டு நின்று பின்வருமாறு உரைத்தேன்:

"என்னை மன்னித்துவிடுங்கள், சிற்றரசியாரே! நான் பைத்தியக்காரன் போல நடந்து கொண்டுவிட்டேன்... இரண்டாவது தடவை இது நேராது: நான் எனக்குரிய நட வடிக்கைகளை எடுத்துக்கொள்கிறேன். எனது உள்ளத்தில் தற்பொழுது வரை நிகழ்ந்துள்ளவற்றை நீங்கள் எதற்காக அறிய வேண்டும்? இவற்றை நீங்கள் ஒருபோதும் அறியவே மாட்டீர்கள், அந்த அளவுக்கு உங்களுக்கு நலமே. விடை கொடுங்கள்."

வெளியே செல்கையில் அவள் அழுததைக் கேட்டதாக எனக்குத் தோன்றுகிறது.

இருட்டும் வரையில் நான் மாஷூக் மலையின் சுற்று வட்டாரங்களில் கால் நடையாக அலைந்து திரிந்து, ஒரேயடியாகக் களைத்துப் போனேன். வீடு திரும்பியதும் செத்துச் சாவடைந்து கட்டிலில் விழுந்தேன்.

வேர்னெர் என்னிடம் வந்தான்.

“இளவரசி லிகொவ்ஸ்க்காயாவை நீங்கள் மணந்து கொள்ளப் போகிறீர்களாமே, உண்மைதானா?” என்று கேட்டான்.

“என்ன?’

“ஊர் எல்லாம் பேச்சாயிருக்கிறது. என் நோயாளிகள் அனைவரும் இந்த முக்கியமான செய்தியை விவாதிப்பதிலேயே ஈடுபட்டிருக்கிறார்கள். இந்த நோயாளிகள் விந்தைப் பிரகிருதிகள்: எல்லாம் அவர்களுக்குத் தெரிந்துவிடுகிறது!”

“இது குருஷ்நீத்ஸ்க்கியின் கை வேலை!” என்று நினைத்துக்கொண்டேன்.

“டாக்டர், இந்த வதந்திகள் பொய் என்பதை உங்களுக்கு நிரூபித்துக் காட்டுவதற்காக, உங்களுக்கு இரகசியமாகப் பிரகடனம் செய்கிறேன் - நாளையே நான் கிஸ்லவோத்ஸ்க்குக்குக் குடிபெயர்கிறேன்...”

“இளவரசியுமா?”

“இல்லை. அவள் இன்னும் ஒரு வாரம் இங்கே இருப்பாள்...’

“அப்படியானால் நீங்கள் திருமணம் செய்துகொள்ளப் போவதில்லையா?”

“டாக்டர், டாக்டர்! கொஞ்சம் என்னைப் பாருங்கள்: நான் மணமகன் போலவோ அல்லது ஏதேனும் அது மாதிரியோ தோன்றுகிறேனா?”

“நான் அப்படிச் சொல்லவில்லை... ஆனால், உங்களுக்கே தெரியுமே, சில சந்தர்ப்பங்கள் நேரும்பொழுது” என்று தந்திரப் புன்னகையுடன் மருத்துவன் தொடர்ந்தான்: “கண்ணியமுள்ள மனிதன் திருமணம் செய்துகொள்ளக் கடமைப்பட்டு விடுகிறான். சில தாயார்களும் இருக்கிறார்கள், இம்மாதிரிச் சந்தர்ப்பங்கள் நேராதவாறு குறைந்தபட்சம் தவிர்க்கவாவது செய்ய அவர்கள் தவறிவிடுகிறார்கள்... ஆகவே, விழிப்புடன்

இருக்கும்படி நண்பன் என்ற முறையில் உங்களுக்கு யோசனை கூறுகிறேன். இங்கே நீரூற்றுக்களின் சுற்றுப்புறத்தில் காற்று அபாயகரமானது: மேலான அதிர்ஷ்டத்துக்குத் தகுதியுள்ள எத்தனை அருமையான இளைஞர்கள் இங்கிருந்து நேரே மணமாலை சூடிச் சென்றதை நான் கண்டிருக்கிறேன்... எனக்குக் கூட, நம்புவீர்களா, மணம் முடிக்கப் பார்த்தார்கள்! ஜில்லா நகரிலிருந்து வந்திருந்தாள் ஒரு அம்மா, அவள் பெண் மிகவும் வெளிறியிருந்தாள். என்னுடைய துர்ப் பாக்கியம், நான் அவளிடம் சொல்லி வைத்தேன், கலியாணத்துக்குப் பிறகு முகம் சிவப்பேறிவிடும் என்று, அப்போது அவள் நன்றிக் கண்ணீருடன் தன் பெண்ணையும் சொத்து முழுவதையும் - ஐம்பது பண்ணையடிமைகள் கொண்டது என்று நினைக்கிறேன் - எனக்குக் கொடுக்க முன்வந்தாள். நான் அதற்குத் திறமையுள்ளவன் அல்ல என்று சொல்லிவிட்டேன்..."

என்னை எச்சரித்துத் தடுத்துவிட்டதாக முழு நம்பிக்கையுடன் போனான் வேர்னெர்.

என்னையும் இளவரசியையும் பற்றிப் பலவிதமான கெட்ட வதந்திகள் நகரில் பரப்பப்பட்டுள்ளன என்று அவனுடைய சொற்களிலிருந்து கண்டுகொண்டேன். குருஷ்நீத்ஸ்க்கிய் அதற்கு நன்றாக வாங்கிக்கட்டிக் கொள்ளாமல் தப்பமாட்டான்!

ஜூன், 10ந் தேதி

நான் கிஸ்லவோத்ஸ்க் வந்து இன்று மூன்று நாட்கள் ஆகின்றன. கிணற்றருகிலும் உலாவுகையிலும் தினந்தோறும் வேராவைக் காண்கிறேன். காலையில் கண்விழித்ததுமே ஜன்னல் அருகே உட்கார்ந்து பிடிவைத்த கண்ணாடி வாயிலாக அவள் வீட்டு முன் மாடத்தைப் பார்ப்பேன். அவள் வெகு நேரத்துக்கு முன்பே நல்லுடை அணிந்து ஏற்கனவே நாங்கள் பேசிவைத்துக்கொண்டுள்ள சைகைக்காகக் காத்திருப்பாள். எங்கள் வீடுகளிலிருந்து கிணற்றுப் பக்கம்

சரிவாய்ச் செல்லும் தோட்டத்தில் நாங்கள் தற்செயலாகப் போலச் சந்திப்போம். உயிரூட்டும் மலைக்காற்று அவளது முகமலர்ச்சியையும் பலத்தையும் மீட்டித் தந்துவிட்டது. நர்ஸான் மாவீரர்களின் நீர் ஊற்று என்று அழைக்கப்படுவது வெறுமே அல்ல. கிஸ்லவோத்ஸ்க் காற்று காதல் புரிவதற்கு வாய்ப்பான மனநிலையை உருவாக்குகிறது என்றும் மாஷூக் மலையடிவாரத்தில் எந்தக் காலத்திலாயினும் தொடங்கிய காதல் கதைகள் எல்லாமே நிறைவுறுவது இங்கே தான் என்றும் உள்ளூர்க்காரர்கள் சொல்லுகிறார்கள். உண்மையாகவே இங்கே எல்லாம் தனிமை மணம் கமழ்கின்றன. நீரோட்டத்திற்கு மேலே கவிந்திருக்கின்றன லிண்டன் மர நடைபாதைகளின் அடர்ந்த இலைப்பந்தர்கள். நீரோட்டம் இரைச்சலும் நுரையுமாகப் பாறைக்குப் பாறை தத்தி விழுந்து பசுமை படர்ந்த மலைகளுக்கிடையே அறுத்து வழி செய்துகொண்டு பாய்கிறது. தண்ணிழலும் அமைதியும் நிறைந்து திகழ்கின்றன கணவாய்கள். அவற்றின் கிளைகள் இங்கிருந்து எல்லாத் திசைகளிலும் நீண்டு சென்றிருக்கின்றன. உயரமாக வளரும் தென்பகுதிப் புற்கள், வெள்வேல மரங்கள் ஆகியவை பரப்பும் மணத்தைச் சுமந்து வரும் நறிய காற்று குளு குளுவென்று வீசுகிறது. குளிர் நீரோடைகள் இன் மழலை மிழற்றித் தாலாட்டுகின்றன; பள்ளத்தாக்கின் முடிவில் ஒன்றையொன்று சந்தித்து, ஒன்றோடொன்று போட்டி போட்டுக் கொண்டு ஓடி, பொத்குமோக் ஆற்றில் விழுகின்றன. இவை எல்லாவற்றிலும் ஏதோ மர்மம் பொதிந்திருக்கிறது. இந்தப் புறத்தில் கணவாய் அகன்று தளதளப்பான பள்ளத்தாக்கு ஆகிறது. அதன் வழியே நெளிந்து செல்கிறது புழுதி நிறைந்த சாலை. ஒவ்வொரு முறையும் அதன் மீது கண்ணோட்டுகையில் வண்டி வருவது போன்றும் வண்டிச் சாளரத்திலிருந்து ரோஜா வதனம் காட்சி தருவது போன்றும் எனக்குப் பிரமை தட்டுகிறது. இதற்குள் எத்தனையோ வண்டிகள் இந்தச் சாலை வழியே சென்றுவிட்டன, ஆனால் அந்த வண்டியை இன்னும் காணோம். கோட்டைக்கு அப்பாலுள்ள குடியிருப்புக்கு ஆட்கள் வந்துவிட்டார்கள்.

என் வீட்டிலிருந்து சில தாவடிகள் தொலைவிலுள்ள குன்றின் மேல் கட்டப்பட்டிருக்கும் ரெஸ்டாரெண்டில் இரவு நேரங்களில் இரட்டை வரிசைப் பாப்ளார் மரங்களின் ஊடாக விளக்குகள் மினுக்கிடத் தொடங்கும். ஆரவாரமும் கண்ணாடித் தம்ளர்களின் கிணுகிணுப்பும் இரவு வெகு நேரம் வரை ஒலித்துக்கொண்டிருக்கும்.

காஹேத் தீயா மதுவும் கனிய ஊற்று நீரும் இங்கே போன்று இவ்வளவு நிறைய வேறு எங்குமே பருகப் படுவதில்லை.

"இவ்விரண்டு பொருள்களையும் கலத்தல் அறியாமை, அவ்வகை மூடர்களிலே யான் ஒருவன் அல்லேன்."[5]

குருஷ்நீத்ஸ்க்கிய் தன் கூட்டத்தாரோடு தினந்தோறும் உணவு விடுதியில் பெருத்த ஆர்ப்பாட்டம் செய்கிறான். எனக்கு அனேகமாக முகமன் கூறுவதே இல்லை.

அவன் நேற்றுத்தான் இங்கே வந்தான், ஆனால் அதற்குள் மூன்று கிழவர்களோடு சச்சரவிட்டுவிட்டான் - அவர்கள் அவனுக்கு முன் குளிதொட்டியில் உட்காரப் போனதற்காக: நேர்ந்த துரதிர்ஷ்டம் சண்டைக் குணத்தை அவனுக்குள் வளர்க்கிறது என்பது திண்ணம்.

ஜூன், 11ந் தேதி

கடைசியில் அவர்கள் வந்துவிட்டார்கள். நான் ஜன்னலருகே உட்கார்ந்திருக்கையில் அவர்களுடைய வண்டியின் கடகடப்பைக் கேட்டேன். என் உள்ளம் சிலிர்த்தது... இது என்ன இப்படி? நான் காதல்கொண்டு விட்டேனா என்ன? நான் எத்தகைய அசடனாகப் படைக்கப் பட்டிருக்கிறேன் என்பதைக் காணும்போது என்னிடமிருந்து இதை எதிர்பார்க்கலாம்.

நான் அவர்கள் வீட்டில் பகலுணவு அருந்தினேன். சிற்றரசி என்னைக் கனிவுடன் நோக்கினாள், மகளை

விட்டு அகலவே இல்லை... மோசம்! மறுபுறம் வேரா இளவரசிமேல் என் காரணமாகப் பொறாமைப்படுகிறாள்: முயன்று பெற்றுவிட்டேன் அல்லவா இந்த நலத்தை! போட்டிக்காரியைப் புண்படுத்துவதற்காக ஒரு பெண் என்ன தான் செய்யமாட்டாள்? எனக்கு நினைவிருக்கிறது, நான் இன்னொருத்தியைக் காதலித்த ஒரே காரணத்திற்காக ஒரு பெண் என்மேல் மையல் கொண்டாள். பெண்ணின் அறிவை விட முரண்பாடுள்ளது எதுவுமே இல்லை: பெண்களுக்கு எந்த விஷயத்திலும் நம்பிக்கையூட்டுவது கடினம். அவர்கள் தாமே நம்பிக்கையூட்டிக்கொள்ளும் நிலைக்கு அவர்களைக் கொண்டுவர வேண்டும். தங்கள் மனத்தில் வேரூன்றியுள்ள கருத்துக்களை எந்த வாதங்களால் அவர்கள் தகர்க்கிறார்களோ அவற்றின் கிரமமே தனி வகைப்பட்டது. அவர்களுடைய தர்க்க முறையைப் புரிந்து கொள்வதற்கு, பள்ளியில் கற்ற தர்க்கவிதிகளை எல்லாம் நமது அறிவில் தலைகீழாகப் புரட்டிக்கொள்வது இன்றியமையாதது. உதாரணமாக, வழக்கமான தர்க்கமுறை இது:

இந்த மனிதன் என்னைக் காதலிக்கிறான்; ஆனால் நான் மணமானவள்: எனவே இவனை நான் காதலிப்பது கூடாது.

பெண்களின் தர்க்கமுறையாவது:

நான் மணமானவள் ஆகையால் நான் இவனைக் காதலிப்பதுகூடாது; ஆனால் இவன் என்னைக் காதலிக் கிறான், ஆகவே...

இங்கே சில புள்ளிகள் உள்ளன, ஏனெனில் பகுத்தறிவு ஒன்றுமே சொல்வதில்லை, ஆனால் பேசுகின்றன பெரும் பாலும் நாக்கும் கண்களும் அவற்றைத் தொடர்ந்து இதயமும் - அது இருக்குமானால்.

இந்தக் குறிப்புக்கள் எப்போதாவது ஒரு பெண்ணின் பார்வையில் படுமானால் என்ன ஆகும்? "அவதூறு!" என்று சீற்றத்துடன் கத்துவாள் அவள்.

எந்தக் காலம் முதல் கவிகள் எழுதுகிறார்கள், பெண்கள் அதைப் படிக்கிறார்களோ (அதன் பொருட்டு அவர்களுக்கு உளமார்ந்த நன்றி), அந்தக் காலம் தொடங்கிக் கவிகள் பெண்களை தேவிகள் என்று கணக்கற்ற தடவைகள் அழைத்திருக்கிறார்கள். உள்ளத்தின் எளிமை காரணமாகப் பெண்கள் இந்தக் கவிக் கூற்றை உண்மையிலேயே நம்பி விட்டார்கள். இதே கவிகள் பணத்துக்காக நீரோவை* மானிட தேவன் என்று போற்றினார்கள் என்பதை அவர்கள் மறந்துவிட்டார்கள்...

பெண்களைத் தவிர உலகில் வேறு எதன் மீதுமே காதல் அற்ற நான், அவர்கள் பொருட்டு நிம்மதியையும் பெருமை விருப்பத்தையும் உயிரையும் தியாகம் செய்வதற்கு எப்போதும் சித்தமாயிருந்த நான் பெண்களைப் பற்றி இத்தகைய கடுப்புடன் பேசுவது முறையல்ல தான். ஆனால் பழக்கமான பார்வை மட்டுமே எதற்குள் ஊடுருவி நோக்க முடியுமோ, அந்த மாயப் போர்வையை அவர்கள் மீதிருந்து இழுத்து அகற்றுவதற்கு எரிச்சல் மிகுதியாலோ, அவமதிக்கப்பட்ட ஆணவம் காரணமாகவோ நான் முயலவில்லையே. இல்லை, அவர்களைப் பற்றி நான் சொல்லுவது எல்லாம்,

"அறிவின் தண்ணிய ஆய்வுகளாலும்
உறுதுயர் நெஞ்சம் உய்த்தவற்றாலும்"[6]

பெறப்பட்ட முடிவுகளே ஆகும்.

தங்களை நான் அறிந்திருப்பது போன்றே எல்லா ஆடவர்களும் நன்றாக அறிந்து கொள்வார்களாக என்று பெண்கள் விரும்ப வேண்டும். ஏனெனில், எப்பொழுது முதல் நான் பெண்களை அஞ்சவில்லையோ, அவர்களுடைய சிறு சிறு பலவீனங்களைப் புரிந்துகொண்டு விட்டேனோ, அப்பொழுது முதல் நான் அவர்களை நூறு மடங்கு அதிகமாகக் காதலிக்கிறேன்.

---

* நீரோ - ரோமச் சக்கரவர்த்தி (கி.பி. 37 - 68).

நிற்க, "எருசலேம் விடுதலை" என்னும் தமது காவியத்தில் இத்தாலிய மகாகவி டாஸ்ஸோ வருணித்துள்ள மாயக் காடு போன்றவர்கள் பெண்கள் என்று வேர்னெர் ஒரு நாள் கூறினான். "நாம் பிரவேசிக்க வேண்டியது தான் தாமதம், கடமை, பெருமை, சீலம், பொது அபிப்பிராயம், கேலி, இகழ்ச்சி என்று விதம் விதமான பயங்கரங்கள் நாலா புறங் களிலிருந்தும் நம்மேல் பாயும்... நாம் செய்ய வேண்டியது அவற்றைப் பார்க்காமல் நேரே செல்வது தான். கொஞ்சம் கொஞ்சமாக இந்தப் பயங்கர விகிருதிகள் மறைந்து விடும், நமக்கு முன் விரியும் அமைதியும் ஒளியும் திகழும் திறப்பு வெளி, பசுமையான மிர்ட்டல் செடி அதன் நடுவே பூத்துக் குலுங்கும். ஆனால் முதல் சில அடிகளில் நெஞ்சு விதிர்த்துப் பின்னே திரும்பிப் பார்த்தோமோ, வந்தது விபத்து!" என்றான் அவன்.

ஜூன் 12ந் தேதி

இன்றைய மாலை நிகழ்ச்சிகள் செறிந்தது. கிஸ்ல வோத்ஸ்க்கிலிருந்து ஒரு மூன்று வெர்ஸ்ட்டா தொலைவில், பொத்குமோக் ஆறு பாயும் கணவாயில் வளையம் எனப்படும் பாறை உண்டு. இயற்கையால் உருவாக்கப்பட்ட தோரணவாயில் இது. உயரமான குன்றின் மேல் நிற்கிறது. மறையும் ஞாயிறு தனது கடைசி அழல் பார்வையை உலகின் மீது இதன் ஊடாக வீசிச் செல்லும். இந்தக் கற்சாளரத்தின் வழியே அஸ்தமன சூரியனைக் காண்பதற்காகக் குதிரை யேற்றக்காரர்களின் பெருங்கூட்டம் புறப்பட்டது. உண்மையைச் சொன்னால் எங்களில் எவருமே பரிதியைப் பற்றி நினைக்கவில்லை. நான் இளவரசியின் பக்கத்தில் சென்றேன். திரும்பு காலில் பொத்குமோக் ஆற்றை இறங்கிக் கடக்க வேண்டியிருந்தது. மலை ஆறுகள், மிக மிகச் சிறியவைகூட, ஆபத்தானவை. அவற்றின் அடித்தரை சிறந்த எழிலுருவங்காட்டி போலக் காட்சி தருவது இதற்கு முதன்மையான காரணம். அலைகளின் உந்துதலால் இந்த அடித்தரை நாள் தோறும் மாறிய வண்ணமாய் இருக்கும்.

தலைக்கு நாள் கல் இருந்த இடத்தில் மறு நாள் குழி இருக்கும். நான் இளவரசியின் குதிரைக் கடிவாளத்தைப் பிடித்துக் கொண்டு, முழங்கால் ஆழத்துக்கு மேல் இல்லாத நீரில் அதை நடத்தினேன். இழுப்புக்கு எதிராகச் சாய்ந்த போக்கில் நாங்கள் மெதுவாக முன்னேறலானோம். விரைந்தோடும் ஆற்றைக் குதிரைமீது கடக்கும்போது தண்ணீரைப் பார்க்கக் கூடாது என்பது தெரிந்த விஷயம். ஏனெனில் பார்த்தால் உடனே தலை சுற்றும். இளவரசி மேரிக்கு இதுபற்றி முன்னெச்சரிக்கை செய்ய நான் மறந்துவிட்டேன்.

நாங்கள் நட்ட நடுவில், ஆற்றோட்டம் மிக விரைவாயுள்ள இடத்தில், இருந்தபோது இளவரசி திடீரென்று சேணத்தின் மீது தள்ளாடினாள். "எனக்குத் தலை கிறுகிறுக்கிறது!" என்று சோர்ந்த குரலில் சொன்னாள்... நான் சட்டென அவள் பக்கம் சாய்ந்து அவளது துவளும் இடையைக் கையால் அணைத்துக்கொண்டேன். "உயரே பாருங்கள்! இது ஒன்றுமில்லை. பயப்பட மட்டும் செய்யாதீர்கள், நான் இருக்கிறேன் உங்கள் அருகே" என்று கிசுகிசுத்தேன்.

அவளுக்கு உடம்பு நேராகிவிட்டது. எனது கையணைப் பிலிருந்து விடுவித்துக்கொள்ள முயன்றாள். நானோ, அவளுடைய ஒயிலும் மென்மையுமான இடையை முன்னிலும் இறுகத் தழுவிக்கொண்டேன். என் கன்னம் அவள் கன்னத்தின்மேல் அனேகமாக உராய்ந்தது. அதிலிருந்து அனல் வீசியது.

"நீங்கள் என்னை என்ன செய்கிறீர்கள்? அட கடவுளே!"

அவளுடைய நடுக்கத்தையும் கலக்கத்தையும் நான் பொருட்படுத்தவில்லை. என் உதடுகள் அவளுடைய மென்மையான கன்னத்தைத் தீண்டின. அவள் நடுக்குற்றாள், ஆனால் ஒன்றும் சொல்லவில்லை. நாங்கள் பின்னே சென்றமையால் ஒருவரும் பார்க்கவில்லை. கரையேறியதும் எல்லோரும் குதிரைகளைப் பாய்ச்சலில் விரட்டினார்கள். இளவரசி தன் குதிரையை இழுத்துப் பிடித்தாள். நானும் அவளோடு பின் தங்கினேன். எனது மௌனம் அவளை

உலப்பியது தெரிந்தது. ஆனால் நானோ ஒரு வார்த்தை பேசுவதில்லை என்று உறுதி பூண்டேன் - ஆவல் காரணமாக. இந்தச் சிக்கலான நிலைமையிலிருந்து அவள் எப்படித் தப்பி வெளியேறுகிறாள் என்று பார்க்க எனக்கு விருப்பம் உண்டாயிற்று.

"ஒன்று நீங்கள் என்னை இகழ்கிறீர்கள், இல்லா விட்டால் மிகவும் காதலிக்கிறீர்கள்!" என்று கடைசியில் அவள் கண்ணீர் மல்கும் குரலில் கூறலானாள்: "ஒருவேளை நீங்கள் என்னை நகையாடவும் என் உள்ளத்துக்கு அருவருப் பூட்டவும் பின்பு என்னை விட்டு விலகவும் விரும்புகிறீர்கள் போலும்... அவ்வாறானால் அது மிக இழிந்தது, மிகக் கீழானது ஆகும். அப்படி நினைக்கும்போதே... ஐயோ வேண்டாம்!" நம்பிக்கையைக் காட்டும் மென்குரலில் அவள் தொடர்ந்தாள்: "ஒன்று சொல்லுங்கள்! மரியாதை காட்டுவது தேவை இல்லை என்று படும்படியான எதுவும் என்னிடம் இல்லை என்பது உண்மைதானே? சொல்லுங்கள், உண்மைதானே? உங்கள் துடுக்கான செயல்... நான் அதற்காக, நான் அதற்காக உங்களை மன்னித்துவிட வேண்டும், ஏனென்றால் அதற்கு இடங்கொடுத்தவள் நான்... பதில் சொல்லுங்கள், பேசுங்களேன், நான் உங்கள் குரலைக் கேட்க விரும்புகிறேன்!" கடைசிச் சொற்களில் பெண்களுக்கே இயல்பான பொறுமையின்மை தொனித்ததைக் கேட்டு நான் என்னையும் அறியாமல் முறுவலித்தேன். நல்ல வேளையாக இருள் படரத் தொடங்கியிருந்தது... நான் மறுமொழி எதுவும் கூறவில்லை.

"நீங்கள் மௌனம் சாதிக்கிறீர்களோ? நான் உங்களைக் காதலிக்கிறேன் என்று நானே முதலில் சொல்லவேண்டும் என விரும்புகிறீர்களோ?" என்று கேட்டாள் இளவரசி.

நான் பேசாதிருந்தேன்...

"நீங்கள் விரும்புகிறீர்களா இதை?" என்று என்னைச் சட்டென நேரிட்டு நோக்கி மறுபடி வினவினாள் அவள்...

அவளுடைய பார்வையிலும் குரலிலும் தொனித்த உறுதியில் ஏதோ அச்சமூட்டுவதாக இருந்தது...

"எதற்காக?" என்று தோள்களைக் குலுக்கினேன் நான்.

அவள் குதிரையைச் சாட்டையால் அடித்து, குறுகிய, அபாயகரமான பாதை வழியே முழு வேகத்துடன் விரட்டினாள். இது கண்மூடிக் கண் திறப்பதற்குள் நேர்ந்துவிட்டதா கையால் நான் வெகு சிரமத்துடனேயே அவளை எட்டிப்பிடிக்க முடிந்தது – அதுவும் அவள் மற்றவர்களோடு சேர்ந்துகொண்ட பின்னரே. வீடு சேரும் வரை அவள் ஒரு நிமிட இடையீடு இன்றிக் கலகலவென்று பேசிச் சிரித்துக்கொண்டிருந்தாள். அவளது அங்க அசைவுகளில் ஏதோ ஜுரக் கிளர்ச்சி தென்பட்டது. என்னை அவள் ஏறெடுத்தும் பார்க்கவில்லை. இந்த அசாதாரணக் குதூகலத்தை எல்லோரும் கவனித்தார்கள். சிற்றரசியும் தன் புதல்வி மீது கண்ணோட்டி உள்ளூற மகிழ் பூத்தாள். பெண்ணுக்கோ வெறும் நரம்புக் கிளர்ச்சி தவிர வேறில்லை. இரவை உறங்காமல் கழிப்பாள், கண்ணீர் பெருக்குவாள். இந்த எண்ணம் எனக்கு எல்லை காணமுடியாத இன்ப போதை ஊட்டுகிறது: சில கணங்களில் நான் வாம்பயரைப்* புரிந்து கொள்கிறேன்... இந்த அழகில் நல்ல பிள்ளை என்று வேறு பெயர் எடுத்துவிட்டேன், இந்தப் பெயரைக் காப்பாற்றவும் பாடுபடுகிறேன்!

குதிரைகளிலிருந்து இறங்கி, சீமாட்டிகள் சிற்றரசியின் வீட்டுக்குள் புகுந்தார்கள். நான் கிளர்ச்சியுற்றிருந்தமையால் மனத்தில் குமைந்து கொண்டிருந்த எண்ணங்களை வெளியேற்றிப் போக்குவதற்காகக் குதிரையை மலையின் மீது விரட்டிச் சென்றேன். பனித்த மாலை சொக்கவைக்கும் குளிர்மையுடன் உயிர்த்தது. மலைகளின் கரு முடிகளின்

---

* வாம்பயர் (The Vampire) - 1819ம் ஆண்டு வெளியான இதே பெயர் கொண்ட ஆங்கில நவீனத்தின் இருளடைந்த கதாநாயகன். கோரக்காட்சிகள், மறைமுகச் செயல்கள் ஆகியவற்றின் வருணனைகளால் நிறைந்த இந்நவீனம் ருஷ்ய மொழியில் பெயர்க்கப்பட்டிருந்தது.

பின்னிருந்து எழுந்தது நிலவு. எனது லாடங்கட்டாத குதிரையின் ஒவ்வொரு குளம்படியும் கணவாயில் நிலவிய நிசப்தத்தில் அமிழ்ந்து ஒலித்தது. அருவிக்கரையில் நான் குதிரைக்கு நீர் காட்டினேன், தெற்கத்திய இரவின் தூய நறுங் காற்றை இரண்டொரு முறை ஆர்வத்துடன் மூச்சிழுத்தேன், பின்பு ஊர் திரும்பலானேன். குடியிருப்பு வழியே குதிரையை ஓட்டிச் சென்றேன். வீடுகளில் விளக்குகள் அணையத் தொடங்கி விட்டன. கோட்டைச் சுவர்மேலிருந்த பாராக் காரர்களும் சுற்றுப்புறக் காவலிடங்களில் இருந்த கஸாக்கியப் படைவீரர்களும் ஒருவருக்கொருவர் நீட்டிமுழக்கிக் குரல் கொடுத்துக் கொண்டிருந்தார்கள்...

குடியிருப்பில் பள்ளத்தாக்கு ஓரமாக இருந்த ஒரு வீட்டில் அளவு கடந்த வெளிச்சத்தைக் கண்டேன். தாறுமாறான பேச்சுக் குரல்களும் கூப்பாடுகளும் அங்கே படைவீரர்கள் விருந்தாடிக்கொண்டிருப்பதைப் புலப்படுத்தின. நான் குதிரை மீதிருந்து இறங்கி ஓசைப்படாமல் ஜன்னல் ஓரமாகப் போய் நின்றுகொண்டேன். ஜன்னல் கதவு அழுந்த மூடப்படாமையால் விருந்துண்பவர்களைக் காணவும் அவர்கள் சொற்களைக் கேட்கவும் எனக்கு முடிந்தது. பேச்சு என்னைப் பற்றியது.

மதுவால் வெறியேறியிருந்த டிராகூன் ரெஜிமெண்டுக் காப்டன் மேஜைமேல் முஷ்டியால் குத்தி, கவனமாய்க் கேட்கும்படி கோரினான்.

"கனவான்களே! இப்படி இருப்பது எதற்கும் உதவாது. பிச்சோரினுக்குப் பாடம் கற்பிக்க வேண்டும்! திடீர்ப் பவிசு பெற்ற இந்தப் பீட்டர்ஸ்பர்க் அற்பர்கள் எப்போதுமே படு மண்டைக்கனத்தைக் காட்டுவார்கள், மூக்கை உடைக்காத வரை! ஏதோ உலகத்திலே தான் ஒருவன் தான் வாழ்க்கையைக் கண்டுவிட்டதாக எண்ணிக்கொண்டிருக்கிறான் இந்த ஆள், எப்போதும் துப்புரவான கையுறைகளும், துடைத்துப் பளபளப்பாக்கப்பட்ட ஜோடுகளும் போட்டுக்கொண்டு சுற்றுகிறானே, அதனால்" என்றான்.

“அப்புறம், எவ்வளவு அகந்தை பிடித்த புன்சிரிப்பு! ஒன்று மட்டும் நான் நிச்சயமாய்ச் சொல்லுவேன்: அவன் கோழை - ஆமாம், கோழை!”

குருஷ்நீத்ஸ்க்கிய் சொன்னான்: “நானும் அப்படித்தான் நினைக்கிறேன். சிரித்து மழுப்பிவிடுவது அவன் வழக்கம். ஒரு தரம் நான் அவனை என்னவெல்லாமோ சொல்லிப் பழிசாட்டினேன். வேறொருவனாயிருந்தால் அங்கேயே என்னைக் கண்டதுண்டம் ஆக்கியிருப்பான். பிச்சோரினோ எல்லாவற்றையும் கேலியும் பரிகாசமுமாக எடுத்துக் கொண்டான். நான் அவனைப் போருக்கு அழைக்கவில்லை என்பது புரியக்கூடியதே, ஏனென்றால் இது அவன் வேலை. தவிர அவனோடு சங்காத்தமே வைத்துக்கொள்ள நான் விரும்பவில்லை...”

“குருஷ்நீத்ஸ்க்கிய்க்கு அவன்மேல் காட்டம் எதனாலென்றால் அவன் இளவரசியை இவனிடமிருந்து பறித்துக் கொண்டு போய்விட்டதால் தான்” என்றான் எவனோ ஒருவன்.

“இது வேறே கதைகட்டிவிடுகிறீரா? நான் இளவரசியோடு கொஞ்சம் நயமாகப் பழகினது வாஸ்தவந்தான். ஆனால் உடனேயே விட்டு விலகிவிட்டேன். ஏனென்றால் மணம் செய்துகொள்ள நான் விரும்பவில்லை, கன்னிப் பெண்ணை எக்கச்சக்கமாக மாட்டிவிடுவது எனக்கு முறையாகப் படவில்லை.”

“ஆம், நான் உங்களுக்கு உறுதியாகச் சொல்லுகிறேன், முதல் தரமான கோழை அவன் - அதாவது பிச்சோரின், குருஷ்நீத்ஸ்க்கிய் அல்ல. குருஷ்நீத்ஸ்க்கிய் அருமையான ஆள். தவிர என்னுடைய உண்மையான சிநேகிதன்” என்று மறுபடி சொன்னான் டிராகூன் ரெஜிமெண்டுக் காப்டன். “கனவான்களே! இங்கே ஒருவரும் அவனுக்குப் பரிந்து பேசவில்லையே? ஒருவரும் இல்லை அல்லவா? அத்தனைக்கத்தனை நல்லது! அவனுடைய வீரத்தைச்

சோதனை செய்து பார்க்க விரும்புகிறீர்களா? அது உங்களுக்கு வேடிக்கையாக இருக்கும்..."

"விரும்புகிறோம், ஆனால் எப்படி?"

"எப்படி என்று கேளுங்கள்: குருஷ்நீத்ஸ்க்கிய் அவன் மேல் விசேஷமாக ஆத்திரம் கொண்டிருக்கிறான் - அவனுக்குத் தலைமைப் பாத்திரம்! ஏதேனும் அசட்டுத்தனத்தைச் சாக்கிட்டுப் பிச்சோரின் மேல் குற்றம் கண்டுபிடித்து அவனை இருவர்போருக்கு அறை கூவுவான் குருஷ்நீத்ஸ்க்கிய்... பொறுங்கள்; இதிலே தான் இருக்கிறது வேடிக்கை... இருவர்போருக்கு அழைப்பான் - நல்லது! அறைகூவல், முன்னேற்பாடுகள், நிபந்தனைகள், இவை எல்லாம் முடிந்த வரையில் ஆழ்ந்த கம்பீரமும் பயங்கரமும் கொண்டவையாக இருக்க வேண்டும். இந்தப் பொறுப்பை நான் ஏற்றுக்கொள்கிறேன். நான் உன் துணையாளாக இருப்பேன், என் அப்பாவி நண்பா! ஆயிற்றா! தந்திரம் எங்கே இருக்கிறது என்று சொல்கிறேன்: கைத்துப்பாக்கியில் நாம் குண்டு கெட்டிக்க மாட்டோம். போராட்டக்காரர்களை ஆறு தாவடி தூரத்தில் நிறுத்துவேன், நாசமாய்ப் போக! பிச்சோரின் பின்வாங்காவிட்டால் என்னைக் கேளுங்கள்! உங்களுக்குச் சம்மதந்தானா, கனவான்களே?"

"அருமையான திட்டம்! சம்மதமில்லாமல் என்ன?" என்ற குரல்கள் சுற்றிலும் எழுந்தன.

"குருஷ்நீத்ஸ்க்கிய், உனக்கு?"

நான் குருஷ்நீத்ஸ்க்கியின் பதிலை நெஞ்சுப் படபடப்புடன் எதிர்பார்த்தேன். தற்செயல் வாய்ப்பு மட்டும் நேர்ந்திராவிட்டால் நான் இந்த மடையர்களின் கேலிக்கு ஆளாகியிருப்பேன் என்பதை எண்ணியபோது வன்மம் நிறைந்த கோபம் என் உள்ளத்தில் மூண்டெழுந்தது. குருஷ்நீத்ஸ்க்கிய் இந்தச் சூழ்ச்சிக்கு இசையாவிடில் நான் பாய்ந்து அவனை ஆரத் தழுவிக்கொண்டிருப்பேன். ஆனால் சற்றுநேர மௌனத்துக்குப் பின் அவன் தன் இடத்திலிருந்து

எழுந்து காப்டன் பக்கம் கையை நீட்டி, "நல்லது, நான் இசைகிறேன்" என்று மிகுந்த படாடோபத்துடன் கூறினான்.

கூடியிருந்த நேர்மையாளர் குழுவின் மகிழ்ச்சி வருணனைக்கு எட்டாதது.

இரு வெவ்வேறு உணர்ச்சிகளால் உலப்புற்றவனாக நான் வீடு திரும்பினேன். முதலாவது உணர்ச்சி வருத்தம். "இவர்கள் எல்லோரும் என்னை வெறுப்பது ஏன்? எதற்காக? நான் யார் மனதையாவது புண்படுத்தினேனா? கிடையாது. எவர்களை ஒரு முறை பார்த்ததுமே பகைமை உண்டாகிவிடுமோ அத்தகைய மனிதர்களைச் சேர்ந்தவனா நான்?" இவ்வாறு எண்ணமிட்டேன். விஷமயமான துயரம் கொஞ்சங் கொஞ்சமாக என் நெஞ்சில் நிறைந்துவிட்டதை உணர்ந்தேன். "ஜாக்கிரதையாக இருங்கள், திருவாளர் குருஷ்நீத்ஸ்க்கிய் அவர்களே! என்னிடம் இந்தக் கிண்டல் செல்லாது. உங்கள் முட்டாள் நண்பர்களை ஆதரித்ததற்கு நீங்கள் மிகவும் கடுமையான விளைவை அனுபவிக்க நேரலாம். நான் உங்களுடைய விளையாட்டுக் கருவி அல்ல!" என்று அறையில் குறுக்கும் நெடுக்கும் நடந்தவாறு சொல்லிக்கொண்டேன்.

இரவு முழுவதும் நான் உறங்கவே இல்லை.

காலையாவதற்குள் நான் மலை ஆரஞ்சுபோல மஞ்சள் பாரித்துப் போனேன்.

விடிந்தபின் கிணற்றருகே இளவரசியைக் கண்டேன்.

என்னை நேரிட்டு நோக்கி, "உங்களுக்கு உடம்பு சரியா யில்லையா?" என்று வினவினாள்.

"நான் இரவு தூங்கவில்லை."

"நானுந்தான்... நான் உங்கள்மீது குற்றம் சாட்டினேன்... ஒருவேளை வீணாகவோ? தெளிவுபடுத்துங்கள், எல்லா வற்றுக்காகவும் உங்களை மன்னித்து விடுகிறேன்..."

"எல்லாவற்றுக்காகவுமா?"

"எல்லாவற்றுக்காகவும்... ஆனால் உள்ளதைச் சொல்லுங்கள்... சீக்கிரம்... விஷயம் என்னவென்றால், நான் நெடுநேரம் சிந்தித்தேன், உங்கள் நடத்தைக்கு விளக்கம் காண, அதை நியாயப்படுத்த முயன்றேன். ஒருவேளை என் உறவினர்கள் தடை செய்யலாம் என்று அஞ்சுகிறீர்கள் போலும்... இது பிரமாதமில்லை. அவர்களுக்கு விஷயம் தெரியவரும்போது... (அவள் குரல் நடுங்கிற்று) நான் அவர்களைச் சரிக்கட்டிவிடுவேன். அல்லது உங்கள் சொந்த அந்தஸ்து... ஆனால் என் காதலுக்கு உரியவர் பொருட்டு எதையும் தியாகம் செய்ய என்னால் முடியும் என்பதை அறிந்துகொள்ளுங்கள்... ஐயோ, சீக்கிரம் மறுமொழி கூறுங்கள், இரக்கம் காட்டுங்கள்... நீங்கள் என்னை இகழவில்லையே, இல்லை அல்லவா?"

அவள் என் கையைப் பிடித்துக்கொண்டாள்.

வேராவின் கணவனுடன் சிற்றரசி எங்களுக்கு முன்னே நடந்தாள், எனவே ஒன்றையும் பார்க்கவில்லை. ஆனால் உலாவிக் கொண்டிருந்த நோயாளிகள் - எல்லாவற்றிலும் தகாத அக்கறைகாட்டி வம்பளப்பதில் தலை சிறந்தவர்கள் – எங்களைப் பார்த்துவிடலாம். எனவே அவளுடைய ஆர்வம் நிறைந்த பிடியிலிருந்து கையைச் சட்டென விடுவித்துக் கொண்டேன்.

"நான் முழு உண்மையையும் உங்களுக்குச் சொல்லி விடுகிறேன். எனது செயல்களுக்கு நியாயம் கற்பிக்கவோ, சமாதானம் கூறவோ மாட்டேன். நான் உங்களைக் காதலிக்க வில்லை" என்று கூறினேன்.

அவளுடைய உதடுகள் சற்றே வெளிறின...

"என்னைத் தனியே இருக்க விடுங்கள்" என்று ஈன சுரத்தில் மொழிந்தாள்.

நான் தோள்களைக் குலுக்கினேன், திரும்பி அப்பால் போய்விட்டேன்:

ஜூன், 14ந் தேதி

நான் சில வேலைகளில் என்னையே இகழ்ந்து கொள்கிறேன்... இந்தக் காரணத்தினாலேயே மற்றவர்களையும் இகழ்கிறேனோ?... நல்லியல்புள்ள உணர்ச்சிப் பெருக்குக்குத் தகுதி அற்றவன் ஆகிவிட்டேன். எனக்கே நகைப்பிற்கு உரியவனாகப்படுவேனோ என்று அஞ்சுகிறேன். என்னுடைய இடத்தில் வேறு எவனும் இளவரசிக்குத் தனது son coeur et safortune* சமர்ப்பித்திருப்பான். ஆனால் திருமணம் என்ற சொல் என்மீது ஏதோ மாயச்சக்தி போன்று செயல் படுகிறது. ஒரு பெண்ணை நான் எவ்வளவு தான் மோகாவே சத்துடன் காதலித்தாலும் சரியே, அவளை மணம் செய்து கொள்ளவேண்டும் என்று நான் உணரும்படி மட்டும் அவள் செய்துவிட்டாளோ, தொலைந்தது காதல்! என் நெஞ்சு கல்லாகிவிடும். அப்புறம் எதுவும் அதை மீண்டும் இளக்காது. நான் எல்லாத் தியாகங்களுக்கும் தயார், இது ஒன்றைத் தவிர. இருபது தடவை என் உயிரை, என் மானத்தைக்கூடப் பணயம் வைக்கச் சித்தமாயிருக்கிறேன்... ஆனால் என் சுதந்திரத்தை விற்கமாட்டேன். நான் அதை இவ்வளவு மதிப்பானேன்? அதில் எனக்கு என்ன இருக்கிறது? எதை அடைய நான் ஆயத்தம் செய்து கொண்டிருக்கிறேன்? வருங்காலத்திடமிருந்து நான் எதிர்பார்ப்பது தான் என்ன? உண்மையில், எதுவுமே இல்லை. இது ஏதோ பிறவியிலேயே தோன்றிய அச்சம், விளக்கமுடியாத முன்னுணர்வு... சிலந்திகளையும் கரப்பான்களையும் சுண்டெலிகளையும் கண்டு காரணமின்றி அஞ்சுபவர்கள் உண்டு அல்லவா? உள்ளதை ஒப்புக்கொள்ளட்டுமா? நான் சிறுவனாயிருக்கும்போதே ஒரு கிழவி என் தாயாருக்கு என்னைப் பற்றிக் குறி சொன்னாள். எனக்குக் கெட்ட மனைவியால் மரணம் சம்பவிக்கும் என்று அவள் கூறினாள். இது என்னை அப்போது ஒரேயடியாகத் திடுக்கிட வைத்தது. திருமணத்தின் மீது அகற்ற முடியாத வெறுப்பு

---

* தனது இதயத்தையும் செல்வத்தையும். (பிரெஞ்சு).

என் உள்ளத்தில் பிறந்துவிட்டது... அந்தக் கிழவியின் குறி கட்டாயம் பலிக்கும் என்று இதற்கிடையே ஏதோ என்னிடம் சொல்லுகிறது. கூடியவரையில் தாமதமாகவே அது பலிக்கும்படி செய்யவாவது முயல்வேன்.

ஜூன், 15ந் தேதி

செப்படிவித்தைக்காரன் அப்பெல்பாவும் நேற்று இங்கே வந்தான். ரெஸ்டாரெண்டுக் கதவில் நீண்ட விளம்பரம் தொங்கவிடப்பட்டது. மேலே குறித்துள்ள வியப்பூட்டும் செப்படிவித்தைக்காரரும் கரணவேலை நிபுணரும் இரசாயனியும் ஒளியியல் விற்பன்னருமானவர் இன்று மாலை எட்டு மணிக்கு பிரபுக்கள் கழக மன்றத்தில் (அதாவது ரெஸ்டாரெண்டில்) அற்புத நிகழ்ச்சிகள் காட்டுவார் என்றும், கட்டணம் இரண்டரை ரூபிள்கள் என்றும் பெருமதிப்பிற்குரிய பொது ஜனங்களுக்கு அறிவித்தது இந்த விளம்பரம்.

ஆச்சரியகரமான இந்தச் செப்படிவித்தைக்காரனைக் காண்பதற்கு எல்லோரும் ஆயத்தமாகிக்கொண்டிருக்கிறார்கள். சிற்றரசி லிகொவ்ஸ்க்காயா கூட, மகளுக்கு உடம்பு சரியில்லாததையும் பாராட்டாமல் தனக்கு டிக்கெட்டு வாங்கிக்கொண்டிருக்கிறாள்.

இன்று பகல் சாப்பாட்டுக்குப் பிறகு நான் வேரா வீட்டு ஜன்னல் அருகாகச் சென்றேன். அவள் முன் மாடத்தில் தனியே அமர்ந்திருந்தாள். என் காலடியில் ஒரு குறிப்புக் காகிதம் விழுந்தது:

“இன்று இரவு பத்து மணிக்கு, பெரிய மாடிப்படி வழியாக என் வீட்டுக்கு வா. என் கணவர் பியாத்திகோர்ஸ்க் போயிருக்கிறார். நாளைக் காலை தான் வருவார். என் ஆட்களும் வேலைக்காரிகளும் வீட்டில் இருக்கமாட்டார்கள். அவர்கள் எல்லோருக்கும், சிற்றரசியின் ஆட்களுக்குங்கூட, டிக்கெட்டுகள் வாங்கிக் கொடுத்துவிட்டேன். உன்னை எதிர்பார்ப்பேன். கட்டாயமாக வா.”

“ஆகா! கடைசியில் என் விருப்பப்படியே நடந்து விட்டதே” என்று எண்ணிக்கொண்டேன்.

எட்டு மணிக்குச் செப்படிவித்தை பார்க்கச் சென்றேன். ஒன்பது அடிப்பதற்குள் ஜனங்கள் குழுமிவிட்டார்கள், நிகழ்ச்சி தொடங்கியது. பின்வரிசை நாற்காலிகளில் வேரா, சிற்றரசி இருவரது பணியாட்களும் வேலைக்காரிகளும் உட்கார்ந்திருக்கக் கண்டேன். அவர்கள் ஒருவர் பாக்கி யில்லாமல் வந்திருந்தார்கள். குருஷ்நீத்ஸ்க்கிய் பிடிவைத்த கண்ணாடியுடன் முன் வரிசையில் அமர்ந்திருந்தான். கைக்குட்டையோ, கடிகாரமோ, மோதிரமோ, வேறு ஏதேனுமோ வேண்டியிருந்தபோதெல்லாம் செப்படி வித்தைக்காரன் அவனிடமே கேட்டுக் கொண்டிருந்தான்.

இப்போது சிறிது காலமாகவே குருஷ்நீத்ஸ்க்கிய் எனக்கு முகமன் தெரிவிப்பதில்லை. இன்றோ இரண்டொரு தடவை என்னை மிகத் துடுக்காகப் பார்த்தான். நாங்கள் கணக்குத் தீர்த்துக்கொள்ள நேரும்போது இவை எல்லாம் அவனுக்கு நினைவுபடுத்தப்படும்.

மணி பத்து ஆவதற்கு முன்பே நான் எழுந்து வெளியேறினேன்.

வெளியே கும்மிருட்டாயிருந்தது. அடர்ந்த குளிர் மேகங்கள் சுற்றுப்புற மலைகளின் உச்சிகளில் கவிந்திருந்தன. அடங்கிப்போயிருந்த காற்று ரெஸ்டாரெண்டைச் சூழ இருந்த பாப்ளார் மரங்களின் முடிகளை எப்போதாவது தான் சிலுப்பியது. ஜன்னல்களின் அருகே ஜனங்கள் இன்னும் நெரிந்தார்கள். நான் மலையிலிருந்து இறங்கி வாயிலுக்குள் திரும்பியதும் நடையை விரைவுபடுத்தினேன். யாரோ என் பின்னே வருவது போன்று திடீரென எனக்குத் தோன்றியது. நான் நின்று திரும்பிப் பார்த்தேன். இருட்டில் எதையும் காண முடியவில்லை. எனினும் எச்சரிக்கையாயிருப்பதற்காக, உலாவுபவன் போன்று போக்குக்காட்டி வீட்டைச் சுற்றி வந்தேன். இளவரசியின் அறை ஜன்னலின் பக்கமாகச்

செல்கையில் என் பின்னே காலடிச்சத்தம் மறுபடி கேட்டது. மேல்கோட்டால் மூடிப்போர்த்திருந்த ஒருவன் என்னைக் கடந்து ஓடினான். இது எனக்குக் கலவரமூட்டியது. ஆயினும் நான் ஓசையின்றி வாசற்படியேறி இருண்ட மாடிப்படிகளில் ஓடினேன். மாடிக் கதவு திறந்தது. சிறு கரம் என் கையைப் பற்றியது...

"உன்னை ஒருவரும் பார்க்கவில்லையே?" என்று வேரா என்னோடு ஒட்டிக்கொண்டு வினவினாள்.

"இல்லை!"

"இப்போது நம்புகிறாயா, நான் உன்னைக் காதலிக்கிறேன் என்பதை? ஐயோ, நான் நீண்ட காலம் தயங்கினேன், நெடுங்காலம் துடிதுடித்தேன்... ஆனால் நீ விரும்பியபடி எல்லாம் என்னை ஆட்டிவைக்கிறாய்."

அவளுடைய நெஞ்சு உக்கிரமாக அடித்துக்கொண்டது. கைகள் பனிக்கட்டிபோலக் குளிர்ந்திருந்தன. பொறாமைக் கண்டனங்களும் புகார்களும் தொடங்கின. எல்லாவற்றையும் உள்ளபடியே தன்னிடம் ஒப்புக்கொண்டுவிடும்படி என்னை வேண்டினாள். என்னுடைய இன்பம் ஒன்றையே தான் விரும்புவதாகவும், ஆகையால் என்னுடைய துரோகத்தைப் பணிவுடன் சகித்துக்கொள்வதாகவும் கூறினாள். இதில் எனக்கு முழு நம்பிக்கை ஏற்படவில்லை, என்றாலும் ஆணைகள், வாக்குறுதிகள் முதலியவற்றால் அவளைத் தேற்றினேன்.

"அப்படியானால் நீ மேரியை மணக்க மாட்டாயா? அவளை நீ காதலிக்கவில்லையா? ஆனால் அவள் நினைத்துக் கொண்டிருக்கிறாள்... தெரியுமா உனக்கு? அவள் உன்மேல் கண்தலை தெரியாத காதல் கொண்டிருக்கிறாள், பாவம்!

....

இரவு இரண்டு மணிக்கு நான் ஜன்னலைத் திறந்து, இரண்டு சால்வைகளை முடிந்து, தூணை ஆதரவாகப்

பிடித்துக்கொண்டு முன் மாடத்திலிருந்து கீழ் வராந்தாகவுக்கு இறங்கினேன், இளவரசியின் அறையில் இன்னும் விளக்கு எரிந்து கொண்டிருந்தது. ஏதோ ஒரு சக்தி என்னை அந்த ஜன்னலுக்கு இட்டுச் சென்றது. ஜன்னல் திரை சற்று விலகியிருந்தது ஆகையால் அறையின் உள்ளே ஆவல் நிறைந்த பார்வையைச் செலுத்துவது எனக்கு இயன்றது. மேரி கைகளை மடிமீது ஒன்றின் குறுக்கே ஒன்றாக வைத்துக்கொண்டு மஞ்சத்தின் மேல் உட்கார்ந்திருந்தாள். அடர்ந்த கேசத்தை முடிந்து விளிம்பில் லேஸ் தைத்த குல்லாயை அதன் மேல் அணிந்திருந்தாள். பெரிய செந்நிறச் சால்வை அவளது வெண்மையான தோள்களை மூடியிருந்தது. சிறு பாதங்கள் பல் வண்ணப் பாரசீகச் சப்பாத்துக்களில் மறைந்திருந்தன. எதிரிலிருந்த மேஜை மீது ஒரு புத்தகம் விரிந்திருந்தது. ஆனால் விவரிக்க இயலாத சோகம் நிறைந்த அவளது அசைவற்ற விழிகள் ஒரே பக்கத்தை நூறாந்தடவையாகப் பார்த்துக்கொண்டிருந்தன போலும், அவளுடைய எண்ணங்கள் எங்கோ தொலைவில் இருந்தன போலும் தோன்றியது...

அந்த நிமிடத்தில் புதருக்குப் பின்னே எவனோ அசைந்தான். நான் வராந்தாவிலிருந்து துள்ளிப் புல்தரையில் குதித்தேன். தென்படாத கரம் ஒன்று என் தோளைப் பற்றியது.

"அப்படியா! அகப்பட்டுக்கொண்டாயா! இளவரசியிடம் இரவு நேரத்தில் போவாயா இனிமேல்?" என்றது முரட்டுக் குரல்.

"இறுகப் பிடித்துக்கொள் அவனை!" என்று கத்தினான் மூலையிலிருந்து தாவிய ஒருவன்.

அவர்கள் குருஷ்நீத்ஸ்க்கியும் டிராகூன் ரெஜிமெண்டுக் காப்டனும்.

நான் காப்டன் தலையில் ஒரு குத்து விட்டுக் கீழே வீழ்த்திவிட்டுப் புதர்களுக்குள் பாய்ந்தேன். எங்கள் வீடுகளின்

எதிர்ச் சரிவின் மேல் அடர்ந்திருந்த தோட்டத்து ஒன்றையடிப் பாதைகள் எல்லாம் எனக்குப் பழக்கமானவை.

"திருடர்கள்! உதவி!" என்று அவர்கள் கத்தினார்கள்; துப்பாக்கி வெடிச்சத்தம் கேட்டது; புகையும் வெடிப்பற்றை ஒன்று அனேகமாக என் கால் அருகே விழுந்தது.

நிமிட நேரத்தில் நான் என் அறை சேர்ந்து உடை களைந்துவிட்டுப் படுத்துக்கொண்டேன். என் பணியாள் கதவைப் பூட்டியதும் பூட்டாததுமாக குருஷ்நீத்ஸ்க்கியும் காப்டனும் கதவைத் தட்டினார்கள்.

"பிச்சோரின்! நீங்கள் உறங்குகிறீர்களா? இங்கேதான் இருக்கிறீர்களா?" என்று கத்தினான் காப்டன்.

"உறங்குகிறேன்" என்று எரிச்சலுடன் பதிலளித்தேன்.

"எழுந்திருங்கள்! திருடர்கள்... செர்க்கேஸியர்கள்..."

"எனக்குத் தடிமல். காய்ச்சல் வந்துவிடுமோ என்று அஞ்சுகிறேன்." என்றேன்.

அவர்கள் போய்விட்டார்கள். நான் பதில் குரல் கொடுத்தது வீண். கொடுத்திராவிட்டால் அவர்கள் இன்னும் ஒரு மணி என்னைத் தோட்டத்தில் தேடியிருப்பார்கள். இதற்கிடையே பெருத்த கலவரம் பரவிவிட்டது. கோட்டையிலிருந்து கஸாக்கியப் படைவீரன் குதிரைமேல் பாய்ந்து வந்தான். எங்கும் ஒரே பரபரப்பு. ஆட்கள் எல்லாப் புதர்களுக்குள்ளும் செர்க்கேஸியர்களைத் தேடினார்கள். ஒன்றும் அவர்களுக்கு அகப்படவில்லை என்று சொல்லவே வேண்டாம். எனினும், நகர்க் காவல்படை அதிக வீரத்தையும் விரைவையும் காட்டியிருந்தால் குறைந்தது ஒரு இருபது கொள்ளைக்காரர்களாவது வீழ்த்தப்பட்டிருப்பார்கள் என்ற உறுதியான எண்ணம் பலர் மனத்தில் நிலைத்துவிட்டது.

ஜூன், 16ந் தேதி

இன்று காலை கிணற்றருகே, முந்திய இரவு செர்க்கேஸியர்கள் நடத்திய தாக்குதல் பற்றியே பேச்சாக

இருந்தது. குறித்த அளவு நர்ஸான் நீரைப் பருகிவிட்டு, நீண்ட லிண்டன் மரப் பாதையில் ஒரு பத்து தரம் உலாவிய பிறகு நான் வேராவின் கணவனைக் கண்டேன். அவன் பியாத்திகோர்ஸ்க்கிலிருந்து அப்போது தான் திரும்பி யிருந்தான். அவன் என் கையைப் பிடித்துக் கொண்டான். இருவருமாகச் சிற்றுண்டி அருந்த ரெஸ்டாரெண்டுக்கு நடந்தோம். தனது மனைவியைப் பற்றி அவன் பெருத்த கவலை அடைந்திருந்தான். "நேற்று ராத்திரி அவள் எப்படி விலவிலத்துப் போய்விட்டாள்! நான் வீட்டில் இல்லாத நேரம் பார்த்து இது நடந்திருக்க வேண்டியிருந்தது பாருங்களேன்" என்றான். மூலையறைக் கதவை அடுத்தாற்போல ஓரிடத்தில் நாங்கள் ஆகாரம் சாப்பிட உட்கார்ந்தோம். மூலையறையில் சுமார் பத்து வாலிபர்கள் இருந்தார்கள் குருஷ்நீத்ஸ்க்கியும் அவர்களில் ஒருவன். அவனுடைய விதியை நிர்ணயிக்க வேண்டியிருந்த உரையாடலை மறைவிலிருந்து கேட்கும் வாய்ப்பை அதிர்ஷ்டம் இரண்டாவது தடவை எனக்கு அளித்தது. அவன் என்னைப் பார்க்கவில்லை ஆதலால் அவன் வேண்டுமென்றே அப்படிப் பேசியதாக நான் நினைக்க முடியவில்லை. ஆயினும் இதனால் அவனுடைய குற்றம் என் கண்களுக்கு இன்னும் பெரிதாயிற்றே தவிர வேறில்லை.

"ஆமாம், வந்தவர்கள் உண்மையிலேயே செர்க்கேஸியர்கள் தாமா? அவர்களை யாராவது பார்த்தார்களா?" என்றான் ஒருவன்.

குருஷ்நீத்ஸ்க்கிய் இதற்கு விடையளித்தான்: "நான் உங்களுக்கு எல்லா உண்மையையும் சொல்லுகிறேன். ஒன்று மட்டும் கேட்டுக்கொள்கிறேன் - என்னைக் காட்டிக் கொடுத்துவிடாதீர்கள். நடந்தது இதுதான்: நேற்று ஒரு மனிதன் (அவன் பெயரை நான் சொல்லமாட்டேன்) என்னிடம் வந்து இரவு சுமார் பத்து மணிக்கு யாரோ ஒருவன் சிற்றரசி லிகொவ்ஸ்க்காயாவின் வீட்டுக்குப் பதுங்கிச் சென்றதைத் தான் கண்டதாகக் கூறினான். சிற்றரசி

இங்கிருந்தாள், இளவரசி வீட்டிலிருந்தாள் என்பதை நீங்கள் கருத்தில் இருத்திக்கொள்ள வேண்டும். ஆக நானும் அவனும் இளவரசியின் அறை ஜன்னலுக்கு வெளியே போய் அந்த அதிர்ஷ்டசாலியை எதிர்கொள்வதற்காகப் புறப்பட்டோம்."

என் கூட்டாளி சிற்றுண்டி அருந்துவதில் தீவிரமாக முனைந்திருந்தான் என்றாலும் நான் பயந்து விட்டேன் என்பதை ஒப்புக்கொள்கிறேன். குருஷ்நீத்ஸ்க்கிய் உண்மையை வெளியிட்டால் என் கூட்டாளி தனக்கு மிகக் கசப்பான விஷயங்களைக் கேட்பானே. ஆனால் பொறாமையால் குருடாகியிருந்த குருஷ்நீத்ஸ்க்கிய் உண்மையை ஜாடையாகக் கூட ஊகிக்கவில்லை.

அவன் தொடர்ந்தான்: "ஆயிற்றா. நாங்கள் துப்பாக்கியும் கையுமாகப் புறப்பட்டோம். அதில் வெற்றுத் தோட்டாதான் கெட்டிக்கப்பட்டிருந்தது - சும்மா பயங்காட்டுவதற்காக. இரண்டு மணிவரை நாங்கள் தோட்டத்தில் காத்திருந்தோம். கடைசியில் அவன் வெளிப்பட்டான். எங்கிருந்தோ, ஆண்டவனுக்கே வெளிச்சம், ஆனால் ஜன்னல் வழியாக மட்டும் இல்லை, ஏனென்றால் ஜன்னல் திறக்கவில்லை. தூணுக்குப் பின்னால் உள்ள கண்ணாடிக் கதவைத் திறந்து கொண்டு வந்திருக்க வேண்டும் அவன். என்ன சொல்லுகிறேன் என்றால், கடைசியில் எவனோ வராந்தாவிலிருந்து வெளியே வரக் கண்டோம்... இளவரசி எப்படி? ஊம்? மாஸ்கோ இளஞ் சீமாட்டிகள் லேசுப்பட்டவர்கள் அல்ல, ஒப்புக்கொள்கிறேன். இதற்கு அப்புறம் எதைத்தான் நம்ப முடியும்? நாங்கள் அவனைப் பிடிக்கப் பார்த்தோம், ஆனால் அவன் முயல் போலப் புதர்களில் பாய்ந்துவிட்டான். அப்போது நான் அவன் பக்கம் துப்பாக்கியால் சுட்டேன்."

குருஷ்நீத்ஸ்க்கியைச் சுற்றிலும் அவ நம்பிக்கையைக் காட்டும் முணுமுணுப்பு கேட்டது.

"நீங்கள் நம்பவில்லையா? சத்தியமாக, ஆணையிட்டுக் கூறுகிறேன், நான் சொன்னது எல்லாம் கலப்பற்ற

உண்மை. இதற்குப் பிரமாணமாக அந்தக் கனவானுடைய பெயரை வேண்டுமானாலும் சொல்லுகிறேன்" என்றான் குருஷ்நீத்ஸ்க்கிய்.

"சொல்லு, சொல்லு, யார் அவன்?" என்று நாற்புறமும் குரல்கள் எழுந்தன.

"பிச்சோரின்" என்று கூறினான் குருஷ்நீத்ஸ்க்கிய்.

அந்தக் கணத்தில் அவன் விழிகளை உயர்த்தினான். அவனுக்கு எதிரே கதவருகே நின்றுகொண்டிருந்தேன் நான். அவன் முகம் குப்பெனச் சிவந்தது. நான் அவனை நெருங்கி, நிதானமாக, தணிந்த குரலில் சொன்னேன்:

"மிக மிக அருவருப்பூட்டும் அவதூறை உறுதிப்படுத்து வதற்காக நீங்கள் சத்தியம் செய்து ஆணையிட்ட பிறகே நான் உள்ளே வந்தது குறித்து வெகுவாக வருந்துகிறேன். நான் எதிரில் இருந்திருந்தால் நீங்கள் அதிகப்படியான இழி தகைமையிலிருந்து தப்பியிருப்பீர்கள்."

குருஷ்நீத்ஸ்க்கிய் இடத்திலிருந்து துள்ளிக் கோபாவே சத்தைக் காட்டப் பார்த்தான்.

"உங்களை ஒன்று கேட்டுக்கொள்கிறேன்" என்று நான் அதே குரலில் தொடர்ந்தேன். "உங்கள் சொற்களை வாபஸ் வாங்கிக்கொள்ளும்படி கேட்டுக்கொள்கிறேன். இது கட்டுக்கதை என்பதை நீங்கள் மிக நன்றாக அறிவீர்கள். உங்களுடைய சிறந்த பண்புகளை ஒரு பெண் சட்டை செய்யவில்லை என்பதனால் அவளைப் பற்றி இத்தகைய கேவலமான அபிப்பிராயம் கொள்வது தக்கது என நான் நினைக்கவில்லை. நன்றாகச் சிந்தியுங்கள்: உங்கள் அபிப்பிராயத்தை விடாது பிடித்துக்கொண்டிருந்தால் நீங்கள் கௌரவம் உள்ளவர் என்ற பெயரை இழந்துவிடுவீர்கள், உயிரையும் ஆபத்துக்கு உள்ளாக்குவீர்கள்."

குருஷ்நீத்ஸ்க்கிய் பார்வையைத் தாழ்த்தி, பெருத்த மனக் கொந்தளிப்புடன் என் முன்னே நின்றான். ஆனால் மனச்

சாட்சிக்கும் தன் மதிப்புக்கும் இடையே போராட்டம் நீடிக்க வில்லை. அருகே உட்கார்ந்திருந்த டிராகூன் ரெஜிமெண்டுக் காப்டன் அவனை முழங்கையால் இடித்தான். அவன் திடுக்கிட்டான். பின்பு ஏறிட்டுப் பார்க்காமலே மளமள வென்று எனக்குப் பதில் கூறினான்:

"அன்பார்ந்த ஐயா, நான் எதையாவது சொல்லும் போது, அதைச் சிந்தித்துப் பார்க்கிறேன், திருப்பிச் சொல்லத் தயாராயிருக்கிறேன்... உங்கள் மிரட்டல்களுக்கு நான் அஞ்ச வில்லை, எதற்கும் ஆயத்தமாயிருக்கிறேன்."

"கடைசி விஷயத்தை நீங்கள் நிரூபித்துவிட்டீர்கள்" என்று கடுப்புடன் அவனிடம் சொல்லிவிட்டு, டிராகூன் ரெஜிமெண்டுக் காப்டனின் கையைப் பிடித்து அழைத்துக் கொண்டு நான் அறைக்கு வெளியே போனேன்.

"உங்களுக்கு என்ன வேண்டும்?" என்று கேட்டான் காப்டன்.

"நீங்கள் குருஷ்நீத்ஸ்க்கியின் நண்பர். அவருடைய போர்த் துணையாளாகவும் நீங்கள்தான் இருப்பீர்கள், அல்லவா?"

காப்டன் மிகுந்த ஆடம்பரமாகத் தலை வணங் கினான். "நீங்கள் ஊகித்தது சரியே. அவனுடைய போர்த் துணையாளாக இருக்க நான் கடமைப்பட்டவன் கூட, ஏனென்றால் அவனுக்கு ஏற்படுத்தப்பட்ட மனத்தாங்கல் எனக்கும் சேரும்: நானும் நேற்றிரவு அவனுடன் இருந்தேன்" என்று தனது வளைந்த இடுப்பை நிமிர்த்திக்கொண்டு கூறினான்.

"ஆ! அப்படியானால் அவ்வளவு எக்கச்சக்கமாக நான் மண்டையில் அடித்தது உங்களைத் தானா?"

அவன் முகம் மஞ்சளாயிற்று, பின்பு நீலம் பாரித்தது. உள்ளே பொங்கிய சீற்றம் அவன் முகத்தில் வெளிப்பட்டது.

நான் மிகவும் மரியாதையாகத் தலைவணங்கி, அவனுடைய வெறியைக் கவனிக்காதவன் போன்று பாவனை

செய்து, "என்னுடைய போர்த் துணையாளை இன்று உங்களிடம் அனுப்பி வைப்பேன்" என்றேன்.

ரெஸ்டாரெண்டு வாசலில் வேராவின் கணவன் நின்று கொண்டிருந்தான். எனக்காகக் காத்திருந்தான் என்று தோன்றியது.

பேருவகைக்கு ஒப்பான உணர்ச்சியுடன் என் கையைப் பற்றினான்.

"பண்பில் உயர்ந்த இளைஞரே!" என்று நீர் மல்கும் விழிகளுடன் கூறினான். "நான் எல்லாவற்றையும் கேட்டுக் கொண்டிருந்தேன். எப்பேர்ப்பட்ட கயவன்! நன்றி கெட்டவன்! ஒழுங்கான வீட்டில் இவர்களை இதற்குப் பிறகு அனுமதிக்க முடியுமா? ஆண்டவன் அருள், எனக்கு மகள்கள் இல்லை! ஆனால் எவளுக்காக நீங்கள் உயிருக்கு ஆபத்து விளைக்கும் செயலை மேற்கொள்கிறீர்களோ, அவள் உங்களுக்கு உரிய பரிசு அளிப்பாள். தக்க தருணம் வரும்வரை நான் விஷயத்தை அடக்கமாக வைத்துக்கொள்வேன் என்று நீங்கள் நம்புங்கள். நானும் ஒரு காலத்தில் இளைஞனாய் இருந்தேன், இராணுவ சேவை செய்தேன். இந்தக் காரியங் களில் தலையிடக்கூடாது என்பதை அறிவேன். விடை கொடுங்கள்."

அப்பாவி! தனக்கு மகள்கள் இல்லையாம், சந்தோஷப் படுகிறான்...

நான் நேரே வேர்னெரிடம் போனேன். அவனை வீட்டில் கண்டேன். வேராவுடனும் இளவரசியுடனும் எனது உறவுகள், நான் மறைவிலிருந்து கேட்ட உரையாடல், வெற்று வேட்டு கெட்டித்த துப்பாக்கியால் சுடும்படி வைத்து எனக்கு அசட்டுப் பட்டம் கட்டுவதற்கு இந்தத் திருவாளர்கள் போட்ட திட்டத்தை நான் அதனால் தெரிந்து கொண்டது – எல்லாவற்றையும் அவனுக்கு விவரித்தேன். ஆனால் இப்போது விஷயம் கேலியின் எல்லையை மீறிச்

சென்றுவிட்டது: முடிவு இப்படி ஆகும் என்று அவர்கள் எதிர்பார்க்கவில்லை போலும் என்றேன்.

மருத்துவன் எனது போர்த் துணையாளாக இருக்க ஒப்புக்கொண்டான். நிபந்தனைகள் குறித்து எனது சில கருத்துகளை அவனுக்குத் தெரிவித்தேன். காரியம் முற்றிலும் இரகசியமாக நடைபெற வேண்டும் என்று வற்புறுத்தினேன், ஏனெனில் மரணத்தை எதிர்கொள்ள நான் எப்போதும் ஆயத்தமாயிருந்த போதிலும் இவ்வுலகில் என் வருங்காலத்தை நிரந்தரமாகப் பாழ்படுத்திக்கொள்ள எனக்கு விருப்பம் இல்லை என்றேன்.

பிறகு நான் வீடு திரும்பினேன். ஒரு மணி நேரத்திற் கெல்லாம் மருத்துவன் தனது பயணத்தை முடித்துக்கொண்டு திரும்பி வந்தான்.

“உங்களுக்கு எதிராகச் சதித்திட்டம் இருப்பது திண்ணம். குருஷ்நீத்ஸ்க்கியின் வீட்டில் டிராகூன் ரெஜிமெண்டுக் காப்டனையும், இன்னொரு கனவானையும் – அவன் பெயர் எனக்கு நினைவில்லை - கண்டேன். ரப்பர் மேல் ஜோடுகளைக் கழற்றுவதற்காகச் சிறிது நேரம் நடையில் சுணங்கினேன். அவர்கள் கூப்பாடிட்டு விவாதித்துக் கொண்டிருந்தார்கள்... ‘என்ன ஆனாலும் சரியே, நான் இதற்கு இணங்க மாட்டேன்! அவன் என்னை எல்லோர் முன்னிலையிலும் அவமதித்து விட்டான். முதலில் நிலைமை முற்றிலும் வேறாயிருந்தது...’ என்றான் குருஷ்நீத்ஸ்க்கிய். ‘உனக்கு என்ன வந்தது? எல்லாப் பொறுப்பையும் நான் ஏற்கிறேன். ஐந்து இருவர்போர்களில் நான் துணையாளாக இருந்திருக்கிறேன். இதை எப்படி ஏற்பாடு செய்வது என்பது எனக்குத் தெரியும். எல்லாவற்றையும் ஆலோசனை செய்துவிட்டேன். தயவு செய்து நீ மட்டும் குறுக்கிடாதே. கொஞ்சம் பயமுறுவத்துவது கெடுதல் ஆகாது. தப்ப முடியும் என்றால் நம்மை ஆபத்துக்கு உள்ளாக்கிக் கொள்வானேன்?’ என்றான் காப்டன். அந்த நேரத்தில் நான் உள்ளே போனேன். அவர்கள் சட்டென்று உரையாடலை நிறுத்திவிட்டார்கள்.

எங்கள் பேச்சு வார்த்தைகள் வெகு நேரம் நீடித்தன. கடைசியில் விஷயத்தை இவ்வாறு முடிவு செய்தோம்: இங்கிருந்து ஐந்து வெர்ஸ்ட்டா தொலைவில் ஒதுக்கமான கணவாய் இருக்கிறது. நாளைக் காலை நான்கு மணிக்கு அவர்கள் அங்கே போய்ச் சேருவார்கள். நாம் அதற்கு அரை மணி நேரத்துக்குப் பிறகு போவோம். ஆறு தாவடி தூரத்தில் நின்று சுடுவீர்கள். குருஷ்நீத்ஸ்க்கிய் தானே இதைக் கோரினான். கொல்லப்படுபவன் செர்க்கேஸியர்களால் தாக்குண்டு இறந்ததாக வைத்துக்கொள்ள வேண்டும். என்னுடைய சந்தேகம் என்னவென்றால், அவர்கள், அதாவது போர்த் துணைவர்கள், தங்கள் முந்திய திட்டத்தைச் சிறிது மாற்றிக்கொண்டிருக்க வேண்டும் என்பது. குருஷ்நீத்ஸ்க்கியின் கைத்துப்பாக்கி ஒன்றில் மட்டுமே குண்டு கெட்டிக்க அவர்கள் எண்ணியிருக்கிறார்கள். இது ஓரளவு கொலைக்கு ஒப்பானது. ஆனால் போர்க்காலத்தில், அதிலும் ஆசியப் போரில், தந்திரம் அனுமதிக்கக் கூடியது தான். குருஷ்நீத்ஸ்க்கிய் மட்டும் தன் தோழர்களை விட உயர்ந்த பண்பு உள்ளவன் என்று தோன்றுகிறது. நீங்கள் என்ன நினைக்கிறீர்கள்? நாம் அவர்களுடைய சூழ்ச்சியைத் தெரிந்துகொண்டோம் என்பதை அவர்களுக்குக் காட்ட வேண்டுமா?" இவ்வாறு சொல்லி நிறுத்தினான் மருத்துவன்.

"ஒரு காலும் கூடாது, டாக்டர்! கவலைப்படாதீர்கள். நான் இவர்களுக்கு விட்டுக்கொடுக்க மாட்டேன்."

"நீங்கள் என்ன செய்யப் போகிறீர்கள்?"

"அது என் இரகசியம்."

"விழிப்புடன் இருங்கள். சூழ்ச்சிக்கு ஆளாகி விடாதீர்கள்... தொலைவு ஆறு தாவடி தான்!"

"டாக்டர், நாளைக் காலை நான்கு மணிக்கு உங்களை எதிர்பார்ப்பேன். குதிரைகள் தயாராக இருக்கும்... போய் வாருங்கள்."

மாலைவரை நான் வீட்டில் என் அறைக்குள்ளேயே அடைபட்டுக் கிடந்தேன். சிற்றரசி வீட்டார் அழைப்பதாகப் பணியாள் வந்து தெரிவித்தான். எனக்கு உடம்பு சரியில்லை என்று சொல்லி அனுப்பிவிட்டேன்.

இரவு மணி இரண்டு... உறக்கம் பிடிக்கவில்லை... காலையில் கை நடுங்காமல் இருக்கும் பொருட்டு உறங்குவது அவசியமாயிருந்தது. ஆனால் ஒன்று: ஆறு தாவடி தொலைவில் குறி தவறுவது அரிதே. அட, ஐயா குருஷ்நீத்ஸ்க்கிய்! உங்கள் ஏமாற்று பலிக்காது... நாம் பாத்திரங்களை மாற்றிக்கொள்வோம். இப்போது உங்கள் வெளிறிய முகத்தில் உள்ளார்ந்த அச்சத்தின் குறிகளை நான் தேடிக்காண நேரும். வாழ்வுக்கு முடிவு கட்டும் இந்த ஆறு தாவடிகளை நீங்கள் தாமாகவே ஏன் திட்டம் செய்தீர்கள்? நான் சண்டையிடாமல் உங்கள் குண்டுக்கு இலக்காகிவிடுவேன் என்று நினைத்தீர்களோ? ஆனால் நாம் நாணயத்தைச் சுண்டிப் பூவா தலையா போட்டுப் பார்ப்போமே! அப்போது... அப்போது, அதிர்ஷ்டம் குருஷ்நீத்ஸ்க்கிய் பக்கம் சாய்ந்துவிட்டால்? எனது ஆக்கம், முடிவில் என்னைக் கைவிட்டுவிட்டால்? அப்படி நடக்குமானால் வியப்பில்லை; இவ்வளவு நீண்ட காலமாக அதிர்ஷ்டம் என் சபலங்களுக்கெல்லாம் விசுவாசத்துடன் தொண்டாற்றி வந்திருக்கிறது; விண்ணுலகத்தில் நிலைத்த தன்மை மண்ணுலகத்தில் உள்ளதைவிட அதிகமில்லை.

என்ன பிரமாதம்? சாகத்தான் வேண்டும் என்றால் செத்துவிட்டுப் போகிறது! உலகத்துக்கு நஷ்டம் ஒன்றும் பெரிதில்லை. எனக்குந்தான் ஒரே சலிப்பு தட்டிவிட்டது. கூட்டநடனத்தில் கொட்டாவி விட்டுக்கொண்டு, தன் வண்டி இன்னும் வராத ஒரே காரணத்தால் உறங்கப் போகாதிருக்கும் மனிதனைப் போன்றவன் நான். இப்போது வண்டி தயாராகி விட்டது... விடை கொடுங்கள்!

எனது கடந்தகால வாழ்க்கையை நினைவுத் திரையில் திரும்பப் பார்வையிடுகிறேன், என் வசமின்றியே இந்தக்

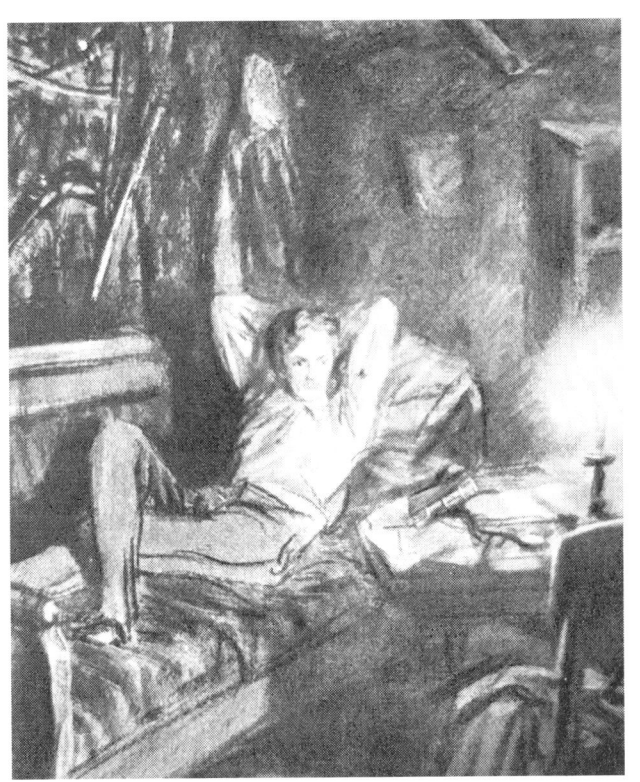

கேள்வியைக் கேட்டுக்கொள்கிறேன்: எதன் பொருட்டாக நான் வாழ்ந்தேன்? எந்தக் குறிக்கோளை அடைவதற்காக நான் பிறந்தேன்? ஒருவேளை, அத்தகைய குறிக்கோள் இருந்தது போலும். உயர்ந்த நோக்கம் ஒன்று எனக்காக விதிக்கப்பட்டிருந்தது போலும். ஏனெனில் என் உள்ளத்தில் எல்லையற்ற ஆற்றல்கள் நிலவுவதை உணர்கிறேன்... ஆனால் இந்த நோக்கம் என்ன என்பதை நான் கண்டுகொள்ளவில்லை. வெற்றான, நலமற்ற விழைவுகளின் கவர்ச்சியில் ஈடுபட்டுவிட்டேன். அவற்றின் உலைக்களத்திலிருந்து நான் இரும்பு போன்று உறுதியுடன், குளிர்ந்து கெட்டிப்பட்டு வெளிவந்தேன், ஆனால் உயர் நோக்கங்கொண்ட பேரார்வங்கள் என்னும் வெம்மையை - வாழ்வின் சிறந்த நற்பண்பை - என்றென்றைக்கும் இழந்து விட்டேன். அப்போது முதல் விதியின் கைக்கோடரியாக நான் எத்தனை முறை பயன்பட்டிருக்கிறேன்! பலிக்கு விதிக்கப்பட்டவர்களின் தலைகள் மீது கொலைக்கருவியாக வீழ்ந்து தாக்கியிருக்கிறேன், அடிக்கடி சீற்றம் இன்றி, ஒரு தடவைகூட வருத்தம் இன்றி... எனது காதல் ஒருவருக்கும் இன்பம் தரவில்லை, ஏனெனில் காதலிக்கப்பட்டவர்களுக்காக நான் எதையும் துறக்கவில்லை: நான் காதலித்தது எனக்காகவே, சொந்தத் திருப்திக்காகவே. காதலிகளின் உணர்ச்சிகளையும் மென்மையையும் மகிழ்ச்சியையும் துயரையும் பெரு வேட்கையுடன் விழுங்கி என் இதயத்தின் விந்தையான தேவையையே நான் பூர்த்திசெய்தேன் – ஆனால் ஒருபோதும் எனக்கு நிறைவு ஏற்படவில்லை. இவ்வாறு தான், பட்டினியால் வாடுபவன் தளர்வினால் உறங்கி விடும்போது அறுசுவை உண்டிவகைகளையும் நுரைக்கும் மதுவையும் கண்ணெதிரே காண்கிறான்; கற்பனையின் இந்த மாய வரப்பிரசாதங்களை அவன் பேராசையுடன் விழுங்குகிறான்; அவனுக்கு அப்பாடா என்று இருக்கிறது; ஆனால் கண் விழித்ததுமே கனவு கலைந்துவிடுகிறது... பசியும் ஏமாற்றமும் முன்னிலும் இரு மடங்காக எஞ்சி நிற்கின்றன!

ஒரு வேளை, நான் நாளை இறந்துவிடுவேனோ? என்னை முழுமையாகப் புரிந்துகொண்ட ஒரு ஜீவன் கூட உலகில் இராது. நான் உண்மையில் உள்ளதைக் காட்டிலும் மோசமானவனாகச் சிலரும் மேலானவனாக வேறு சிலரும் எண்ணுகிறார்கள்... அவன் நல்ல பிள்ளை என்பார்கள் சிலர், கயவன் என்பார்கள் வேறு சிலர். இரண்டு தரப்பார் சொல்வதும் பொய்யாகும். இவ்வளவுக்குப் பிறகு உயிர் வாழும் சிரமம் தேவைதானா? இருந்தாலும் வாழ்கிறேன் - ஆவல் காரணமாக: ஏதேனும் புதுமை நிகழும் என்ற எதிர் பார்ப்பில்... வேடிக்கையாகவும் எரிச்சலாகவும் இருக்கிறது!

....

நி. கோட்டைக்கு நான் வந்து இதற்குள் ஒன்றரை மாதம் ஆகிவிட்டது. மக்ஸீம் மக்ஸீமிச் வேட்டைக்குப் போயிருக்கிறார்... நானோ தனியாக இருக்கிறேன்; ஜன்னலோரமாக உட்கார்ந்திருக்கிறேன். சாம்பல் நிற மேகங்கள் மலையை அடிவரை மூடிவிட்டன. பனிமூட்டத்தின் ஊடாகச் சூரியன் மஞ்சள் புள்ளி போலத் தென்படுகிறது. குளிர்கிறது; காற்று ஜன்னல் கதவுகளைச் சீறலுடன் ஆட்டி அசைக்கிறது... ஒரே சலிப்பு! அவ்வளவு விந்தை நிகழ்ச்சிகள் காரணமாக இடை நிறுத்தப்பட்ட நாட்குறிப்பை மறுபடி தொடர்கிறேன்.

கடைசிப் பக்கத்தை மீண்டும் படிக்கிறேன், வேடிக்கை! நான் சாக எண்ணினேன். அது சாத்தியமாக இல்லை. துன்பக் குவளையை நான் இன்னும் பருகித் தீர்க்கவில்லை. மேலும் நெடுங்காலம் நான் உயிர் வாழ்ந்திருப்பேன் என இப்போது உணர்கிறேன்.

நடந்த நிகழ்ச்சிகள் என் நினைவில் எவ்வளவு தெளிவாகவும் துலக்கமாகவும் வார்க்கப்பட்டுவிட்டன! ஒரு கோட்டையேனும், ஒரு வண்ணச் சாயலைக்கூட, காலம் அழித்து விடவில்லை!

இருவர்போருக்கு முந்திய இரவு நான் ஒரு நிமிடங் கூட உறங்கவில்லை என்பது நினைவுக்கு வருகிறது. நீண்ட நேரம் எழுத என்னால் முடியவில்லை. உள்ளார்ந்த சஞ்சலம் என்னை ஆட்கொண்டது. சுமார் ஒரு மணி நேரம் அறைக்குள் குறுநடை நடந்தேன். அப்புறம் உட்கார்ந்து, மேஜை மேல் கிடந்த நவீனத்தைக் கையில் எடுத்தேன். வால்டர் ஸ்காட் எழுதிய "ஸ்காட்லாந்துப் பியூரிட்டன்கள்" என்ற நூல் அது. தொடக்கத்தில் சிரமத்துடன் தான் படித்தேன், ஆனால் அப்புறம் மாய சக்திவாய்ந்த கற்பனையால் ஈர்க்கப்பட்டுத் தன்னை மறந்து லயித்துவிட்டேன்...

ஸ்காட்லாந்து நாட்டின் இந்தக் கவிஞனுக்கு, அவனுடைய நூல் அளிக்கும் ஒவ்வொரு இன்பக் கணத்துக்கும் உரிய கைம்மாறு மேலுலகில் கிடைக்காமலா இருக்கும்?

கடைசியில் பொழுது புலர்ந்தது. என் நரம்புகள் அமைதி யுற்றிருந்தன. நிலைக் கண்ணாடியில் பார்த்துக்கொண்டேன். எனது முகம் மங்கிய வெளிறல் அடைந்திருந்தது. இரவு தூக்கமின்றித் தவித்த தன் குறிகள் அதில் பதிந்திருந்தன. ஆனால் கண்கள், பழுப்பு நிழல் சூழ்ந்திருந்தபோதிலும், பெருமிதமும் மாறா உறுதியும் வாய்ந்து சுடர் வீசின. என் மீதே எனக்குத் திருப்தி உண்டாயிற்று.

குதிரைகளுக்குச் சேணம் பூட்டும்படி சொல்லிவிட்டு நான் குளியறைக்கு விரைந்தேன். குளிர்ந்த நர்ஸான் நீரில் மூழ்கியதுமே எனது உடல், மன வலிமைகள் மீண்டும் வந்து விட்டதாக உணர்ந்தேன். புத்துணர்வும் உற்சாகமும் பொங்க, நடனத்துக்குப் போக ஆயத்தம் செய்துகொள்பவன் போன்று தொட்டியிலிருந்து வெளிவந்தேன். உள்ளம் உடம்பைச் சார்ந்தது அல்ல என்று இதற்கு அப்புறமும் கூற முடியுமா?

அறைக்குத் திரும்பியவன் அங்கே மருத்துவன் உட்கார்ந் திருக்கக் கண்டேன். குதிரையேற்றச் சராயும் குட்டைக் கோட்டும் செர்க்கேஸியத் தொப்பியும் அணிந்திருந்தான்.

மயிரடர்ந்த பிரமாண்டமான தொப்பி அணிந்த அவனது சிறு உருவத்தைக் கண்டு நான் வாய்விட்டுச் சிரித்தேன். அவன் முகம் போர்த்தன்மையைத் தோற்றுவிப்பது அல்ல. இப்போதோ, அது வழக்கத்தைவிட நீண்டிருந்தது.

"நீங்கள் ஏன் இவ்வளவு வருத்தமாயிருக்கிறீர்கள், டாக்டர்? நீங்கள் தாம் நூறு தடவைகள் மனிதர்களை மறுவுலகுக்கு வழியனுப்பியிருப்பீர்களே, பெருத்த அலட்சியத் துடன், அல்லவா? எனக்குப் பித்த ஜுரம் என்று நினைத்துக் கொள்ளுங்கள். நான் குணமடையலாம், இல்லாவிட்டால் இறந்தும் போகலாம். இரண்டுமே முறையானவைதாம். உங்களுக்கு இன்னும் இன்னது என்று தெரியாத ஒரு நோயால் பீடிக்கப்பட்டிருக்கும் நோயாளியாக என்னைக் கருதிக் கொள்ளுங்கள். அப்போது உங்கள் ஆவல் தூண்டி விடப்பட்டு உச்சத்தை எட்டிவிடும்; நீங்கள் என் மீது சில உடலியல் அவதானிக்கைகளை இப்போது நடத்தலாம்... துர் மரணத்தை எதிர்பார்ப்பதே உண்மையான நோய் ஆகும் அல்லவா?" என்றேன்.

இந்தக் கருத்து மருத்துவனுக்கு வியப்பு ஊட்டியது. அவன் குதூகலம் அடைந்தான்.

நாங்கள் குதிரைகள் மேல் ஏறிக்கொண்டோம். வேர்னெர் கடிவாள வாரை இரு கைகளாலும் பிடித்துக்கொண்டான். நாங்கள் புறப்பட்டோம். கோட்டையைக் குடியிருப்பின் வழியாக நொடிப்போதில் கடந்து கணவாய்க்குள்ளே புகுந்தோம். அதன் வழியே வளைந்து வளைந்து சென்ற பாதையில் உயர்ந்த புல் பாதிக்குமேல் அடர்ந்து மண்டி யிருந்தது. நிமிடத்துக்கு ஒன்றாகக் குறுக்கிட்டன ஓசையுடன் பாய்ந்த ஓடைகள். இவற்றை இறங்கிக் கடக்க வேண்டியிருந்தது. மருத்துவனின் குதிரை ஒவ்வொரு தடவையும் நீரில் நின்றுவிட்டதால் அவனுக்குப் பெருத்த மனச்சோர்வு உண்டாயிற்று.

அதைவிட நீல வண்ணமும் புதுமைப் பொலிவும் கொண்ட காலை எனக்கு நினைவில்லை. பசிய உச்சிகளின்

பின்னிருந்து ஞாயிறு சற்றே எட்டிப்பார்த்தது. மடியும் இரவுக் குளிருடன் அதன் முதல் கதிர்களின் வெதுவெதுப்பு கலந்து எல்லாப் புலன்களிலும் ஒருவித இனிய அயர்வை உண்டாக்கியது. இளம்பரிதியின் மகிழ்வூட்டும் கதிர் கணவாய்க்குள் இன்னும் புகவில்லை. எங்களுக்கு உயரே இருபுறமும் கவிந்திருந்த மலைப்பாறைகளின் முடிகளுக்கு மட்டுமே அது பொன் முலாம் பூசியது. பாறைகளின் ஆழ்ந்த வெடிப்புக்களில் வளர்ந்திருந்த தழையடர்ந்த செடிகள் காற்றின் மிகச் சிறு வீச்சுக்கும் அசைந்து எங்கள் மேல் வெள்ளி மழை பொழிந்தன. எனக்கு நினைவிருக்கிறது - வேறு எப்போதையும் விட இம்முறை நான் இயற்கையைக் காதலித்தேன். அகன்ற திராட்சை இலை மீது சிலிர்த்து லட்சோபலட்சம் வானவில் கதிர்களைப் பிரதிபலித்த ஒவ்வொரு பனித்துளியையும் நான் எவ்வளவு ஆவலுடன் வியந்து நோக்கினேன்! மங்கிய தொலைவை ஊடுருவிக் காண எனது பார்வை எவ்வளவு பேராசையுடன் முயன்றது! அங்கே பாதை நின்றுவிட்டது. பாறைகள் அதிக நீலமும் பயங்கரமும் கொண்டு விளங்கின. முடிவில் அவை கடக்க முடியாத சுவராக ஒன்று சேர்ந்துவிட்டன போலத் தோன்றின. நாங்கள் மௌனமாக வழியே சென்றோம்.

"மரணசாசனம் எழுதிவிட்டீர்களா?" எனத் திடீரென்று வினவினான் வேர்னெர்.

"இல்லை."

"நீங்கள் கொல்லப்பட்டுவிட்டாலோ?"

"வாரீசுகள் தாங்களே தேடிக்கொள்வார்கள்."

"நீங்கள் கடைசியாக விடைபெற்றுக்கொள்ள விரும்பும் நண்பர்கள் இல்லையா என்ன உங்களுக்கு?"

நான் தலை அசைத்தேன்.

"நீங்கள் ஏதேனும் நினைவுச் சின்னத்தை விட்டுச்செல்ல விரும்பும் பெண்கள் ஒருவருமே இல்லையா உலகில்?"

நான் சொன்னேன்: "டாக்டர், உங்களுக்கு நான் எனது உள்ளத்தைத் திறந்து காட்டுகிறேன், விரும்புகிறீர்களா? கேளுங்கள். மனிதர்கள் தங்கள் அன்புக்குரிய காதலியின் பெயரை உச்சரித்துவிட்டு, வாசனைத் தைலம் தடவிய அல்லது தடவாத மயிர்க் கற்றையை நண்பர்களுக்கு எழுதிவைத்து விட்டு மரிக்கும் வயதை நான் கடந்துவிட்டேன். நெருங்கி வரும், சம்பவிக்கக்கூடிய மரணத்தைப் பற்றி நினைக்கையில் நான் என் ஒருவனைப் பற்றி மட்டுமே சிந்திக்கிறேன். வேறு சிலர் இது கூடச் செய்வதில்லை. நண்பர்கள் நாளையே என்னை மறந்து விடுவார்கள், அல்லது இன்னும் மோசமாக, என்னைப் பற்றி என்னென்னவெல்லாமோ இல்லாததும் பொல்லாததும் சொல்லுவார்கள்; பெண்களோ, வேறொருவனைத் தழுவிக்கொண்டு, இறந்தவன் மேல் அவனுக்குப் பொறாமை உண்டாகிவிடக் கூடாது என்பதற்காக என்னைக் கேலி செய்து நகையாடுவார்கள் - விடுங்கள் அவர்களை! வாழ்க்கைச் சூறாவளியிலிருந்து நான் கைப்பற்றியவை ஒரு சில கருத்துகள் மட்டுமே - உணர்ச்சியோ ஒன்று கூட இல்லை. நெடுங்காலமாகவே நான் இதயத்தால் அல்ல, மூளையால் மட்டுமே வாழ்கிறேன். எனது சொந்த விழைவுகளையும் செயல்களையும் நான் கண்டிப்பு நிறைந்த ஆவலுடன், ஆனால் அனுதாபமின்றிச் சீர்தூக்கிப் பார்க்கிறேன், ஆராய்கிறேன். எனக்குள்ளே இரண்டு ஆட்கள் இருக்கிறார்கள்: ஒருவன் வாழ்கிறான், அந்தச் சொல்லின் முழு அர்த்தத்தில். மற்றவன் சிந்திக்கிறான், முன்னவனைப்பற்றித் தீர்ப்பளிக்கின்றான். முன்னவன் ஒருவேளை இன்னும் ஒரு மணி நேரத்தில் உங்களிடமும் உலகினிடமும் நிரந்தரமாக விடைபெற்றுக் கொள்வான். பின்னவனோ... பின்னவனோ? பாருங்கள், டாக்டர்: அதோ வலதுபக்கத்துப் பாறை மேல் மூன்று உருவங்கள் நிழலாடு கின்றனவே, தெரிகிறதா? அவர்கள் நமது எதிரிகள் தாம் போலும்?"

குதிரைகளைக் கெச்சை நடையில் விட்டோம்.

பாறையின் அடியில் மூன்று குதிரைகள் செடிகளில் கட்டப்பட்டிருந்தன. எங்கள் குதிரைகளையும் அங்கேயே கட்டிவிட்டு, குறுகிய ஒற்றையடிப் பாதை வழியாக உச்சியிலிருந்த திடலை அடைந்தோம். டிராகூன் ரெஜிமெண்டுக் காப்டனுடனும் இவான் இக்னாத்தியெவிச் என்னும் மற்றொரு துணையாளுடனும் குருஷ்நீத்ஸ்க்கிய் அங்கே எங்களுக்காகக் காத்திருந்தான். இந்த இரண்டாம் துணையாளின் குலப் பெயரை நான் கேட்கவே இல்லை.

“வெகுநேரமாக உங்கள் வரவை எதிர்பார்த்திருக்கிறோம்” என்று ஏளனப் புன்னகையுடன் சொன்னான் காப்டன்.

நான் கடிகாரத்தை வெளியிலெடுத்து அவனுக்குக் காட்டினேன்.

தன்னுடைய கடிகாரம் விரைவாகப் போகிறது என்று சொல்லி மன்னிப்பு கேட்டுக்கொண்டான்.

சில நிமிடங்கள் சங்கடமான மௌனம் நிலவிற்று. முடிவில் மருத்துவன் குருஷ்நீத்ஸ்க்கியை விளித்து மௌனத்தைக் கலைத்தான்.

“நீங்கள் இருவரும் போரிடுவதற்குத் தயாராக இருப்பதைக் காட்டிவிட்டீர்கள், இதன் வாயிலாக, சுயகௌரவத்துக்கு உரிய கடனைச் செலுத்திவிட்டீர்கள். ஆகவே, கனவான்களே, நீங்கள் சமாதானம் செய்துகொண்டு இந்த விவகாரத்தை அன்புமுறையில் தீர்த்துக்கொள்ளலாமே” என்றான்.

“நான் தயார்” என்றேன் நான்.

காப்டன் குருஷ்நீத்ஸ்க்கிய்க்குக் கண் சாடை செய்தான். அந்த நிமிடம் வரை குருஷ்நீத்ஸ்க்கியின் கன்னங்கள் மங்கலாக வெளிறிக்கிடந்தன. இப்போதோ, நான் பயங்கொண்டுவிட்டேன் என்று நினைத்து, அவன் இறுமாப்பு ததும்பும் தோற்றத்தை மேற்கொண்டான். நாங்கள் இங்கு வந்த பிறகு

| 256 |

முதன்முதலாக அவன் என்னை ஏறிட்டு நோக்கினான். ஆனால் அவனுடைய பார்வையில் மனப் போராட்டத்தைக் காட்டும் ஒரு வித நிம்மதியின்மை தென்பட்டது.

"உங்கள் நிபந்தனைகளைத் தெளிவுபடுத்துங்கள். உங்களுக்காக நான் என்ன செய்ய முடியுமோ, அதை எல்லாம் செய்வேன் என்று நீங்கள் நம்பலாம்..." என்றான்.

"என்னுடைய நிபந்தனைகள் இவை: இன்றைக்கே நீங்கள் எல்லார் முன்னிலையிலும் உங்கள் அவதூறை வாபஸ் வாங்கிக்கொள்ள வேண்டும், என்னிடம் மன்னிப்பு கேட்க வேண்டும்..."

"அன்பார்ந்த ஐயா, இத்தகைய விஷயங்களை என் முன் வைக்க நீங்கள் எப்படித் துணிந்தீர்கள் என்று வியக்கிறேன்..."

"இதைத் தவிர வேறு எதை முன்வைத்திருக்க முடியும்?"

"நாம் சுட்டுக்கொள்வோம்."

நான் தோள்களைக் குலுக்கினேன்.

"அப்படியே ஆகட்டும். ஒன்று மட்டும் நினைவு வைத்துக் கொள்ளுங்கள். நம் இருவரில் ஒருவன் கட்டாயமாகக் கொல்லப்படுவான்."

"அது நீங்களாக இருக்க வேண்டும் என்று விரும்புகிறேன்..."

"நேர் எதிரானதே நடக்கும் என்று நான் உறுதியாக நம்புகிறேன்..."

அவன் குழப்பம் அடைந்து முகம் சிவந்தான். அப்புறம் செயற்கையாகக் கடகடவென்று சிரித்தான்.

காப்டன் அவனுடன் கைகோத்துக் கொண்டு அவனை ஒரு புறம் இட்டுச்சென்றான். நெடுநேரம் இருவரும் ஏதோ கிசுகிசுத்துக் கொண்டிருந்தார்கள். நான் மிகுந்த அமைதி

விரும்பும் உளப்பான்மையுடனேயே இங்கு வந்தேன். ஆனால் இந்த நடவடிக்கைகள் எல்லாம் என்னை வெறிகொள்ளச் செய்தன.

மருத்துவன் என்னிடம் வந்தான்.

"கேளுங்கள். அவர்களுடைய சூழ்ச்சியை நீங்கள் மறந்து விட்டீர்கள் போலிருக்கிறது... எனக்குக் கைத் துப்பாக்கியைக் கெட்டிக்க முடியாது. ஆனால் இந்தச் சந்தர்ப்பத்தில்... நீங்கள் விந்தை மனிதர்! அவர்களுடைய திட்டம் உங்களுக்குத் தெரியும் என்று அவர்களிடம் சொல்லுங்கள். அப்புறம் அவர்களுக்குத் துணிவு வராது... நல்ல வேட்டையாய் இருக்கிறதே! உங்களைப் பறவை போலச் சுட்டு வீழ்த்துவது..." என்று வெளிப்படையான பதற்றத்துடன் கூறினான்.

"டாக்டர், தயைசெய்து கவலைப்படாதிருங்கள்... அவர்களுக்குத் தப்பவே வழி இல்லாதபடி எல்லாவற்றையும் ஏற்பாடு செய்கிறேன். கிசுகிசுக்க விடுங்கள் அவர்களை..."

"கனவான்களே, இது அலுப்பு தட்டத் தொடங்கி விட்டது!" என்று அவர்களைப் பார்த்து உரக்கக் கூறினேன். 'போரிடுவது என்றால் போரிட வேண்டும். நெஞ்சாரப் பேசிக்கொள்வதற்குத்தான் நேற்று உங்களுக்கு அவகாசம் கிடைத்ததே..."

"நாங்கள் தயார். இடங்களில் நில்லுங்கள் கனவான் களே! டாக்டர், தயை செய்து ஆறு தாவடிகள் அளந்து குறிப்பிடுங்கள்" என்றான் காப்டன்.

"இடங்களில் நின்றுகொள்ளுங்கள்!" என்று இவான் இக்னாத்தியெவிச் கீச்சுக் குரலில் திருப்பிச் சொன்னான்.

நான் கூறினேன்:

"அனுமதி கொடுங்கள்! இன்னும் ஒரு நிபந்தனை. நாம் சாவு நேரும் வகையில் போரிடப் போகிறோம். ஆதலால்

இந்த விஷயம் இரகசியமாக இருக்கும்படியும் பொறுப்பு நமது துணையாட்கள்மேல் சாராமல் இருக்கும்படியும் இயன்றவரை எல்லா முன்னேற்பாடுகளையும் செய்ய நாம் கடமைப்பட்டிருக்கிறோம். உங்களுக்குச் சம்மதந்தானே?"

"முற்றிலும் சம்மதம்."

"நல்லது, நான் நினைத்திருப்பது இது தான்: இதோ இந்தச் செங்குத்துப் பாறையின் உச்சியில், வலப்புறம் குறுகிய இடம் இருக்கிறதே, பார்க்கிறீர்களா? அங்கிருந்து கீழ்வரை தூரம் ஒரு முப்பது மீட்டர் அல்லது இன்னும் அதிகமாகவே இருக்கும். கீழே கூரிய கற்கள் உள்ளன. நம்மில் ஒவ்வொருவரும் அந்த இடத்தின் விளிம்பில் நின்று கொள்ள வேண்டும். அந்த நிலையில் லேசான காயம் கூட மரணம் விளைக்கக் கூடும்: இது உங்கள் விருப்பத்துக்கு ஏற்றதாகவே இருக்க வேண்டும், ஏனென்றால் நீங்களேதான் தூரத்தை ஆறு தாவடியாக வரையறுத்திருக்கிறீர்கள். காயம் அடைபவன் கட்டாயமாகக் கீழே விழுந்து சிதறிப்போவான். குண்டை டாக்டர் எடுத்து விடுவார். அப்போது தவறுதலாகக் குதித்த தன் விளைவாகவே மரணம் நேர்ந்தது என்று மற்றவர்கள் சுலபமாகக் கருத முடியும். முதலில் யார் சுடுவது என்பதை நாணயத்தைச் சுண்டித் தீர்மானிப்போம். இந்த நிபந்தனை ஒப்புக் கொள்ளப்படாவிட்டால் நான் சண்டையிட மாட்டேன் என்று முடிவில் தெரிவித்துக் கொள்கிறேன்."

காப்டன் குருஷ்நீத்ஸ்க்கியைப் பொருள் பொதிந்த பார்வையுடன் நோக்கிவிட்டு, "அப்படியே ஆகட்டும்!" என்றான். பின்னவன் தலையசைப்பால் சம்மதம் தெரிவித்தான். அவன் முகம் கணந்தோறும் மாறியது. நான் அவனைச் சங்கடமான நிலைமையில் வைத்துவிட்டேன். வழக்கமான நிபந்தனைகளின்படி சுடும்போது அவன் என் காலுக்குக் குறிவைத்து லேசாக என்னைக் காயப்படுத்தி, தனது மனச்சான்றுக்கு மட்டுமீறிய சுமை இன்றி வன்மம்

தீர்த்துக்கொண்டிருக்க முடியும். இப்போதோ, அவன் ஒன்றா காற்றில் சுடவேண்டும், இல்லாவிட்டால் கொலைகாரன் ஆக வேண்டும், இன்றேல் முடிவில் தனது இழிந்த சதித்திட்டத்தை விட்டுவிட்டு என் போன்றே தானும் அதே ஆபத்துக்கு உள்ளாக வேண்டும். அந்தக் கணத்தில் அவனுடைய இடத்தில் இருக்க நான் விரும்பியிருக்க மாட்டேன். அவன் காப்டனை ஒரு புறம் இட்டுச் சென்று மிகுந்த உணர்ச்சிப் பெருக்குடன் அவனிடம் ஏதோ சொல்லானான். அவனுடைய நீலம் பாரித்த உதடுகள் நடுங்கியதை நான் கண்டேன். ஆனால் காப்டன் இகழ்ச்சிப் புன்னகையுடன் அவனிடமிருந்து முகத்தைத் திருப்பிக்கொண்டான். "நீ மடையன்! ஒன்றுமே உனக்குப் புரியவில்லை!" எனச் சற்று உரக்கவே குருஷ்நீத்ஸ்க்கியிடம் சொல்லிவிட்டு, "புறப்படுவோம் கனவான்களே!" என்றான்.

குறுகிய ஒற்றையடிப் பாதை புதர்களுக்கு நடுவே செங்குத்துப் பாறையின் உச்சிக்கு இட்டுச் சென்றது. உடைந்த பாறைத் துண்டுகள் இந்த இயற்கை ஏணியின் ஆட்டங் கண்ட படிகளாக விளங்கின. புதர்களைப் பற்றிக்கொண்டு நாங்கள் மேலே ஏறலானோம். குருஷ்நீத்ஸ்க்கிய் முன்னேயும் அவனுடைய துணையாட்கள் அவனை அடுத்தும், டாக்டரும் நானும் பின்னேயும் சென்றோம்.

டாக்டர் என் கரத்தை ஆர்வத்துடன் பற்றிக் குலுக்கி, "உங்களை வியக்கிறேன். எங்கே நாடியைப் பிடித்துப் பார்க்க விடுங்கள்! ஓகோ! ஜுர வேகத்தில் துடிக்கிறது! ஆனால் முகத்தில் ஒன்றுமே தென்படவில்லை... கண்கள் மட்டுந்தாம் வழக்கத்தைவிட அதிகமாகப் பளிச்சிடுகின்றன" என்றான்.

திடீரென்று சிறு கற்கள் ஓசையுடன் எங்கள் காலடியில் உருண்டன. என்ன இது? குருஷ்நீத்ஸ்க்கிய் தடுமாறினான். அவன் பிடித்திருந்த கிளை முறிந்து விடவே அவன் மல்லாக்காகப் பின்னே விழப்பார்த்தான், ஆனால் அவனுடைய துணையாட்கள் அவனைத் தாங்கிக் கொண்டார்கள்.

"ஜாக்கிரதையாக இருங்கள்! நேரத்துக்கு முன்பு விழாதீர்கள். இது கெடு குறி. ஜூலியஸ் ஸீஸரை* நினைவு படுத்திக் கொள்ளுங்கள்!" என்று நான் அவனை நோக்கிக் கத்தினேன்.

ஆக நாங்கள் துருத்துப் பாறையின் உச்சியை அடைந்தோம். மேலிருந்த சமதரை மீது குறு மணல் பரப்பியிருந்தது - வேண்டுமென்றே இருவர்போருக்காகப் போல. நாற்புறமும் மலைச்சிகரங்கள் காலையின் தங்க மூட்டத்தில் ஆழ்ந்து கணக்கிட முடியாத மந்தை போல நெரிந்தன. தெற்கே எல்ப்ரூஸ் சிகரம் உறைபனி முடிகளின் தொடருக்கு முடிவு கட்டி பிரமாண்டமான வெண் மலையாக நின்றது. கிழக்கேயிருந்து மிதந்து வந்த இழை இழையான மேகங்கள் உறை பனி முடிகளுக்கு இடையே திரிந்தன. நான் உச்சித் தரையின் விளிம்புக்குப் போய்க் கீழே பார்த்தேன். எனக்கு அனேகமாகத் தலை கிறுகிறுத்தது. கீழே இருட்டும் குளிருமாகக் காணப்பட்டது - சவப்பெட்டியில் போன்று. புயற்காற்றாலும்

காலத்தாலும் எறியப்பட்டிருந்த பாறைகளின் பாசி படர்ந்த கூர்பற்கள் தங்கள் இரையை எதிர்பார்த்திருந்தன.

நாங்கள் சண்டையிட வேண்டியிருந்த சமதரைப் பகுதி கிட்டத்தட்டச் சரியான முக்கோணமாக அமைந்திருந்தது. வெளித் துருத்தியிருந்த மூலையிலிருந்து ஆறு தாவடி தூரம் அளந்து குறிக்கப்பட்டது. முதலில் விரோதியின் குண்டுக்கு எதிர் நிற்க வேண்டியவன் சரிவுக்கு முதுகைக் காட்டியவாறு மூலை விளிம்பில் நிற்க வேண்டும் என்றும் அவன் கொல்லப் படாவிட்டால் போரிடுபவர்கள் இடங்களை மாற்றிக்கொள்ள வேண்டும் என்றும் தீர்மானமாயிற்று.

---

* ஜூலியஸ் ஸீஸர் (கி.மு.102 - 44) பண்டைய ரோமாபுரியின் சக்கரவர்த்தி. அவன் சதிகாரர்களால் செனேட் (ரோமின் அரசாட்சி மன்றம்) கட்டிடத்தில் கொல்லப்பட்டதாகக் கர்ணபரம்பரை வழங்கிவருகிறது. கொல்லப்பட்ட நாளன்று செனேட்டுக்குப் போகும் வழியில் நிலைப்படியில் இடறி விழுந்தானாம். இது கேட்டை முன்னுணர்த்தும் குறியாகக் கருதப்பட்டது.

குருஷ்நீத்ஸ்க்கிய்க்கு எல்லா வசதிகளையும் அளிப்ப தென்று நான் முடிவு செய்தேன். அவனைச் சோதிக்க விரும்பினேன். அவன் உள்ளத்தில் பெருந்தன்மைப் பொறி சுடர்ந்தெழக்கூடும். அப்போது எல்லாம் நல்லவிதமாகச் சரிக்கட்டப்படலாம். ஆனால் ஆணவமும் சுபாவத்தில் உறுதியின்மையுமே வெற்றிபெற வேண்டியிருந்தது... விதி எனக்கு மன்னிப்பு அளித்துவிட்டால், அவன்மீது இரக்கமே காட்டாதிருப்பதற்கு எனக்கு முழு உரிமை இருக்க வேண்டும் என விரும்பினேன். தன் மனச்சான்றுடன் இத்தகைய சமரசங்கள் செய்து கொள்ளாதவர்கள் யார்?

“டாக்டர், நாணயத்தைச் சுண்டுங்கள்!” என்றான் காப்டன்.

மருத்துவன் பையிலிருந்து வெள்ளி நாணயத்தை எடுத்து உயர்த்தினான்.

நண்பன் இடித்ததால் திடீரென உறக்கத்திலிருந்து விழித்தெழுந்தவன் போல குருஷ்நீத்ஸ்க்கிய் “பூ!” என்று கத்தினான்.

“தலை!” என்று கத்தினேன் நான்.

நாணயம் மேலே பறந்து கணீரென விழுந்தது. எல்லோரும் அதன் பக்கம் பாய்ந்தோம்.

நான் குருஷ்நீத்ஸ்க்கியிடம் சொன்னேன்: “நீங்கள் அதிர்ஷ்டக்காரரர், முதலில் சுடப்போகிறீர்கள்! ஆனால் நினைவிருக்கட்டும், நீங்கள் என்னைக் கொல்லாவிட்டால் நான் குறிதவறமாட்டேன் - ஆணையிட்டுக் கூறுகிறேன்.”

அவன் முகம் சிவந்தது. ஆயுதமற்ற மனிதனைக் கொல்வது அவனுக்கு வெட்கமாக இருந்தது. நான் அவனை உறுத்துப் பார்த்தேன். அவன் இதோ என் காலில் விழுந்து மன்னிப்பு கேட்கப்போகிறான் என்று ஒரு கணம் எனக்குத் தோன்றியது. ஆனால் அவ்வளவு இழிவான சூழ்ச்சியை ஒப்புக்கொள்வது எப்படி? ஒரே வழிதான் அவனுக்கு

எஞ்சியிருந்தது, அதாவது காற்றிலே சுடுவது! அவன் காற்றிலேதான் சுடுவான் என்று நான் நம்பினேன். இதற்கு ஒரு தடை ஏற்படக்கூடும்: இரண்டாவது முறை இருவர் போரை நான் கோருவேன் என்ற எண்ணமே அது.

டாக்டர் என் கோட்டுக் கையைப் பற்றி இழுத்து, "இது தான் தருணம்! இவர்களுடைய நோக்கத்தை நாம் அறிவோம் என்பதை இப்போது நீங்கள் சொல்லாவிட்டால், எல்லாம் தொலைந்தது. பாருங்கள், அவன் கெட்டிக்கிறான்... நீங்கள் ஒன்றும் சொல்லாவிட்டால் நானே..." என்று கிசுகிசுத்தான்.

நான் அவனைக் கையைப் பிடித்து நிறுத்தி, "எந்தக் காரணத்தை முன்னிட்டும் கூடாது, டாக்டர்! நீங்கள் எல்லாவற்றையும் கெடுத்துவிடுவீர்கள். குறுக்கிடுவதில்லை என்று நீங்கள் எனக்கு வாக்குக் கொடுத்திருக்கிறீர்கள்... உங்களுக்கு என்ன வந்தது? ஒருவேளை நான் கொல்லப்பட விரும்பலாம்..." என்றேன்.

அவன் என்னை ஆச்சரியத்துடன் பார்த்தான்.

"ஓ! இது வேறு விஷயம்! ஆனால் மறு உலகில் என்மீது குறை சொல்லாதீர்கள்..."

இதற்குள் காப்டன் கைத்துப்பாக்கிகளைக் கெட்டித்து புன்முறுவலுடன் குருஷ்நீத்ஸ்க்கியிடம் ஏதோ கிசுகிசுத்து விட்டு ஒன்றை அவனிடமும் இன்னொன்றை என்னிடமும் கொடுத்தான்.

நான் சமதரைப்பகுதியின் கோடியில் இடது காலைக் கல்மேல் அழுந்த ஊன்றி, சிறு காயம் பட்டால் மல்லாக்க விழுந்து விடாமல் இருப்பதற்காகக் கொஞ்சம் முன் சாய்ந்து நின்றேன்.

குருஷ்நீத்ஸ்க்கிய் எனக்கு எதிராக நின்றான். சைகை காட்டப்பட்டதும் அவன் கைத் துப்பாக்கியை உயர்த்தினான். அவன் முழங்கால்கள் நடுங்கின. அவன் நேராக என் நெற்றிக்குக் குறிவைத்தான்...

விளக்கமுடியாத சீற்றம் என் உள்ளத்தில் குமுறியது.

திடீரென்று அவன் கைத்துப்பாக்கிக் குழாயைத் தாழ்த்தினான். அவன் முகம் வெள்ளைத் துணிபோல வெளிறிற்று. தன் துணையாள் பக்கம் திரும்பினான்.

"என்னால் முடியாது" என்று கம்மிய குரலில் சொன்னான்.

"பேடி!" என்றான் காப்டன்.

வெடியோசை கேட்டது. குண்டு என் முழங்காலைச் சிறாய்த்துச் சென்றது. நான் விளிம்பிலிருந்து விரைவாக நகர்ந்துவிடும் நோக்கத்துடன் தன் வசம் இன்றியே சில அடிகள் முன்னே எடுத்து வைத்தேன்.

"ஊம், தம்பீ குருஷ்நீத்ஸ்க்கிய், வருந்தத்தக்க விஷயம், குறி தவறிவிட்டாய். இப்போது உன் முறை. போய் நின்று கொள்! முதலில் என்னைத் தழுவிக்கொள். நாம் இனி மேல் ஒருவரையொருவர் பார்க்கப் போவதில்லை!" என்றான் காப்டன். அவர்கள் ஆலிங்கனம் செய்து கொண்டார்கள். காப்டன் சிரமத்துடனேயே சிரிப்பை அடக்கிக்கொண்டான். குருஷ்நீத்ஸ்க்கியைத் தந்திரமாகக் கடைக்கணித்து, "அஞ்சாதே! எல்லாம் வெட்டி விஷயம் இந்த உலகிலே! இயற்கை ஒரு மூடம், தலைவிதி வான்கோழி, வாழ்க்கை வெறும் சோழி!" என்று தத்துவம் பேசினான்.

உரிய கம்பீரத்துடன் இந்தச் சோகச் சொற்களைக் கூறிவிட்டு அவன் தன் இடத்திற்கு அகன்றான். இவான் இக்னாத்தியெவிச் கண்ணீர் மல்க குருஷ்நீத்ஸ்க்கியைத் தழுவிக்கொண்டான். அப்புறம் அவன் மட்டும் என் முன்னே தனியே நின்றான். அப்பொழுது எவ்வகை உணர்ச்சிகள் என் உள்ளத்தில் குமுறிக் கொந்தளித்தன என்பதைப் புரிந்து கொள்ள இன்று வரை முயன்று கொண்டிருக்கிறேன். எரிச்சல், அவமதிக்கப்பட்ட சுயமரியாதை, இகழ்ச்சி, பகைமை ஆகியவை அவை. இப்போது இத்தகைய

தன்னம்பிக்கையுடனும் கலக்கமற்ற துடுக்குடனும் என்னைப் பார்த்துக்கொண்டிருக்கும் இந்த மனிதன், இரண்டு நிமிடங்களுக்கு முன், தன்னை எவ்வித அபாயத்துக்கும் உள்ளாக்கிக் கொள்ளாமல், நாயைக் கொல்வதுபோல என்னைக் கொன்றுவிடப்பார்த்தான். ஏனெனில் காலில் காயம் இன்னும் கொஞ்சம் கடுமையாகப்பட்டிருந்தால் நான் நிச்சயமாகப் பாறை மேலிருந்து நிலை தவறி விழுந்திருப்பேன் – இந்த எண்ணத்தால் என் நெஞ்சில் பகைமை பிறந்தது.

சில நிமிடங்கள் அவன் முகத்தை உற்று நோக்கி, பச்சாத்தாபத்தின் லேசான அடையாளமாவது அதில் தெரிகிறதா என்று பார்த்தேன். ஆனால் அவன் புன்னகையை வெளிக் காட்டாது அடக்கிக்கொள்வது போல எனக்குத் தோன்றியது.

"சாவதற்கு முன் ஆண்டவனைத் துதிக்கும்படி உங்களுக்கு யோசனை கூறுகிறேன்" என்றேன்.

"உங்கள் சொந்த ஆன்மாவைவிட அதிகமாக என் ஆன்மாவைப் பற்றிக் கவலைப்படாதீர்கள். நான் உங்களை ஒன்று மட்டும் கேட்டுக்கொள்கிறேன்: சீக்கிரம் சுடுங்கள்."

"உங்கள் அவதூறை நீங்கள் மறுக்கமாட்டீர்களா? என்னிடம் மன்னிப்பு கோரமாட்டீர்களா? நன்றாக எண்ணிப் பாருங்கள்: உங்கள் மனச்சாட்சி உங்களுக்கு ஒன்றும் சொல்லவில்லையா?"

"திருவாளர் பிச்சோரின்! நீங்கள் இங்கே இருப்பது பாவமன்னிப்பு பெறுவதற்காக அல்ல என்பதை உங்களுக்குக் கூற விரும்புகிறேன்... முடியுங்கள் சீக்கிரமாக. இல்லா விட்டால் யாரேனும் கணவாய் வழியே வரக்கூடும், நம்மைக் கண்டுகொள்ளக்கூடும்" என்று கத்தினான் காப்டன்.

"நல்லது. டாக்டர், என் அருகே வாருங்கள்."

டாக்டர் அருகே வந்தான். பாவம், டாக்டர்! பத்து நிமிடங்களுக்கு முன் குருஷ்நீத்ஸ்க்கிய் இருந்ததைவிட வெளிறிப் போயிருந்தான் அவன்.

அடுத்த சொற்களை நான் வேண்டுமென்றே நிறுத்தி, உரக்கவும் உணர்ச்சியின்றியும் மரண தண்டனைத் தீர்ப்பைப் படிப்பது போல உச்சரித்தேன்:

"டாக்டர், இந்தக் கனவான்கள், பரபரப்பினால் போலும், என் கைத்துப்பாக்கியில் குண்டு கெட்டிக்க மறந்து விட்டார்கள். மறுபடி, நன்றாகக் கெட்டிக்கும்படி உங்களைக் கேட்டுக்கொள்கிறேன்!"

"அப்படி இருக்கவே முடியாது! இருக்கவே முடியாது! இரண்டு கைத்துப்பாக்கிகளையும் நானே கெட்டித்தேன். ஒரு வேளை உங்கள் குண்டுகளில் ஒன்று உருண்டு விழுந்திருக்கலாம்... அது என் குற்றம் அல்ல! மறுபடி கெட்டிக்க உங்களுக்கு உரிமை கிடையாது... எந்த உரிமையும் கிடையாது... இது விதிகளுக்கு முற்றிலும் புறம்பானது; நான் அனுமதிக்க மாட்டேன்" என்று கத்தினான் காப்டன்.

"நல்லது! அப்படியானால் நானும் நீங்களும் இதே நிபந்தனைகளின் பேரில் சுட்டுக்கொள்வோம்..." என்று நான் காப்டனை நோக்கிக் கூறினேன்.

அவன் தயங்கினான்.

குருஷ்நீத்ஸ்க்கிய் தலை மார்பில் படும்படிக் குனிந்து, குழப்பமடைந்து ஏக்கத்துடன் நின்று கொண்டிருந்தான்.

என் கைத்துப்பாக்கியை டாக்டர் கையிலிருந்து பிடுங்க முயன்ற காப்டனை நோக்கி அவன் கடைசியில். "விடு அவர்களை! அவர்கள் சொல்வது உண்மை என்பதை நீயே அறிவாயே" என்றான்.

காப்டன் அவனுக்குப் பலவிதச் சைகைகள் செய்தும் பயனில்லை. குருஷ்நீத்ஸ்க்கிய் அவனைக் கண்ணெடுத்தும் பார்க்க விரும்பவில்லை.

இதற்குள் மருத்துவன் துப்பாக்கியைக் கெட்டித்து என்னிடம் கொடுத்தான்.

இதைக் கண்ட காப்டன் துப்பி, காலைத் தொப்பென அடித்தான்.

"முட்டாள் நீ, தம்பீ, வடிகட்டின முட்டாள்! என் மேல் நம்பிக்கை வைத்துவிட்டாய் என்றால் எல்லா விஷயங்களிலும் என் சொற்படி கேள்... வேண்டியது தான் உனக்கு! செத்து மடி, ஈயைப் போல..." என்று முகத்தைத் திருப்பிக் கொண்டு அப்பால் நகர்ந்து, "என்ன தான் இருந்தாலும் இது விதிகளுக்கு முற்றிலும் புறம்பானது" என முணுமுணுத்தான்.

நான் சொன்னேன்: "குருஷ்நீத்ஸ்க்கிய்! இன்னும் நேரம் இருக்கிறது; உன்னுடைய அவதூறை வாபஸ் வாங்கிக்கொள், நான் உன் குற்றங்களை எல்லாம் மன்னித்து விடுகிறேன். என்னை முட்டாளாக்க உன்னால் முடியவில்லை, என் தன்மானம் திருப்தி அடைந்துவிட்டது. ஒரு காலத்தில் நாம் நண்பர்களாக இருந்தோம் என்பதை நினைவுபடுத்திக் கொள்..."

அவனுடைய முகம் தழல் வீசிற்று, கண்கள் சுடர்ந்தன.

"சுடுங்கள்! நான் என்னை இகழ்ந்து கொள்கிறேன், உங்களையோ, வெறுக்கிறேன். நீங்கள் என்னைக் கொல்லா விட்டால் இரவு நேரத்தில் மூலையிலிருந்து பாய்ந்து உங்களை வெட்டிக் கொன்றுவிடுவேன். நம் இருவருக்கும் உலகில் இடம் இல்லை ..."

நான் சுட்டேன்.

புகை அடங்கியதும் குருஷ்நீத்ஸ்க்கியை இடத்தில் காணோம். புழுதி மட்டுமே சரிவு விளிம்பில் மெல்லிய படல மாக இன்னும் நெளிந்து கொண்டிருந்தது.

எல்லோரும் ஒரே குரலில் கூவினார்கள்.

"Finita la commedia!"* என்று நான் மருத்துவனிடம் சொன்னேன்.

---

* "முடிந்தது கேலிக் கூத்து!" (இத்தாலிய மொழி).

அவன் பதில் பேசாமல் அருவருப்புடன் முகத்தைத் திருப்பிக்கொண்டான்.

நான் தோள்களைக் குலுக்கி, குருஷ்நீத்ஸ்க்கியின் துணையாட்களிடம் விடை பெற்றுக்கொண்டேன்.

ஒற்றையடிப் பாதை வழியாகக் கீழே இறங்கிய பின், பாறைப் பிளவுகளுக்கிடையே குருஷ்நீத்ஸ்க்கியின் இரத்தக் கறை படிந்த பிணத்தைக் கண்டேன். என்னையும் அறியாமல் கண்களை மூடிக்கொண்டேன்...

குதிரையைக் கட்டவிழ்த்து மெதுநடையாக வீட்டை நோக்கிவிட்டுச் சென்றேன். என் இதயம் கல்லாகிவிட்டது. சூரியன் மங்கிவிட்டது போல எனக்குத் தோன்றியது. அதன் கிரணங்கள் எனக்கு வெதுவெதுப்பு ஊட்டவில்லை.

குடியிருப்பை அடைவதற்கு முன்பே வலப்புறம் திரும்பிக் கணவாய் வழியே சென்றேன். மனிதனைக் காண்பதே எனக்கு வேதனை அளித்திருக்கும். நான் தனிமையை நாடினேன். கடிவாள வாரைக் குதிரைமேல் போட்டுவிட்டு, குனிந்த தலைநிமிராமல் நெடுநேரம் சவாரி செய்து, எனக்கு முற்றிலும் பழக்கமில்லாத ஓர் இடத்தை அடைந்தேன். குதிரையை வந்த வழியே திருப்பிப் பாதையைத் தேடலானேன். களைத்துச் சோர்ந்த குதிரைமேல் களைப்பும் சோர்வுமாக நான் கிஸ்லவோத்ஸ்க் போய்ச் சேர்வதற்குள் சூரியன் மறைந்து விட்டது.

வேர்னெர் இரண்டு கடிதங்களைக் கொடுத்துப் போனதாகப் பணியாள் என்னிடம் கூறினான். ஒன்று வேர்னெர் எழுதியது, மற்றொன்று... வேராவிடமிருந்து.

முதல் கடிதத்தைப் பிரித்தேன். அதில் பின்வருமாறு கண்டிருந்தது:

“எல்லாம் முடிந்தவரை நன்றாகவே நடந்தேறிவிட்டன. உருத்தெரியாமல் சிதைந்து, குண்டு வெளியில் எடுக்கப்பட்டு விட்ட உடல் கொண்டுவரப்பட்டது. தற்செயல் விபத்தே

மரணத்துக்குக் காரணம் என்று எல்லோரும் நம்புகிறார்கள். உங்கள் சச்சரவைப் பற்றி அறிந்தவர் போல் தோன்றிய கோட்டைத் தலைவர் மட்டுமே தலையை அசைத்தார், ஆனால் ஒன்றும் சொல்லவில்லை. உங்களுக்கு எதிரான சாட்சியங்கள் எவையும் இல்லை, எனவே நீங்கள் நிம்மதியாக உறங்கலாம்... உங்களால் முடிந்தால்... விடை கொடுங்கள்..."

இரண்டாவது கடிதத்தைப் பிரிப்பதற்கு நீண்ட நேரம் தயங்கினேன்... அவள் எனக்கு என்ன எழுத முடியும்? துன்ப முன்னுணர்வால் என் நெஞ்சு பதைத்தது.

இதோ அந்தக் கடிதம். அதன் ஒவ்வொரு சொல்லும் என் நினைவில் அழிக்க முடியாதவாறு பதிந்துவிட்டது:

"நாம் இனி ஒரு காலத்திலும் சந்திக்க மாட்டோம் என்ற முழு நம்பிக்கையுடன் இந்தக் கடிதத்தை உனக்கு எழுதுகிறேன். சில ஆண்டுகளுக்கு முன்பு உன்னைப் பிரிகையில் நான் இவ்வாறே எண்ணினேன்; ஆனால் இரண்டாவது முறை என்னைச் சோதனைக்கு உள்ளாக்குவது விதிக்கு உவப்பாயிருந்தது. இந்தச் சோதனையைத் தாங்க என்னால் முடியவில்லை. எனது திடமற்ற இதயம் பழக்கமான குரலுக்கு மீண்டும் வசப்பட்டுவிட்டது... இதன் பொருட்டு நீ என்னை இகழ மாட்டாயே? இந்தக் கடிதம் பிரிவு பெறுவதற்கும் அந்தரங்கத்தை ஒப்புக்கொள்வதற்குமாக எழுதப்படுகிறது. என்னுடைய இதயம் உன்னைக் காதலிக்கத் தொடங்கிய நேரம் முதல் இதுவரை அதில் சேர்ந்து குவிந்துள்ள எல்லாவற்றையும் உனக்குச் சொல்லிவிடுவது என் கடமையாகும். நான் உன்னைக் குற்றங்கூற மாட்டேன். வேறு எந்த ஆடவனும் எப்படி நடந்து கொண்டிருப்பானோ அப்படியே நீ என்னிடம் நடந்து கொண்டாய்: நீ என்னைக் காதலித்தது உடைமைப் பொருளாகவே; ஒன்றையொன்று தொடர்ந்து மாறி மாறி வரும் மகிழ்ச்சி, கலவரம், துயரம் ஆகியவற்றின் (இவை இல்லாவிடில் வாழ்க்கை சப்பென்று சலிப்பு தட்டி விடும்) ஊற்றுக்கண் என்ற வகையிலேயே. இதை நான் தொடக்கத்தில் புரிந்து கொண்டேன்... ஆனால்

நீ இன்பம் அற்றவனாக இருந்தாய். எனவே நான் என்னைத் தியாகம் செய்துவிட்டேன். என்றாவது ஒரு நாள் நீ என் தியாகத்தை மதிப்பாய், எந்த நிபந்தனைகளையும் சாராத எனது ஆழ்ந்த மென்மையை என்றாவது ஒரு நாள் நீ புரிந்து கொள்வாய் என்று நம்பினேன். இதன் பின் வெகுகாலம் கடந்துவிட்டது. உன் உள்ளத்தின் மர்மம் எல்லாவற்றையும் நான் புகுந்து பார்த்து அறிந்து கொண்டுவிட்டேன்... எனது அந்த நம்பிக்கை வீணானது எனக் கண்டுகொண்டேன். எனக்கு ஒரே திகைப்பாயிருந்தது! ஆனால் என்னுடைய காதல் என் உள்ளத்துடன் ஒன்றிவிட்டது. அது மங்கியது, ஆனால் அணைந்து விடவில்லை.

"நாம் என்றென்றைக்கும் பிரிகிறோம். ஆயினும் ஒரு விஷயத்தை நீ உறுதியாக நம்பலாம்: நான் ஒருபோதும் வேறு ஒருவனைக் காதலிக்கமாட்டேன். என்னுடைய உள்ளம் தனது எல்லாச் செல்வங்களையும் கண்ணீரையும் நம்பிக்கைகளையும் உனக்கு வாரி வழங்கி வெறிதாகிவிட்டது. உன்னை ஒரு முறை காதலித்தவள் மற்ற ஆண்களை ஓரளவு இகழ்ச்சி இல்லாமல் நோக்க முடியாது. நீ அவர்களைவிட மேலானவன் என்பதனால் அல்ல, இல்லவே இல்லை! ஆனால் உன்னுடைய இயல்பில் ஏதோ சிறப்பானது, உன் ஒருவனுக்கு மட்டுமே உரியது, பெருமிதமும் மர்மமும் நிறைந்தது ஏதோ ஒன்று இருக்கிறது. உன்னுடைய குரலில், நீ என்ன பேசினாலும், வெல்ல முடியாத அதிகாரம் தொனிக்கிறது. அன்புக்குரியவனாக இருக்க இப்படி நிரந்தரமாக விரும்புவது வேறு எவனுக்கும் இயலாது. வேறு எவனிடமும் தீமை இவ்வளவு கவர்ச்சி உள்ளதாக இருப்பதில்லை. வேறு எவனுடைய பார்வையும் இவ்வளவு பேரின்பம் அளிப்பதாக நம்பிக்கை ஊட்டுவதில்லை. தனது அனுகூலங்களை உன்னைவிட நன்றாகப் பயன்படுத்திக் கொள்வது வேறு எவனாலும் முடியாது. அதே சமயம், வேறு எவனும் உன்னைப்போல இப்படி உண்மையாகவே துர்ப்பாக்கியசாலியாக இருக்க முடியாது, ஏனெனில் தான்

பாக்கியசாலி என்று தனக்கே நம்பிக்கை ஊட்டிக்கொள்ள வேறு எவனும் இவ்வளவு முயல்வதில்லை.

"நான் அவசரமாக வெளியேறுவதன் காரணத்தை இப்போது நான் உனக்கு விளக்க வேண்டும். உனக்கு அது அவ்வளவு முக்கியம் இல்லாததாகப்படலாம், ஏனென்றால் என்னை மட்டுமே பொறுத்தது அது.

"இன்று காலை என் கணவர் என்னிடம் வந்து குருஷ்நீத்ஸ்க்கியுடன் உன் சச்சரவைப் பற்றிச் சொன்னார். என் முகம் மிகவும் மாறிவிட்டது போலும், ஏனென்றால் அவர் வெகுநேரம் என் விழிகளை வைத்தகண் வாங்காமல் பார்த்துக் கொண்டிருந்தார். நீ இன்று சண்டை போட வேண்டும், அதற்குக் காரணம் நானே என்று எண்ணிய போது மூர்ச்சை போட்டு விழாது தப்புவதே எனக்கு அரும்பாடு ஆகிவிட்டது. மூளை புரண்டுவிடும் என்று தோன்றியது... ஆனால் இப்போது, என்னால் ஆர அமர யோசித்துப்பார்க்க முடியும்போது, நீ உயிர் தப்பிவிடுவாய் என்று நம்புகிறேன். நான் இல்லாமல் நீ சாவது நடக்க முடியாது, அசாத்தியம்! என் கணவர் வெகுநேரம் அறையில் குறுக்கும் நெடுக்கும் உலாவிக் கொண்டிருந்தார். என்னிடம் அவர் என்ன சொன்னாரோ, அறியேன். நான் அவருக்கு என்ன பதில் கூறினேனோ, நினைவில்லை... நான் உன்னைக் காதலிக்கிறேன் என்று அவரிடம் சொல்லிவிட்டேன் போலிருக்கிறது... எங்கள் வார்த்தையாடலின் முடிவில் அவர் பயங்கரமான சொல்லால் என்னை அவமதித்துவிட்டு வெளியேறிவிட்டார் என்பது மட்டுமே நினைவிருக்கிறது. அவர் வண்டி கட்டச் சொன்னதைக் கேட்டேன்... இதோ மூன்று மணி நேரமாக ஜன்னலருகே உட்கார்ந்து நீ திரும்புவதை எதிர்பார்த்துக் கொண்டிருக்கிறேன்... ஆனால் நீ உயிரோடு இருக்கிறாய், நீ சாக முடியாது! வண்டி அனேகமாகத் தயாராகிவிட்டது... விடை கொடு, விடை கொடு... நான் ஒழிந்தேன், ஆனால் நான் உருப்படியாக இருக்கத் தேவை தான் என்ன? நீ என்னை எப்போதும்

நினைவு வைத்திருப்பாய் என்ற உறுதி மட்டும் எனக்கு இருக்குமானால் - காதலிக்க வேண்டும் என்று நான் சொல்ல வில்லை - வேண்டாம், வெறுமே நினைவு வைத்திருந்தாலே போதும்... விடை கொடு: வருகிறார்கள்... நான் கடிதத்தை மறைக்க வேண்டும்...

"நீ மேரியைக் காதலிக்கவில்லை என்பது உண்மை தானே? நீ அவளை மணந்து கொள்ளமாட்டாய் அல்லவா? கேள், எனக்காக இந்தத் தியாகம் நீ செய்தாக வேண்டும்: உன் பொருட்டு நான் உலகில் எல்லாவற்றையும் துறந்து விட்டேன்..."

நான் வெறி கொண்டவன் போல வாயிலுக்குப் பாய்ந்தோடி, முகப்பிற்குக் கொண்டுவரப்பட்ட என் குதிரைமேல் துள்ளி ஏறி, முழுவேகத்தில் பியாத்திகோர்ஸ்க் சாலையில் விரட்டினேன். ஏற்கனவே களைத்துப்போயிருந்த குதிரையை ஈவிரக்கமின்றி மேலும் மேலும் முடுக்கினேன். அது என்னைச் சுமந்தவாறு, ஈழை இழுத்துக்கொண்டு, உடம்பெல்லாம் நுரையாகக் கற்சாலையில் பாய்ந்தோடிற்று.

மேற்கு மலைத்தொடர் மேல் இளைப்பாறிய கருமேகத்தில் கதிரவன் மறைந்தான். கணவாய்களில் இருட்டும் ஈரிப்புமாக இருந்தது. கற்கள் மேல் இழிந்த பொத்குமோக் ஆறு அமிழ்ந்த, ஒருசீரான முழக்கம் இட்டுக்கொண்டிருந்தது. ஆவலால் மூச்சு திணற நான் குதிரையைப் பாய்ச்சலில் விரட்டினேன். பியாத்திகோர்ஸ்க்கில் அவளைக் காண முடியாது போகலாம் என்ற எண்ணம் என் இதயத்தைச் சம்மட்டி கொண்டு தாக்கியது. ஒரு நிமிடம், இன்னும் ஒரே நிமிடம் அவளைப் பார்க்க, அவளிடம் பிரிவு சொல்லிக்கொள்ள, அவள் கையைப் பற்றிக் குலுக்க முடிய வேண்டுமே... நான் துதித்தேன், சபித்தேன், அழுதேன், சிரித்தேன்... இல்லை, எனது சஞ்சலத்தை, புகலற்ற ஏக்கத்தை எதுவும் வருணிக்க முடியாது! அவளை என்றென்றைக்கும் பறிகொடுத்து விடலாம் என்ற நிலைமையில் வேரா எனக்கு உலகில் வேறு எதையும் விட விலைமதிப்பு மிக்கவள் - உயிர், பெருமை,

இன்பம், எல்லாவற்றையும் விட மதிப்பு உயர்ந்தவள் – ஆகிவிட்டாள்! எத்தகைய விந்தையான, எத்தகைய வெறி கொண்ட எண்ணங்கள் என் அறிவில் மொய்த்தன என்பதை ஆண்டவனே அறிவான்... இதற்கிடையே நான் குதிரையை மேலும் மேலும் இரக்கமின்றி விரட்டிச் சென்றேன். அப்போது என் குதிரை மூச்சு திணறுவதைக் கவனித்தேன். சமதரையில் ஓரிரு தடவைகள் அது தடுமாறிற்று... எஸ்ஸெந்துக்கீ எனப்படும் கஸாக்கிய கிராமத்துக்கு இன்னும் ஐந்து வெர்ஸ்ட்டாக்கள் தான் இருந்தன. அங்கே வேறொரு குதிரையை நான் அமர்த்திக்கொள்ள முடியும்.

என் குதிரை இன்னும் ஒரு பத்து நிமிடம் தாக்குப் பிடித்திருந்தால் எல்லாம் நலமே முடிந்திருக்கும். ஆனால் சிறுமலைப் பள்ளத்தாக்கின் மேல் ஏறிய பின், மலையிலிருந்து வெளிச்செல்லுகையில் திடீர்த் திருப்பம் ஒன்றில் அது மடாரெனத் தரையில் விழுந்தது. நான் சாமர்த்தியமாகத் துள்ளிக் குதித்தேன், அதை எழுப்ப முயன்றேன், கடிவாளத்தைப் பிடித்து இழுத்தேன் - ஒன்றும் பயனில்லை. அதன் நெரிந்த பற்களின் ஊடாக மிக மிக ஈனமான முனகல் வெளிப்பட்டது. சில நிமிடங்களுக்கெல்லாம் அதன் உயிர் போய்விட்டது. கடைசி நம்பிக்கையையும் இழந்து, வெறும் வெளியில் தனியனாய் நின்றேன். நடக்க முயன்றேன், கால்கள் பின்னிக்கொண்டன. நாள் முழுதும் பட்ட கலவரங்களாலும் தூக்கமின்மையாலும் எய்த்து இளைத்துப்போய் ஈரப் புல் மேல் விழுந்து சிறுவன் போல விம்மி அழுதேன்.

நெடு நேரம் அசையாமல் கிடந்தேன். கண்ணீரையோ தேம்பலையோ அடக்க முயலாமல் பொங்கிப் பொங்கி அழுதேன். எனது நெஞ்சு வெடித்துவிடும் போலிருந்தது. எனது உறுதியெல்லாம், எனது மன அமைதி எல்லாம் புகையாய் மறைந்துவிட்டன. உள்ளம் வலிமை இழந்தது, பகுத்தறிவு வாயடைத்துப் போயிற்று. அந்த நிமிடத்தில் என்னை யாரேனும் பார்த்திருந்தால் இகழ்ச்சியுடன் முகத்தைத் திருப்பிக் கொண்டிருப்பான்.

இரவுப் பனித்துளியும் மலைக்காற்றும் எனது கொதிப்பேறிய மூளையைக் குளிரச் செய்து, எண்ணங்கள் வழக்கமான ஒழுங்குக்கு வந்ததும் மடிந்துபோன இன்பத்தைப் பிடிக்க ஓடுவது பயனற்றது, அறிவுக்கு ஒவ்வாதது என்பதைப் புரிந்துகொண்டேன். எனக்கு இன்னும் என்ன வேண்டும்? அவளைக் காணவா? எதற்காக? எங்களுக்கிடையே எல்லாம் முடிந்துவிடவில்லையா என்ன? பிரிவு பெற்றுக்கொள்ளும் கடைசிக் கசப்பு முத்தம் ஒன்று எனது நினைவுகளை வளப்படுத்திவிடாது. அதன் பிறகு பிரிவது எங்களுக்கு முன்னிலும் கடினமாக மட்டுமே செய்யும்.

எனினும், என்னால் அழ முடியும் என்பது எனக்கு மகிழ்ச்சி அளித்தது! ஆனால், தளர்ந்த நரம்புகள், உறக்கமின்றிக் கழிந்த இரவு, கைத்துப்பாக்கிக் குழாயின் எதிரே இரண்டு நிமிடங்கள் நின்றது, வெறும் வயிறு - இவையே ஒருவேளை இதன் காரணங்களாக இருக்கலாம்.

எல்லாம் நன்மைக்கே! இந்தப் புதிய துயரம், இராணுவச் சொற்களில் கூறினால், என் மனத்திற்கு இன்பமான போக்கு காட்டியது. அழுவது மிக நல்லது. தவிர, நான் குதிரைமேல் வந்து, திரும்புகாலில் நிர்ப்பந்தம் காரணமாகப் பதினைந்து வெர்ஸ்ட்டாக்கள் நடந்திராவிட்டால், இந்த இரவும் தூக்கம் என் விழிகளை மூடியிராது.

காலை ஐந்து மணிக்கு நான் கிஸ்லவோத்ஸ்க் திரும்பி, கட்டிலில் விழுந்து, வாட்டர் லூவுக்குப் பிறகு நெப்போலியன்* ஆழ்ந்தது போன்ற உறக்கத்தில் ஆழ்ந்தேன்.

நான் விழித்தெழுந்தபோது வெளியே இருட்டாகி விட்டது. திறந்த ஜன்னலருகே உட்கார்ந்து கோட்டுப் பொத்தான்களைக் கழற்றியதுமே மலைக் காற்று களைப்பினால் ஆழ்ந்து உறங்கியதால் இன்னும் அமைதியுறாத என் நெஞ்சைக் குளிர்வித்தது. ஆற்றின் மீது கவிந்திருந்த

---

* வாட்டர் லூ என்னும் பெல்ஜிய கிராமத்தின் அருகே 1815ம் ஆண்டு ஜூன் மாதம் 18ம் தேதி நடந்த போரில் நெப்போலியன் தோல்வியுற்றான்.

அடர்ந்த லிண்டன் மர முடிகளின் ஊடாக, கோட்டையிலும் குடியிருப்பிலும் உள்ள கட்டிடங்களின் விளக்குகள் மினுக்கிட்டன. எங்கள் வீட்டு வெளிமுகப்பில் நிசப்தம் நிலவியது. சிற்றரசி வீட்டில் வெளிச்சத்தைக் காணோம்.

மருத்துவன் வந்தான். அவன் நெற்றி சுளித்திருந்தது. என்னோடு கைகுலுக்குவதற்காக அவன் வழக்கம் போலக் கரத்தை நீட்டவில்லை.

“எங்கிருந்து வருகிறீர்கள் டாக்டர்?”

“சிற்றரசி லிகொவ்ஸ்க்காயா வீட்டிலிருந்து. அவள் மகளுக்கு உடம்பு சரியாயில்லை - நரம்புத் தளர்ச்சி... ஆனால் நான் இங்கே வந்த காரியம் வேறு: அதிகாரிகளுக்குச் சந்தேகம் தட்டிவிட்டது. நிச்சயமாக நிரூபிப்பதற்குச் சான்றுகள் ஒன்றும் இல்லாவிட்டாலும் எச்சரிக்கையாக இருக்கும்படி நான் உங்களுக்கு யோசனை சொல்லுகிறேன். தன் புதல்விக்காக நீங்கள் சண்டையிட்டது தனக்குத் தெரியும் என்று சிற்றரசி இன்று கூறினாள். எல்லா விஷயத்தையும் அவளுக்குச் சொன்னானாம் அந்தக் கிழவன்... அவன் பெயர் என்ன? ரெஸ்டாரெண்டில் குருஷ்நீத்ஸ்க்கிய்க்கும் உங்களுக்கும் நடந்த சச்சரவுக்கு அவன் சாட்சியாக இருந்தான். நான் உங்களை எச்சரிக்கவே வந்தேன். விடை கொடுங்கள். ஒரு வேளை நாம் இனி சந்திக்கவே மாட்டோம். உங்களை வேறு எங்காவது அனுப்பிவிடுவார்கள்.

நிலையருகே அவன் நின்றான். என்னோடு கைகுலுக்க விரும்பினான் ... நான் துளியாவது விருப்பம் காட்டியிருந்தால் அவன் என்னை மார்புறத் தழுவிக் கொண்டிருப்பான். ஆனால் நான் உணர்ச்சியின்றிக் கல்லாய்ச் சமைந்து நின்றேன். எனவே அவன் போய்விட்டான்.

என்ன மனிதர்கள்! அவர்கள் எல்லோருமே அப்படித் தான்: செயலின் கெட்ட அம்சங்கள் எல்லாவற்றையும் முன்னரே அறிவார்கள், உதவுவார்கள், யோசனை சொல்லுவார்கள், வேறுவழி இல்லை என்பதைக் கண்டு அதை

ஆமோதிக்கவும் செய்வார்கள். அப்புறமோ கையைக் கழுவி விடுவார்கள், பொறுப்பின் சுமை முழுவதையும் தன்மீது ஏற்றுக்கொள்ளத் துணிந்தவனிடமிருந்து கடுகடுப்புடன் முகத்தைத் திருப்பிக்கொள்வார்கள். இவர்கள் எல்லோருமே இப்படித்தான் - மிக மிக நல்லவர்கள், மிக மிக அறிவுள்ளவர்கள் கூட!

நி. கோட்டைக்குப் புறப்பட்டுப் போகும்படி தலைமை அதிகாரிகளிடமிருந்து மறுநாள் உத்தரவு வந்ததும், பிரிவு சொல்லிக்கொள்வதற்காக நான் சிற்றரசியின் வீடு சென்றேன்.

ஏதேனும் சிறப்பாக முக்கியமான விஷயம் நான் அவளிடம் சொல்ல விரும்புகிறேனா என்ற கேள்விக்கு விடையாக அவள் இன்பமாக வாழவேண்டுமென்று விரும்புவதாகவும் இன்னும் பலவாறாகவும் நான் கூறியபோது அவள் வியப்படைந்தாள்.

"ஆனால் நான் உங்களோடு மிக ஆழ்ந்த முறையில் பேச வேண்டியிருக்கிறது."

நான் மௌனமாக உட்கார்ந்திருந்தேன்.

எதிலிருந்து தொடங்குவது என அவளுக்குத் தெரியவில்லை என்பது வெளிப்படையாகப் புலப்பட்டது. அவளுடைய முகம் சிவப்பேறியது, கொழுத்த விரல்கள் மேசை மேல் தாளம் போட்டன. முடிவில் அவள் தயங்கித் தயங்கிப் பேசலானாள்:

"கேளுங்கள், ஸ்ரீமான் பிச்சோரின். நீங்கள் கண்ணியம் உள்ளவர் என்று எண்ணுகிறேன்."

நான் வணக்கம் தெரிவித்தேன்.

"நான் இதைத் திண்ணமாக நம்பக்கூடச் செய்கிறேன்" என்று பேச்சைத் தொடர்ந்தாள் அவள். "ஆனால் உங்கள் நடத்தை தான் ஓரளவு சந்தேகத்துக்கு இடம் தருகிறது. ஒரு வேளை அதற்கு உங்களிடம் காரணங்கள் இருக்கலாம், அவை

எனக்குத் தெரியாமலிருக்கலாம். இப்போது நீங்கள் அவற்றை எனக்குத் தெரிவிக்க வேண்டும். என் புதல்வியை நீங்கள் அவதூறிலிருந்து காத்தீர்கள், அவளுக்காகத் துப்பாக்கிச் சண்டை போட்டீர்கள், விளைவாக உயிரை ஆபத்துக்கு உள்ளாக்கிக்கொண்டீர்கள்... ஒன்றும் சொல்லாதீர்கள், எனக்குத் தெரியும் நீங்கள் ஒப்புக்கொள்ள மாட்டீர்கள் என்று, ஏனெனில் குருஷ்நீத்ஸ்க்கிய் கொல்லப்பட்டு விட்டான் (அவள் சிலுவைக்குறி இட்டுக்கொண்டாள்). கடவுள் அவனை மன்னிப்பார் - உங்களையும் மன்னிப்பார் என்று நம்புகிறேன்! இது எனக்குச் சம்பந்தம் இல்லாத விஷயம். உங்களைக் கண்டிக்க நான் துணிய மாட்டேன். ஏனென்றால் என் மகள், குற்றம் இல்லாமலே எனினும், இதற்குக் காரணமாயிருந்தாள். அவள் என்னிடம் எல்லாவற்றையும் சொல்லிவிட்டாள்... சொல்லிவிட்டாள் என்று தான் நினைக்கிறேன், நீங்கள் அவள்மேல் காதலை வெளியிட்டீர்களாம்... தான் உங்களைக் காதலிப்பதாக அவள் ஒப்புக்கொண்டாளாம் (இங்கே சிற்றரசி ஆழ்ந்த பெருமூச்செறிந்தாள்). ஆனால் அவள் நோய்ப்பட்டிருக்கிறாள். இது சாதாரண நோய் அல்ல என்று நான் நிச்சயமாக நம்புகிறேன். மறைமுக ஏக்கம் அவளை அரிக்கிறது. அவள் ஒப்புக்கொள்ள மறுக்கிறாள், ஆனால் நான் உறுதியாக நம்புகிறேன், இதன் காரணம் நீங்கள் தாம் என்று... கேளுங்கள்: நான் எவையேனும் பதவிகளையோ, பெருத்த செல்வத்தையோ தேடுகிறேன் என்று ஒருவேளை நீங்கள் நினைக்கிறீர்கள் போலும். அந்த எண்ணத்தை விடுங்கள். நான் விரும்புவதெல்லாம் மகளின் இன்பம் ஒன்றே. உங்களுடைய தற்போதைய நிலைமை பொறாமைப்படத்தக்கதல்ல, ஆனால் அது நேர்பட்டுவிடும். உங்களுக்குச் சொத்து இருக்கிறது. என் புதல்வி உங்களைக் காதலிக்கிறாள். அவள் நன்கு பயிற்றி வளர்க்கப்பட்டவள். கணவனுக்கு ஆக்கம் உண்டாகச் செய்வாள். நான் பணக்காரி, அவள் என் ஒரே பெண்... சொல்லுங்கள், உங்களைத் தடுப்பது எது? பாருங்கள், இவற்றை எல்லாம் நான் உங்களுக்குச் சொல்ல வேண்டியதில்லை. ஆனால்

உங்கள் இதயத்தையும் உங்கள் கௌரவத்தையும் நம்புகிறேன். நினைவு வைத்துக்கொள்ளுங்கள், எனக்கு ஒரு பெண் தான் இருக்கிறாள்... ஒரே பெண்..."

அவள் அழத் தொடங்கினாள்.

"சிற்றரசியாரே, உங்களுக்கு பதில் சொல்ல எனக்கு இயலாது. உங்கள் புதல்வியுடன் தனிமையில் பேச என்னை அனுமதியுங்கள்" என்றேன்.

"ஒருகாலும் மாட்டேன்!" என்று கடுமையான உள்ளக் கிளர்ச்சி காரணமாக நாற்காலியிலிருந்து எழுந்தாள்.

"உங்கள் இஷ்டம்" என்று சொல்லிவிட்டு நான் புறப்பட ஆயத்தமானேன்.

அவள் சற்று சிந்தித்து, தாமதிக்கும்படி எனக்குச் சைகை செய்துவிட்டு அகன்றாள்.

ஐந்து நிமிடங்கள் கழிந்தன. என் இதயம் தீவிரமாக அடித்துக்கொண்டிருந்து. ஆனால் எண்ணங்கள் அமைதி யுற்றிருந்தன. மூளை குளிர்ந்திருந்தது. இனியவள் மேரிபால் என் உள்ளத்தில் காதலின் ஒரு சிறு பொறியேனும் இருக்கிறதா என்று நான் எவ்வளவோ முயன்று தேடியும் பயனில்லாது போயிற்று.

அறைக் கதவு திறந்தது. அவள் உள்ளே வந்தாள். அட கடவுளே! நான் கடைசியாக - அதுவும் வெகு நாட்களுக்கு முன்பல்ல - பார்த்த பிறகு அவள் தான் எப்படி மாறி விட்டாள்!

அறை நடுவரை வந்ததும் அவள் சிறிது தள்ளாடினாள். நான் பாய்ந்து அவளைக் கைத்தாங்கலாக அழைத்துவந்து சாய்வு நாற்காலியில் அமர்த்தினேன்.

நான் அவள் எதிரே நின்றிருந்தேன். வெகு நேரம் இருவரும் பேசாதிருந்தோம். இனந்தெரியாத ஏக்கம் நிறைந்த அவளது பெரிய விழிகள், நம்பிக்கை போன்ற ஏதேனும்

காணப்படுகிறதா என்று என் கண்களில் துருவித் தேடின. அவளது வெளிறிய உதடுகள் புன்னகை புரிய வீணே முயன்றன. மடிமீது கிடந்த அவளுடைய மென்மையான கரங்கள் மெலிந்து வெளுத்திருந்ததைக் கண்டு எனக்கு அவள் மேல் இரக்கம் உண்டாயிற்று.

“இளவரசியாரே, நான் உங்களை நகையாடியதை நீங்கள் அறிவீர்கள் அல்லவா? என்னை நீங்கள் அருவருக்க வேண்டும்” என்று கூறினேன்.

அவள் கன்னங்களில் நோய்ச் செம்மை படர்ந்தது. நான் தொடர்ந்தேன்: “எனவே நீங்கள் என்னைக் காதலிக்க முடியாது...”

அவள் முகத்தைத் திருப்பிக்கொண்டு முழங்கைகளை மேஜைமேல் ஊன்றிக் கைகளில் விழிகளைப் புதைத்துக் கொண்டாள். அவற்றில் கண்ணீர் பளிச்சிட்டது எனக்குத் தென்பட்டது.

“என் கடவுளே!” என்று வாய்க்குள் முணுமுணுத்தாள்.

இந்த நிலைமை பொறுக்க முடியாததாகிக் கொண்டிருந்தது. இன்னும் ஒரு நிமிடம், நான் அவள் முன் முழந்தாள் படியிட்டிருப்பேன்.

முடிந்தவரை உறுதியான குரலில், செயற்கைப் புன்னகையுடன் நான் கூறினேன்: “இவ்வாறு, நீங்களே காண்கிறீர்கள், உங்களை மணப்பது எனக்கு இயலாது என்பதை. இப்போது நீங்கள் இதை விரும்பினாலுங்கூட, விரைவிலேயே இதற்காக வருந்துவீர்கள். உங்கள் தாயாருடன் எனது உரையாடல் காரணமாகவே இவ்வளவு வெளிப்படையாகவும் நயமின்றியும் உங்களுக்கு நிலைமையை விளக்குவது எனக்கு இன்றியமையாததாயிற்று. உங்கள் தாயார் தவறான எண்ணங்கொண்டிருக்கிறார் என நினைக்கிறேன். அவரது எண்ணத்தை மாற்றுவது உங்களுக்கு எளிது. உங்கள் கண்களுக்கு நான் மிக மிக அசிங்கமான

அற்பச் செயல்புரிபவனாகத் தோன்றுகிறேன், அதை ஒப்புக்கொள்ளவும் செய்கிறேன். உங்களுக்காக நான் செய்யக் கூடியது எல்லாம் இவ்வளவு தான். என்னைப் பற்றி நீங்கள் எவ்விதக் கெட்ட கருத்து கொண்டிருந்தாலும் நான் அதற்குப் பணிகிறேன்... பார்த்தீர்களா, உங்கள் எதிரே இருப்பவன் இழிந்தவன்... நீங்கள் என்னைக் காதலித்திருந்தாலுங்கூட, இந்தக் கணம் முதல் அருவருத்து இகழ்வீர்கள், அல்லவா?"

பளிங்கு போன்ற வெளிறிய முகத்தை அவள் என் புறம் திருப்பினாள். அவளது விழிகள் மட்டுமே அற்புதமாக ஒளி வீசின.

"நான் உங்களை வெறுக்கிறேன்..." என்றாள்.

நான் அவளுக்கு நன்றி செலுத்தினேன், மரியாதையுடன் வணங்கிவிட்டு வெளியேறினேன்.

ஒரு மணி நேரத்திற்கெல்லாம் அஞ்சல் முக்குதிரை வண்டி என்னை ஏற்றிக்கொண்டு கிஸ்லவோத்ஸ்க்கிலிருந்து விரைந்தது. எஸ்ஸென்துக்கீக்கு ஒரு சில வெர்ஸ்ட்டாக்கள் தொலைவில், பாதை அருகே என் வீரக் குதிரையின் பிணத்தை அடையாளம் கண்டுகொண்டேன். சேணம் அகற்றப்பட்டிருந்தது. வழியே சென்ற கஸாக்கியன் எவனாவது எடுத்துப் போயிருப்பான். சேணத்தின் இடத்தில் முதுகு மீது உட்கார்ந்திருந்தன இரு காகங்கள். நான் பெருமூச்செறிந்து முகத்தைத் திருப்பிக்கொண்டேன்...

இப்போது, இங்கே, அலுப்பூட்டும் இந்தக் கோட்டையில், கடந்த கால நிகழ்ச்சிகளை நினைத்துப் பார்த்து அடிக்கடி என்னையே கேட்டுக்கொள்கிறேன்: விதியால் என்முன் திறக்கப்பட்ட இந்தப் பாதையில், சந்தடியற்ற இன்பங்களும் உள்ள அமைதியும் என்னை எதிர்நோக்கியிருந்த இந்தப் பாதையில் அடி எடுத்து வைக்க நான் ஏன் விரும்பவில்லை? இல்லை, இந்த விதியுடன் நான் இணங்கி வாழ்ந்திருக்க மாட்டேன்! கொள்ளைக் கப்பலில் பிறந்து வளர்ந்த மாலுமியை ஒத்தவன் நான்: புயல்களுக்கும் போர்களுக்கும்

பழக்கமாகிவிட்டது அவன் உள்ளம். கரையில் எறியப்பட்டு விட்டால், நிழலடர் சோலைகள் அவனை எவ்வளவு தான் மயக்கி ஈர்த்தாலும், அமைதியான வெயில் அவனை எவ்வளவு தான் ஒளியுறுத்தினாலும் அவன் ஏங்கிச் சலித்துப் போகிறான். கடற்கரையோர மணலில் நாள் முழுதும் நடந்து திரிகிறான், வீழலைகளின் ஒரு சீரான முணுமுணுப்பை உற்றுக் கேட்கிறான், மங்கலான தொலைவைக் கூர்ந்து நோக்குகிறான்: நீல ஆழ்கடலைச் சாம்பல் நிற மேகங்களி லிருந்து பிரித்துக்காட்டும் வெளிர்கோட்டின் மீது, தன் ஆர்வத்திற்குகந்த படகுப்பாய் தென்படுகிறதா, தொடக் கத்தில் கடற்பறவையின் சிறகு போன்றும் பின்னர், நுரைக்கும் கடற்பாறைகளிலிருந்து படிப்படியாகத் தனித்து விலகியும், ஆளற்ற துறையை ஒருசீரான விரைவுடன் அது நெருங்குகிறதா என்று விழிகளால் துழாவுகிறான்...

III
விதிவாதி

போர்முனையின் இடது பக்கத்தில் இருந்த கஸாக்கியக் கிராமம் ஒன்றில் இரண்டொரு வாரங்கள் தங்கியிருக்கும் வாய்ப்பு எனக்கு ஒரு முறை ஏற்பட்டது. அதே கிராமத்தில் காலாட்படைப் பட்டாளம் தங்கியிருந்தது. படை அதிகாரிகள் முறையே மாற்றி மாற்றி ஒவ்வொருவர் வீட்டிலும் குழுமுவார்கள், மாலை நேரங்களில் சீட்டாடுவார்கள்.

ஒரு நாள், பஸ்தோன் ஆட்டத்தால் சலித்துப்போய், சீட்டுக் கட்டை மேஜைக்கு அடியில் எறிந்து விட்டு மேஜர் எஸ்.ஸின். வீட்டில் நெடுநேரம் உட்கார்ந்து பேசிக்கொண் டிருந்தோம். வழக்கத்துக்கு மாறாக உரையாடல் சுவையா யிருந்தது. மனிதனுடைய விதி விண்ணுலகில் எழுதி வைக்கப் பட்டிருக்கிறது என்ற முகம்மதியர்களின் நம்பிக்கையைக் கடைப்பிடிப்பவர்கள் கிறிஸ்துவர்களாகிய நம்மிடையிலும் நிறைய இருக்கிறார்கள் என்பது பற்றிச் சர்ச்சை செய்தோம். தலையெழுத்து பற்றிய கருத்துக்குச் சாதகமாகவோ பாதகமாகவோ ஒவ்வொருவரும் பல்வேறு அசாதாரண நிகழ்ச்சிகளை விவரித்தார்கள்.

"கனவான்களே, இவை எல்லாம் எதையும் நிரூபிக்க வில்லை. உங்கள் கருத்துகளுக்கு ஆதாரமாக நீங்கள் காட்டும் விந்தை நிகழ்ச்சிகளை நேரில் கண்டவர்கள் உங்களில் ஒருவரும் இல்லையே?" என்றார் கிழ மேஜர்.

"ஒருவரும் இல்லைதான், ஆனால் நம்பகமான மனிதர்களிடம் கேட்டு அறிந்தோம்" என்று பலர் கூறினார்கள்.

"இதெல்லாம் பிதற்றல்! நமது சாவு நேரம் குறிக்கப் பட்டிருக்கும் பட்டியலைக் கண்ட நம்பகமான மனிதர்கள் எங்கே இருக்கிறார்கள்? நியதி என்பது உண்மையில் நிலவுகிறது என்றால் நமக்குச் சங்கற்ப சக்தியும் பகுத்தறிவும் அளிக்கப்பட்டிருப்பது எதற்காக? நமது செயல்களுக்கு நாம் பொறுப்பு ஏற்கவேண்டியது எதற்காக?" என்று ஒருவன் சொன்னான்.

மூலையில் உட்கார்ந்திருந்த ஒரு அதிகாரி அப்போது எழுந்து, மெதுவாக மேஜையை நெருங்கி எல்லோர் மீதும் அமைதியான, கம்பீரமான பார்வையைச் செலுத்தினான். அவன் பிறப்பினால் செர்பியன் என்பது அவனது பெயரிலிருந்து தெரிந்தது.

லெப்டினென்டு வூலிச் தனது சுபாவத்துக்கு முற்றிலும் பொருத்தமான வெளித்தோற்றம் கொண்டிருந்தான். வாட்டசாட்டமான மேனி, பழுப்பேறிய முகம், கரு முடி, கூரிய கரு விழிகள், பெரிய, ஆனால் வடிவான மூக்கு (இது அவனுக்கு இனவழி வந்தது), உதடுகளில் எப்போதும் தவழும் புன்முறுவல் - இவை எல்லாம், விதியால் தனக்குத் தோழர்களாக அளிக்கப்பட்டிருப்பவர்களுடன் எண்ணங்களையும் விழைவுகளையும் பகிர்ந்துகொள்ளத் திறனற்ற, தனிச்சிறப்பு வாய்ந்த மனிதனுக்கு உரிய தோற்றத்தை அவனுக்கு அளிப்பதற்குத் தங்களுக்குள் பேசி வைத்துக் கொண்டவைபோலக் காணப்பட்டன.

அவன் வீரமுள்ளன். குறைவாகவே, ஆனால் சுறுக்காகப் பேசுவான். தனது அந்தரங்க, குடும்ப இரகசியங்களை

ஒருவரிடமும் சொல்லமாட்டான். மது அனேகமாக அருந்துவதே இல்லை. இளம் கஸாக்கிய மகளிருடன் (இவர்களுடைய வனப்பை நேரில் கண்டாலன்றிப் புரிந்துகொள்வது கடினம்) ஒருபோதும் குலாவமாட்டான். ஆம், கர்னலின் மனைவி அவனுடைய உணர்ச்சி பொங்கும் விழிகளால் வசீகரிக்கப்பட்ட ஜாடைமாடையாகக் குறிப்பிட்டால் அவனுக்குக் கெட்ட கோபம் வந்துவிடும்.

ஒரே ஒரு விழைவை மட்டும் அவன் மறைப்பதில்லை. அது தான் சூதாட்டத்தில் ஆர்வம். சூதாட உட்கார்ந்து விட்டால் உலகையே மறந்துவிடுவான். சாதாரணமாக அவன் தோற்பதே வழக்கம். ஆயினும் இடைவிடாத தோல்வி அவனுடைய பிடிவாத குணத்தைத் தூண்டி ஊக்கவே செய்தது. ஒரு முறை படையெடுப்பின்போது இரவு நேரத்தில் அவன் தலையணைமேல் சீட்டுக்கட்டை வைத்துக்கொண்டு பாங்கு ஆட்டம் ஆடிக்கொண்டிருந்தானாம். அவனுக்கு வெற்றிமேல் வெற்றியாகக் கிடைத்துக்கொண்டிருந்ததாம். திடீரென்று துப்பாக்கிகள் வெடித்தனவாம், அபாய அறிவிப்பு செய்யப்பட்டதாம், எல்லோரும் துள்ளிக் குதித்து ஆயுதங்களை எடுத்துக்கொள்ள விரைந்தார்களாம். வூலிச் இடத்தைவிட்டு அசையாமலே மிக உற்சாகியான ஒரு ஆட்டக்காரனைப் பார்த்து, "மொத்தத்துக்கு எதிராகப் பணயம் வை!" என்று கத்தினானாம். "ஏழாம் பந்து" என்று ஓடிக்கொண்டே பதில் சொன்னானாம் மற்றவன். சுற்றிலும் ஏற்பட்ட அமளியைப் பொருட்படுத்தாமல் கடைசிவரை வூலிச் சீட்டுப் போட்டானாம். எதிராளி பக்கமே கெலித்ததாம்.

அவன் முனைமுகத்துக்கு வந்தபோது அங்கே கடுமையான துப்பாக்கிப் போர் நடந்து கொண்டிருந்ததாம். வூலிச் குண்டுகளையோ செச்சேனியர்களின் வாள் வீச்சுக்களையோ சட்டை செய்யாமல் அதிர்ஷ்டசாலியான சீட்டாட்ட எதிராளியைத் தேடினானாம்.

பகைவர்களைக் காட்டிலிருந்து தாக்கி வெளியேற்றத் தொடங்கியிருந்த படைவீரர் வரிசையில் கடைசியில்

அவனைக் கண்டுபிடித்து, "ஏழாம் பந்து கெலித்துவிட்டது!" என்று கூவினானாம். அவனை நெருங்கியதும் தன் நாணயப் பையையும் காகிதநோட்டுப்பையையும் எடுத்து, பணம் செலுத்தும் இடம் இதுவல்ல என்று எதிராளி மறுத்ததைப் பொருட்படுத்தாமல் அவனிடம் அதைக் கொடுத்து விட்டானாம். இந்த மகிழ்வற்ற கடமையை நிறைவேற்றிய பின் அவன் முன்னே பாய்ந்து, சிப்பாய்களையும் உடன் அழைத்துக்கொண்டு நடவடிக்கை முடியும்வரை செச்சேனியர்களுடன் அஞ்சா உறுதியோடு துப்பாக்கிப் போராட்டம் நடத்தினானாம்.

லெப்டினென்டு வூலிச் மேஜை அருகே வந்ததும் அவன் தனக்கே உரிய ஏதேனும் கருத்தை வெளியிடுவான் என்று எதிர்பார்த்து எல்லோரும் பேசாதிருந்தார்கள்.

"கனவான்களே!" என்று அவன் பேச்சைத் தொடங்கினான் (அவனுடைய குரல் வழக்கத்தைவிடத் தாழ்ந்து ஒலித்தது, எனினும் அமைதி கொண்டிருந்தது). "கனவான்களே! வெற்று விவாதங்களால் என்ன பயன்? உங்களுக்குச் சான்று வேண்டும் போலும். மனிதன் தனது வாழ்வுக்குத் தன் விருப்பப்படி முடிவுகட்ட முடியுமா அல்லது நம் எல்லோருக்குமே சாவு நேரம் முன்னரே விதிக்கப்பட்டிருக்கிறதா என்பதைத் தன் மீதே சோதித்துப் பார்க்கும்படி உங்களுக்கு யோசனை கூறுகிறேன்... யாருக்கு விருப்பம்?" என்றான்.

"எனக்கு இல்லை, எனக்கு இல்லை!" என்ற குரல்கள் சுற்றிலும் ஒலித்தன. "வேடிக்கையான ஆளப்பா! இவனுக் கென்று தோன்றுகிறதே!"

"நான் பந்தயம் கட்டுகிறேன்" என்றேன் நான். "எந்த மாதிரிப் பந்தயம்?"

"நியதி என்பது கிடையாது என்கிறேன் நான்" என்று கூறி, பொன் நாணயங்கள் ஒரு இருபதை (என் பையில் இருந்த பணத்தை எல்லாம்) மேஜைமேல் போட்டேன்.

"பந்தயத்தை ஏற்றுக்கொள்கிறேன். மேஜர், நீங்கள் நடுவராக இருங்கள். இதோ பதினைந்து பொன் நாணயங்கள். பாக்கி ஐந்து நாணயங்கள் நீங்கள் எனக்குத் தர வேண்டி யிருக்கிறது. தயவு செய்து, இந்தப் பணத்துடன் அவற்றைச் சேர்த்து விடுங்கள்" என்று கம்மிய குரலில் சொன்னான் வூலிச்.

"நல்லது. ஆனால் விஷயம் என்ன என்பது எனக்கு மெய்யாகவே புரியவில்லை. விவாதத்துக்கு எப்படித் தீர்வு காணப் போகிறீர்கள்?" என்றார் மேஜர்.

வூலிச் பேசாமல் மேஜரின் படுக்கையறைக்குச் சென்றான்.

நாங்கள் அவனைப் பின் தொடர்ந்தோம். ஆயுதங்கள் தொங்கிக்கொண்டிருந்த சுவரை நெருங்கி, அங்கிருந்த பல்வகைச் சுடுதிறன்கள் கொண்ட கைத்துப்பாக்கிகளில் கைக்கு வந்த ஒன்றை ஆணியிலிருந்து எடுத்துக்கொண்டான். அப்போதும் அவன் நோக்கம் எங்களுக்குப் பிடிபடவில்லை. ஆனால் அவன் கைத்துப்பாக்கிக் குதிரையைப் பின்னிழுத்துக் கொண்டி மேல் வெடிமருந்தைத் தூவியதும் பலர் தம் வசமின்றிக் கூவி அவன் கையைப் பிடித்துக்கொண்டார்கள்.

"என்ன செய்ய விரும்புகிறாய் நீ? கேள், இது பைத்தியக் காரத்தனம்!" என்று கத்தினார்கள்.

அவன் கையை விடுவித்துக்கொண்டு, "கனவான்களே! என் தரப்பில் இருபது நாணயங்கள் பந்தயங்கட்ட யார் விரும்புகிறீர்கள்?" என்று நிதானமாகக் கேட்டான்.

எல்லோரும் மௌனமாக அகன்றுவிட்டார்கள்.

வூலிச் அடுத்த அறைக்குப் போய் மேஜை அருகே அமர்ந்தான். நாங்களும் அவன் பின்னே போனோம். சுற்றி உட்காரும்படி எங்களுக்குச் சைகை செய்தான். நாங்கள் பேசாமல் அவனுக்குக் கீழ்ப்படிந்தோம்: அந்த நிமிடத்தில் அவன் எங்கள் மீது ஏதோ மர்மமான ஆதிக்கம் வகித்தான்.

நான் அவன் விழிகளை ஒரே நோக்காகப் பார்த்தேன். எனது ஆராயும் பார்வையை அவன் அமைதி நிறைந்த அசைவற்ற விழிகளால் எதிர்நோக்கினான். அவனுடைய வெளிறிய உதடுகள் முறுவலித்தன. ஆனால், அவன் என்ன தான் கலங்கா உறுதியுடன் இருப்பினும் அவனது வெளிர்முகத்தில் சாவின் முத்திரை பதிந்திருக்கக் கண்டேன். சில மணி நேரத்தில் மரிக்கப் போகிறவனது முகத்தில் தவிர்க்க இயலாத விதியின் ஒரு விந்தையான நிழல் அடிக்கடி படிந்து விடுவதை நான் கண்டிருக்கிறேன், பல முதிர்ந்த போர் வீரர்களும் எனது கருத்தை உறுதிப்படுத்தியிருக்கிறார்கள். அனுபவமுள்ள கண்களுக்கு அந்த நிழல் தென்படுவது கடினம் அல்ல .

“நீங்கள் இன்று இறந்து போவீர்கள்!” என்று கூறினேன்.

அவன் சட்டென என் புறம் திரும்பினான், ஆனால் மெதுவாகவும் அமைதியாகவும் விடையிறுத்தான்:

“ஒரு வேளை ஆமாம், ஒருவேளை இல்லை...”

பின்பு மேஜரைப் பார்த்து, “கைத்துப்பாக்கி கெட்டிக்கப் பட்டிருக்கிறதா” என வினவினான். கலக்கமடைந்திருந்த மேஜருக்கு அது நன்றாக நினைவில்லை.

“சரி போதும், வூலிச்! ஆணியில் தொங்கிக் கொண்டிருந்தது என்றால் கெட்டிக்கப்பட்டிருக்கிறது என்று தான் அர்த்தம். என்ன வேடிக்கை வேண்டியிருக்கிறது?” என்று ஒருவன் கத்தினான்.

“மடத்தனமான வேடிக்கை!” என்று ஒத்துப்பாடினான் மற்றொருவன்.

“கைத்துப்பாக்கி கெட்டிக்கப்படவில்லை என்பதன் சார்பில் ஐந்துக்கு எதிராக ஐம்பது ரூபிள்கள் பணயம் வைக்கிறேன்” என்று கத்தினான் மூன்றாமவன்.

புதிய பந்தயம் உருவாயிற்று. இந்த நீண்ட சடங்கு எனக்கு அலுத்துப் போய்விட்டது.

“கேளுங்கள், ஒன்றா சுடுங்கள், இல்லாவிட்டால் கைத்துப்பாக்கியை அது இருந்த இடத்தில் வையுங்கள், தூங்கப் போவோம்” என்றேன்.

“அது தானே! தூங்கப் போவோம்” என்று பலர் கூறினார்கள்.

“கனவான்களே, இடத்தை விட்டு அசையாதிருக்கும்படி உங்களைக் கேட்டுக்கொள்கிறேன்!” என்று கைத்துப்பாக்கிக் குழாயைப் பொருத்தில் வைத்துக்கொண்டான் வூலிச். எல்லோரும் கல்லாய்ச் சமைந்துவிட்டார்கள்.

“திருவாளர் பிச்சோரின், ஒரு சீட்டை எடுத்து மேலே வீசுங்கள்” என்று அவன் கூறினான்.

எனக்கு நினைவிருக்கிறபடி ஆடுதன் ஆஸை மேஜை மேலிருந்து எடுத்து உயரே எறிந்தேன். எல்லோருக்கும் மூச்சு நின்றுவிட்டது. திகிலும் இனந்தெரியாத ஆவலும் ததும்ப எல்லா விழிகளும் கைத்துப்பாக்கியையும் விதியை நிர்ணயிக்கும் சீட்டையும் மாறி மாறி நோக்கின, சீட்டோ, காற்றில் துடிதுடித்தவாறு மெதுவாக இறங்கியது. அது மேஜை மேல்பட்ட அதே கணத்தில் வூலிச் குதிரையை இழுத்துவிட்டான்... குண்டு வெடிக்கவில்லை!

“கடவுள் காப்பாற்றினார். கெட்டிக்கப்படவில்லை” என்று பலர் கத்தினார்கள்.

“எதற்கும் சோதித்துப் பார்ப்போம்” என்றான் வூலிச். அவன் துப்பாக்கிக் குதிரையை மறுபடி இழுத்து ஜன்னலுக்கு மேலே தொங்கிய தொப்பிக்குக் குறிவைத்தான். வெடிச் சத்தம் கேட்டது. அறையில் புகை சூழ்ந்தது. அது அடங்கியதும் தொப்பியை எடுத்துப் பார்த்தோம். அது நடு மையத்தில் துளைக்கப்பட்டிருந்தது, குண்டு சுவரின் ஆழத்தில் துளைத்துப் புதைந்திருந்தது.

ஒரு மூன்று நிமிடங்களுக்கு ஒருவருக்கும் குரலே கிளம்பவில்லை. வூலிச் மிக அமைதியுடன் என் நாணயங்களை அள்ளித் தன் பணப்பைக்குள் போட்டுக்கொண்டான்.

முதல் தடவை கைத்துப்பாக்கி சுடாதது ஏன் என்பது பற்றிப் பேச்சு தொடங்கியது. கொண்டி சிக்கிக் கொண்டிருக்கும் என்றார்கள் சிலர். முதலில் வெடிமருந்து நமத்துப் போயிருந்தது என்றும் அப்புறம் வூலிச் புதிய வெடிமருந்து தூவினான் என்றும் வேறு சிலர் கிசுகிசுத்தார்கள். இரண்டாவது அனுமானம் நியாயமானதல்ல என்றும், ஏனெனில் நான் இந்த நேரம் முழுவதும் கைத்துப்பாக்கி மீது வைத்த பார்வையை அகற்றவே இல்லை என்றும் நான் வலியுறுத்திக் கூறினேன்.

"நீங்கள் சூதாட்டத்தில் அதிர்ஷ்டக்காரர்" என்று வூலிச்சிடம் சொன்னேன்...

"பிறந்ததிலிருந்து இப்போது தான் முதல் தடவை. இது பாங்கு அல்லது ஷ்தோஸ் சீட்டாட்டங்களை விட மேல்" என்று திருப்திப் புன்னகையுடன் அவன் பதிலளித்தான்.

"ஆனால் ஓரளவு அபாயம் உள்ளது" என்றேன்.

"அப்புறம் என்ன? நியதியை நம்ப ஆரம்பித்து விட்டீர்களா?"

"நம்புகிறேன். ஆனால் இன்று நீங்கள் கட்டாயமாக இறக்கவேண்டும் என்று என்ன காரணத்தால் எனக்குத் தோன்றியது என்பதுதான் இப்போது விளங்கவில்லை..."

சிறிது நேரத்துக்கு முன்பு அவ்வளவு அமைதியுடன் தன் நெற்றிப் பொருத்துக்குக் குறிவைத்த அதே மனிதன், இப்போது திடீரென்று எரிச்சலும் மனக்கலக்கமும் அடைந்தான்.

"இருக்கட்டும், போதுமே இந்தப் பேச்சு! நமது பந்தயம் முடிந்தது. இப்போது உங்கள் சொற்கள் பொருத்தமற்றவையாக எனக்குப்படுகின்றன..." இப்படிச் சொல்லிவிட்டு எழுந்து, தொப்பியை எடுத்துக்கொண்டு வெளியே போய்விட்டான். இது எனக்கு விந்தையாகப் பட்டது காரணத்துடன் தான்.

ஹூலிச்சின் விசித்திர இயல்புகளைப்பற்றிப் பலவாறாகப் பேசிக்கொண்டே விரைவிலேயே எல்லோரும் அவரவர் வீடுகளுக்குப் புறப்பட்டார்கள். தன்னைச் சுட்டுக்கொள்ள விரும்பிய மனிதனுடன் நான் பந்தயம் கட்டியதற்காக எல்லோரும் என்னைத் தன்னலமி என்று ஒரே குரலில் கூறினார்கள் - ஏதோ நான் இல்லாவிட்டால் வாய்ப்பான நிலைமை அவனுக்குக் கிடைக்காது போல!

ஆளற்ற கிராமத் தெருக்கள் வழியே நடந்து நான் வீடு திரும்பினேன். மூண்டெரியும் நெருப்பின் தகதகப்பு போலச் செம்மை பொலிந்த முழுமதி தொடுவானில் கொத்தளச் சுவர் போன்று காணப்பட்ட வீடுகளின் பின்னிருந்து எழுந்தது. கரு நீல வான்முகட்டில் விண்மீன்கள் அமைதியாகச் சுடர்ந்தன. இந்த விண்ணக விளக்குகள், ஒரு துண்டு நிலத்திற்காகவோ அல்லது ஏதேனும் கற்பித உரிமைக்காகவோ நாம் இடும் அற்பச் சச்சரவுகளில் பங்குகொள்கின்றன என்று எண்ணி வந்த மிக அறிவுள்ள மக்கள் ஒரு காலத்தில் இருந்தார்கள் என்பதை நினைத்துப் பார்க்கையில் எனக்கு வேடிக்கையாக இருந்தது. ஆயினும் என்ன? அவர்களுடைய கருத்துப்படி அவர்களது போர்களையும் வெற்றிக் கொண்டாட்டங்களையும் ஒளியுறுத்துவதற்காகவே ஏற்றப்பட்ட இந்த விளக்குக்கள், முந்திய பிரகாசத்துடனேயே எரிகின்றன. அவர்களுடைய விழைவுகளும் நம்பிக்கைகளுமோ, காட்டின் ஓரத்தில் கவலையற்ற நாடோடியால் ஏற்றப்பட்ட விளக்கை ஒப்ப, அவர்களுடனேயே என்றைக்கோ அவிந்து போய்விட்டன. ஆனால் ஒன்று: எண்ணற்றவர்கள் வாழும் விண்ணுலகு முழுவதும் பேச்சற்ற, ஆனால் மாற்ற முடியாத அனுதாபத்துடன் தங்களைப் பார்த்துக் கொண்டிருக்கிறது என்ற நம்பிக்கை அவர்களுக்கு எத்தகைய சங்கற்ப சக்தியை அளித்தது! அவர்களுடைய இரங்கத்தக்க சந்ததிகளாகிய நாமோ, ஆழ்ந்த நம்பிக்கைகளும் பெருமைகளும் இன்றி, இன்ப நுகர்வும் அச்சமும் இன்றித் தரையில் திரிகிறோம். தவிர்க்க இயலாத முடிவைப் பற்றி நினைக்கும்போது நம்

இதயத்தை நெரிக்கும் நம் வசமற்ற பயம் ஒன்று தான் நாம் உணர்வது. மனிதகுலத்தின் நன்மைக்காகவோ அல்லது நமது சொந்த இன்பத்தின் பொருட்டாகவோ கூட மாண்பு மிக்க தியாகங்கள் செய்ய நாம் வல்லவர்கள் அல்ல, ஏனெனில் அது கைகூடாது என்பதை நாம் அறிவோம். ஆகவே, நமது முன்னோர் ஒரு மருளிலிருந்து இன்னொரு மருளுக்குத் தாவியது போல நாம் ஒரு சந்தேகத்திலிருந்து இன்னொரு சந்தேகத்துக்குத் தாவிக்கொண்டிருக்கிறோம். நம்மிடம், நமது முன்னோர்களிடம் இருந்தது போன்ற எதிர்கால நம்பிக்கையும் இல்லை, மனிதர்களுடனோ அல்லது விதியுடனோ புரியப்படும் எந்தப் போராட்டத்திலும் உள்ளத்துக்குக் கிடைக்கும் தெளிவற்ற, ஆனால் தீவிர இன்ப நுகர்ச்சியும் இல்லை...

இவை போன்ற வேறு பல சிந்தனைகள் என் மனத்தில் ஓடின. நான் அவற்றைத் தடுத்து வைக்கவில்லை, ஏனென்றால், ஏதேனும் ஒரு அருவக் கருத்தில் நிலைத்து ஈடுபடுவதில் எனக்குப் பற்று கிடையாது. அதனால் பயன்தான் என்ன? புத்திளமைப் பருவத்தில் நான் கனவு காண்பவனாக இருந்தேன். சபலமும் பேராசையும் நிறைந்த என் கற்பனை தீட்டிய இருண்டவையும் வானவில் வண்ணங்கள் பொலிந்தவையுமான வடிவங்களை ஒன்று மாற்றி ஒன்றாகச் சீராட்டி மகிழ்ந்து வந்தேன். ஆனால் அதிலிருந்து எனக்கு எஞ்சியது என்ன? ஆவியுடன் இரவுப் போராட்டத்தின் பின் ஏற்படுவது போன்ற களைப்பும், வருத்தம் நிறைந்த மங்கிய நினைவுகளும் மட்டுமே. உள்ளத்தின் பேரூக்கத்தையும் பயனுள்ள வாழ்க்கைக்கு இன்றியமையாத சங்கற்பசக்தியின் நிலைத்த தன்மையையும் நான் இந்த வீண் போராட்டத்தில் கரைத்துத் தீர்த்துவிட்டேன். ஏற்கனவே மானசீகமாக வாழ்ந்து அனுபவித்த பின்னரே நான் இந்த வாழ்க்கையில் அடி வைத்தேன். எனவே, முன்பே தான் அறிந்திருந்த ஒரு நூலின் மோசமான தழுவலைப் படிப்பவனுக்கு உண்டாவது போன்று எனக்குச் சலிப்பாகவும் அருவருப்பாகவும் இருந்தது.

அன்றைய மாலை நிகழ்ச்சி என் உள்ளத்தில் மிக ஆழ்ந்த பதிவை ஏற்படுத்தியது, எனது நரம்புகளை வெகுவாகத் தூண்டிவிட்டது. நியதியை நான் இப்போது நம்புகிறேனா இல்லையா என்று என்னால் நிச்சயமாகக் கூற முடியாது. ஆனால் அன்று மாலை நான் அதை உறுதியாக நம்பினேன். சான்று மலைப்பூட்டுவதாக இருந்தது. ஆகையால், நமது முன்னோர்களையும் அவர்களுக்கு எடுத்ததற்கெல்லாம் உதவி வந்த சோதிடத்தையும் நான் நையாண்டி செய்பவனாயினும் என் வசம் இன்றியே அவர்கள் அடிச்சுவட்டைப் பின்பற்றலானேன். ஆனால் இந்த ஆபத்தான வழியில் எனது போக்கைத் தக்க சமயத்தில் நிறுத்திவிட்டேன். எதையும் அறவே நிராகரிப்பதில்லை, எதையும் கண்மூடித்தனமாகப் பின்பற்றுவதுமில்லை என்ற விதியைக் கடைப்பிடிப்பவன் ஆதலால் வறட்டுத் தத்துவச் சிந்தனையை ஒரு புறம் ஒதுக்கிவிட்டு, காலடியில் இருப்பதை நோக்கலானேன். இந்த முன் ஜாக்கிரதை மிகவும் சந்தர்ப்பப் பொருத்தமாக இருந்தது: பருமனும் மென்மையும் கொண்ட, ஆனால் உயிரற்ற ஏதோ ஒன்றில் தடுக்கி விழாமல் மயிரிழை தப்பினேன். குனிந்தேன் (நிலவு தெருவில் நேராகப் பொழிந்து கொண்டிருந்தது), அது என்ன என்று பார்த்தேன். என் முன்னே கிடந்தது வாளால் இரு கூறாக வகிரப்பட்ட பன்றி... அதை ஆராய்ந்து பார்ப்பதற்குள் விரைவான காலடிச் சத்தம் கேட்டது. இரண்டு கஸாக்கியர்கள் பக்கத்துச் சந்திலிருந்து ஓடி வந்தார்கள். ஒருவன் என்னை அணுகி, பன்றியை விரட்டிக்கொண்டு ஓடிய குடிகாரக் கஸாக்கியன் ஒருவனை நான் கண்டேனா என்று கேட்டான். கஸாக்கியனை நான் காணவில்லை எனக் கூறிவிட்டு, அவனது வீராவேசத்துக்குப் பலியான ஆக்கங்கெட்ட பிராணியைச் சுட்டிக் காட்டினேன்.

“கடைகெட்ட கொள்ளைக்காரப் பயல்! சாரயம் வயிறு முட்டக் குடிக்க வேண்டியதுதான், கைக்கு அகப்பட்டதை எல்லாம் கண்டதுண்டம் ஆக்கிவிடுகிறான். வா, யெரெமேயிச், அவனைத் தேடுவோம். அவனைக் கட்டிப்போட வேண்டும். இல்லாவிட்டால்...” என்றான் இரண்டாமவன்.

அவர்கள் போய்விட்டார்கள். நான் மிகுந்த எச்சரிக்கை யுடன் என் வழியே நடந்து, இடையூறின்றி வீட்டை அடைந்தேன்.

நான் வயதான கஸாக்கிய ஹவல்தார் ஒருவன் வீட்டில் தங்கியிருந்தேன். இந்த மனிதனை மிகவும் நேசித்தேன் – அவனது நல்ல குணங்களுக்காகவும், சிறப்பாக அழகிய மகள் நாஸ்த்யாவுக்காகவும்.

அவள் மென்மயிர்த்தோல் கோட்டைப் போர்த்துக் கொண்டு வாயிற்கதவு அருகே எனக்காக வழக்கம்போல் காத்திருந்தாள். இரவுக் குளிரால் நீலம் பாரித்திருந்த அவளது இனிய உதடுகளை நிலவு ஒளியுறுத்தியது. என்னை அடையாளம் கண்டு அவள் முறுவலித்தாள். ஆனால், என் மனம் அவள்பால் செல்லவில்லை. நான் அவள் அருகாகக் கடந்து சென்றவாறே, "விடை கொடு, நாஸ்த்யா!" என்றேன். அவள் ஏதோ பதில் சொல்ல வாயெடுத்தவள் வெறுமே பெருமூச்செறிந்தாள்.

அறைக்குள் போய்க் கதவைத் தாழிட்டுக்கொண்டு, மெழுகுவத்தியைப் பொருத்திவிட்டுப் படுக்கையில் விழுந்தேன். ஆனால் தூக்கந்தான் இம்முறை வெகுநேரம் வரவில்லை. கிழக்கு வெளுக்கத் தொடங்கிவிட்ட பின்பே எனக்கு உறக்கம் பிடித்தது. ஆனால் அந்த இரவு நான் களைதீர உறங்கமாட்டேன் என்பது ஏற்கனவே விதிக்கப்பட்டிருந்தது போலும். காலை நான்கு மணிக்கு என் அறை ஜன்னலை இரண்டு முட்டிகள் தடதடவென்று இடித்தன. நான் துள்ளி எழுந்தேன்: என்ன அது? "எழுந்திரு. உடை மாட்டிக்கொள்!" என்று கத்தின சில குரல்கள். நான் பரபரவென்று உடையணிந்துகொண்டு வெளியே போனேன். "என்ன நடந்தது, தெரியுமா?" என்று என்னைக் கூப்பிட வந்த மூன்று அதிகாரிகளும் ஒரே குரலில் கேட்டார்கள். அவர்கள் சவம்போல் வெளிறியிருந்தார்கள்.

"என்ன?"

“வூலிச் கொல்லப்பட்டுவிட்டான்.”

நான் திகைத்து நின்றுவிட்டேன்.

“ஆமாம். கொலை செய்யப்பட்டுவிட்டான். வா, போவோம் விரைவாக” என்றார்கள்.

“எங்கே ?”

“வழியில் தெரிந்து கொள்வாய்.”

நாங்கள் நடந்தோம். நிகழ்ந்ததை எல்லாம் அவர்கள் எனக்கு விவரித்தார்கள். சாவதற்கு அரை மணி முன்பு தவிர்க்க முடியாத மரணத்திலிருந்து அவனைத் தப்புவித்த விசித்திர நியதியைப் பற்றிப் பல்வேறு கருத்துக்களையும் இடையிடையே சேர்த்துக் கொண்டார்கள். வூலிச் இருண்ட தெருவில் தனியாளாக நடந்தானாம். பன்றியை வெட்டித் துண்டாக்கிய குடிகாரக் கஸாக்கியன் அவனை நோக்கிப் பாய்ந்தானாம். வூலிச்சைக் கவனிக்காமலே ஒரு வேளை அவன் அப்பால் போயிருக்கக் கூடுமாம். ஆனால் வூலிச் சட்டென நின்று, “யாரைத் தேடுகிறாய் தம்பீ?” என்று கேட்டானாம். கஸாக்கியன் “உன்னை!” என்று பதில் சொல்லிவிட்டு வாளை வீசி அவன் தோளிலிருந்து அனேகமாக இதயம் வரை பிளந்து விட்டானாம்... என்னைச் சந்தித்த பின் கொலைகாரனைத் தேடிச் சென்ற இரண்டு கஸாக்கியர்களும் அருகே வந்து, காயமடைந்தவனைத் தூக்கினார்களாம். ஆனால் அவன் மூச்சுப் போகும் தறுவாயில் இருந்தானாம், “அவன் சொன்னது உண்மை !” என்று மட்டும் கூறினானாம். இந்தச் சொற்களின் இருண்ட அர்த்தத்தை நான் ஒருவன் மட்டுமே புரிந்து கொண்டேன். அவை என்னைக் குறித்தவை. பாவம், அவனது விதியை அவனுக்கு நான் என் வசமின்றியே முன்னுரைத்தேன். என் உள்ளுணர்ச்சி என்னை ஏமாற்றவில்லை. அவனது மாறிய முகத்தில் அணித்தான இறுதியின் குறியை நான் சரியாகப் புரிந்து கொண்டேன்.

கொலையாளி கிராமத்தின் கோடியிலிருந்த காலி வீட்டுக்குள் புகுந்து தாழிட்டுக்கொண்டிருந்தான். நாங்கள் அங்கே போனோம். நிறைய மாதர்கள் அழுதுகொண்டே அதே திசையில் ஓடினார்கள். இருந்தாற்போலிருந்து காலந்தாழ்த்து விட்ட கஸாக்கியன் எவனாவது தெருவில் பாய்ந்து சென்றவாறே அவசர அவசரமாகக் குத்துவாள் வாரை இறுக்கிக் கொண்டு ஓட்டமாக எங்களை முந்திச் செல்வான். ஒரே அல்லோலகல்லோலம்.

கடைசியில் நாங்கள் போய்ச் சேர்ந்தோம். பார்க்கிறோமோ, கதவுகளும் ஜன்னல்களும் உட்புறம் தாழிடப்பட்டிருந்த வீட்டைச் சுற்றிலும் கூட்டம் நெரிந்தது. அதிகாரிகளும் கஸாக்கியச் சிப்பாய்களும் பரபரப்புடன் விவாதித்துக் கொண்டிருந்தார்கள். பெண்கள் புலம்பலுடன் அழுது அரற்றிக் கொண்டிருந்தார்கள். மதியிழந்தவள் போன்ற புகலற்ற சோர்வு படிந்திருந்த ஒரு கிழவியின் குறிப்பிடத்தக்க முகம் இவற்றுக்கிடையே என் கவனத்தைக் கவர்ந்தது. முட்டின் மீது முழங்கைகளை ஊன்றி, தலையைக் கைகளால் தாங்கிக்கொண்டு ஒரு பருத்த கட்டைமேல் அமர்ந்திருந்தாள் அவள். அவள் தான் கொலைகாரனின் தாய். அவ்வப்பொழுது அவளுடைய உதடுகள் அசைந்தன. அவை கிசுகிசுத்தது பிரார்த்தனையா, சாபமா?

நிற்க, ஏதாவது முடிவு செய்து குற்றவாளியைப் பிடிப்பது அவசியமாயிருந்தது. ஆனால் முதன் முதல் பாய்வதற்கு எவனுக்கும் துணிவு வரவில்லை.

நான் ஜன்னலை நெருங்கிக் கதவு இடுக்கு வழியே உள்ளே பார்த்தேன். வெளிறடைந்து, வலக்கையில் கைத்துப்பாக்கியுடன் தரையில் கிடந்தான் அவன். இரத்தந் தோய்ந்த வாள் அவன் அருகே கிடந்தது. உணர்ச்சி ததும்பும் அவன் விழிகள் பயங்கரமாகச் சுற்றிலும் சுழன்றன. இருந்தாற்போலிருந்து அவன் நடு நடுங்கி, முந்திய இரவு நிகழ்ச்சிகளைத் தெளிவின்றி நினைவு படுத்திக்கொள்பவன் போலத் தலையைப் பிடித்துக்கொண்டான். நிம்மதியற்ற அந்த

விழிகளில் பெருத்த மனவுறுதி எனக்குத் தென்படவில்லை. அறைக்கதவை உடைத்து உள்ளே பாயும்படி கஸாக்கிய வீரர்களுக்கு அவர் கட்டளையிடாதிருப்பது வீண் என்றும், அவன் அறிவு முற்றிலும் தெளிந்த பிறகு இப்படிச் செய்வதை விட இப்போதே செய்வது மேல் என்றும் மேஜரிடம் கூறினேன்.

அந்தச் சமயத்தில் முதிய கஸாக்கியக் காப்டன் கதவருகே வந்து குற்றவாளியைப் பெயரிட்டு அழைத்தான். அவன் பதில் குரல் கொடுத்தான்.

"தம்பீ எபீமிச், குற்றமோ புரிந்துவிட்டாய், இனி எதுவும் செய்வதற்கில்லை, பேசாமல் கீழ்ப்படிந்துவிடு!" என்றான் காப்டன்.

"கீழ்ப்படிய மாட்டேன்!" என்றான் கஸாக்கியச் சிப்பாய்.

"ஆண்டவனுக்கு அஞ்சு! நீ பாழாய்ப்போன செச்சேனியன் அல்ல, நேர்மையுள்ள கிறிஸ்துவன். உன் பாவம் உன்னைக் கெடுவழியில் இட்டுப்போய்விட்டது, ஆகவே செய்வதற்கு ஒன்றுமில்லை. உன் தலைவிதியை உன்னால் மாற்ற முடியாது!"

"பணிய மாட்டேன்!" என்று பயங்கரமாகக் கத்தினான் கஸாக்கியச் சிப்பாய். கைத்துப்பாக்கிக் குதிரை இழுத்து விடப்பட்டுக் கிளிக்கிடுவது கேட்டது.

"இந்தா, அத்தை! நீதான் சொல்லேன் மகனுக்கு. உன் வார்த்தையைக் கேட்டாலும் கேட்பான்... இது சும்மா ஆண்டவனுக்குக் கோபமூட்டுமே தவிர வேறில்லை. நீயே பார், கனவான்கள் இரண்டு மணி நேரமாகக் காத்திருக்கிறார்களே" என்று கிழவியிடம் சொன்னான் காப்டன்.

கிழவி அவனை உறுத்துப் பார்த்துவிட்டுத் தலையை அசைத்தாள்.

காப்டன் மேஜரை அணுகி, "வஸீலிய் பித்ரோவிச், இவன் ஒப்புக்கொடுக்க மாட்டான், நான் அறிவேன் இவனை. கதவை உடைத்தாலோ, நம்மவர் பலரைக் கொன்றுவிடுவான். இவனைச் சுடுவதற்கு அனுமதி கொடுக்கமாட்டீர்களா? ஜன்னல் கதவில் இடுக்கு அகலம்" என்றான்.

அந்தக் கணத்தில் எனக்கு ஒரு விந்தையான எண்ணம் உதித்தது. வூலிச் போலவே நான் விதியைச் சோதிக்க விரும்பினேன்.

"பொறுங்கள், நான் இவனை உயிரோடு பிடிக்கிறேன்" என்று மேஜரிடம் கூறினேன்.

குற்றவாளியுடன் பேச்சைத் தொடர்ந்து நடத்தும்படிக் காப்டனுக்குச் சொன்னேன். இரண்டு கஸாக்கியச் சிப்பாய்களைக் கதவருகே நிறுத்தி, என் சைகை கிடைத்ததும் உடைத்து உள்ளே புகுந்து எனக்கு உதவும்படிக் கூறிவிட்டு வீட்டைச் சுற்றிப் போய், விதியை முடிவு செய்யும் ஜன்னலை நெருங்கினேன். என் இதயம் திக்திக்கென்று அடித்துக்கொண்டது.

"அட போடா கடைத்தேறா ஜன்மமே! நீ என்ன, எங்களைக் கேலி செய்கிறாயோ? இல்லை, எங்களால் உன்னை வசப்படுத்த முடியாது என்கிற நினைப்போ உனக்கு?" என்று கத்தினான் காப்டன். கதவை முழு பலத்துடனும் இடிக்கத் தொடங்கினான். நான் இடுக்கில் கண்ணை ஒட்டிக்கொண்டு, இந்தப் புறமிருந்து தாக்குதலை எதிர்பாராத கஸாக்கியனின் அங்க அசைவுகளை உன்னிப்பாகக் கவனித்தேன். திடீரென்று ஜன்னல் கதவை உடைத்து உள்ளே தலைகீழாகப் பாய்ந்தேன். என் காதுக்கு மேலே வெடி அதிர்ந்தது, குண்டு என் பதவிச் சின்னத்தைப் பிய்த்து விட்டது. ஆனால் அறைக்குள் மண்டிய புகை என் எதிரி பக்கத்தில் கிடந்த வாளைக் கண்டெடுக்க விடாது தடை செய்தது. நான் அவனுடையை கைகளைப் பிடித்துக்கொண்டேன், கஸாக்கியச் சிப்பாய்கள் உடைத்து உள்ளே பாய்ந்தார்கள். மூன்று நிமிடங்களுக்குள் குற்றவாளி

கட்டப்பட்டுக் காவலுடன் இட்டுச் செல்லப்பட்டுவிட்டான். கூட்டம் கலைந்துவிட்டது, அதிகாரிகள் என்னை வாழ்த்தினார்கள் - உண்மையிலேயே வாழ்த்துக்கு உரிய காரணம் இருந்தது.

இத்தனைக்கெல்லாம் பிறகு விதிவாதி ஆகாமல் இருப்பது எப்படி? ஆனால் ஒரு விஷயத்தில் தான் ஆழ்ந்த நம்பிக்கை கொண்டுவிட்டானா இல்லையா என்று எவனுக்கு நிச்சயமாகத் தெரியும்? எவ்வளவு அடிக்கடி நாம் மயர்வை அல்லது பகுத்தறிவின் தவறையே ஆழ்ந்த நம்பிக்கை என்று எண்ணிவிடுகிறோம்! எல்லாவற்றையுமே சந்தேகிப்பதில் எனக்கு விருப்பம். இந்த மனப்பான்மை சுபாவத்தின் உறுதிக்கு இடையூறாக இருப்பதில்லை. மாறாக, என்னைப் பொறுத்தவரை, என்ன நேரப் போகிறது என்பதை அறியாதபோது இன்னும் அதிகத் துணிவுடன் முன் செல்கிறேன். பார்க்கப் போனால் சாவைவிட மோசமானது எதுவும் நிகழ முடியாது - சாவையோ, தவிர்ப்பது இயலாது!

கோட்டைக்குத் திரும்பியதும் நான் எனக்கு நேர்ந்ததையும் நான் கண்டதையும் மக்ஸீம் மக்ஸீமிச்சுக்கு விவரித்துவிட்டு, நியதியைப் பற்றி அவருடைய கருத்தை அறிய விரும்பினேன். முதலில் அவர் இந்தச் சொல்லைப் புரிந்து கொள்ளவில்லை. நான் என்னால் முடிந்தவரை அதை விளக்கினேன். அப்போது அவர் அர்த்தபுஷ்டியுடன் தலையை ஆட்டி, பின் வருமாறு கூறினார்:

"ஆம், சந்தேகமில்லாமல்! இந்த விஷயம் நிரம்பச் சிக்கலானது! அது கிடக்கட்டும், இந்த ஆசியத் துப்பாக்கிக் குதிரைகள் இருக்கின்றனவே, சரியாக எண்ணெய் போடாவிட்டாலும் சரி, மிகப் பலமாக விரலால் அழுத்தா விட்டாலும் சரி, அடிக்கடி சுடத் தவறிவிடுகின்றன. செர்க்கேஸியத் துப்பாக்கிகளையும் எனக்குப் பிடிக்காது என்று சொல்லிவிடுகிறேன். அவை என்னவோ, நமக்குப் பாந்தமாக இருப்பதில்லை. பிடங்கு சின்னது, எப்போது பார்த்தாலும் மூக்கைச் சுட்டுக்கொள்ள நேரிடுகிறது. ஆனால்

அவர்களுடைய வாட்களைச் சொல்லுங்கள் - கண்ணிலே ஒத்திக்கொள்ளலாம்!"

அப்புறம் அவர் சிறிது சிந்தித்துவிட்டுச் சொல்லிக் கொண்டார்:

"ஊம், பரிதாபம், அப்பாவி... இராப்போதில் குடிகாரனோடு இவன் பேசுவானேன், கெட்ட காலம்! ஆனால், இப்படி நடக்க வேண்டும் என்று அவன் தலையில் எழுதியிருந்திருக்கிறதே!"

இதற்கு மேல் அவரிடமிருந்து எதையும் கேட்டறிய என்னால் முடியவில்லை. வறட்டுத் தத்துவ விவாதங்களில் பொதுவாகவே அவருக்கு விருப்பம் கிடையாது.

முற்றும்

இ.அந்த்ரோனிக்கவின் விளக்கவுரை

1840ம் ஆண்டு மே மாதம் பீட்டர்ஸ்பர்க் புத்தகக் கடைகளில் ஒரு நவீனம் விற்பனைக்கு வைக்கப்பட்டது. "நம் காலத்து நாயகன்" என்று தலைப்பிட்ட இந்நூலின் ஆசிரியர், தமது சிறந்த கவிதைகளினால் ஏற்கனவே புகழ் பெற்றிருந்த இருபத்தைந்து வயதுக் கவிஞர் மிகயீல் லேர்மன்தவ்.

புதிய நவீனம் அசாதாரண விரைவுடன் விற்பனை ஆகிவிட்டது. எழுத்தாளர் தம் காலத்து நாயகன் என யாரைக் குறிப்பிட்டிருக்கிறார் என்று அறிய எல்லோருக்கும் ஆவல் உண்டாயிற்று. நாயகர்களைப் போல் செய்ய முயல்வதும் அவர்களை எடுத்துக்காட்டாகக் கொள்ளுவதும் மக்களின் வழக்கம் ஆயிற்றே... நவீனத்தின் தலைப்பே வாசகர்களின் பேராவலைத் தூண்டிவிட்டது.

வடிவமைப்பிலேயே இந்த நவீனம் புது மாதிரியாகத் திகழ்ந்தது: அதில் ஐந்து நெடுங்கதைகள் அடங்கியிருந்தன. இவற்றில் மூன்று கதைகள் "அத்யேசெஸ்த்வின்னியேஸாபிஸ்க்கி" (தாய் நாட்டுக் குறிப்புக்கள்) என்ற முற்போக்குச் சஞ்சிகையில் ஏற்கனவே வெளியாகியிருந்தன. ஆனால் அவற்றைத் தனித்தனியே படித்தவர் எவரும் அவை ஒன்று சேர்ந்து ஒரே முழுக்கதையாக அமையும் என்று எண்ணவில்லை. எல்லா நெடுங்கதைகளிலும் பிரதான பாத்திரமாக விளங்கியவன், காக்கேஷியப் படைக்கு அனுப்பப்பட்ட அதிகாரி பிச்சோரின் என்பவனே.

நவீனத்தின் அத்தியாயங்கள் "பேலா", "மக்ஸீம் மக்ஸீமிச்", "தமான்", "இளவரசி மேரி", "விதிவாதி" என்பவை காலக் கிரமப்படி அமைக்கப்படவில்லை. இரண்டாம் பாகத்தில் லேர்மன்தவ் வருணித்துள்ள நிகழ்ச்சிகள் முதல் பாகத்தின் நிகழ்ச்சிகளுக்கு முற்பட்டவை. கதாநாயகனின் வாழ்க்கைக் கிரமப்படி கதைகளை முறைப்படுத்தினால் வரிசை பின்வருமாறு அமையும்:

1) காக்கேஷியாவில் தான் நியமிக்கப்பட்ட இடத்துக்குச் செல்கையில் பிச்சோரின் தமான் என்னும் இடத்தில் தங்குகிறான் ("தமான்").

2) போர் நடவடிக்கைகளில் பங்கெடுத்துக்கொண்ட பின் பிச்சோரின் ஆரோக்கிய ஸ்தலம் சென்று பியாத்திகோர்ஸ்க்கிலும் கிஸ்லவோத்ஸ்க்கிலும் வசிக்கிறான், இருவர் போராட்டத்தில் குருஷ்நீத்ஸ்க்கியைக் கொல்கிறான் ("இளவரசி மேரி").

3) இந்த இருவர் போராட்டத்தின் விளைவாகப் பிச்சோரின் "காக்கேஷிய முன்னணியின்" இடது பக்கத்தில் இருந்த கோட்டைக்கு உதவிக் காப்டன் மக்ஸீம் மக்ஸீமிச்சின் கீழ் பணியாற்ற அனுப்பப்படுகிறான் ("பேலா").

4) பிச்சோரின் கோட்டையிலிருந்து வெளியேறிக் கஸாக்கிய கிராமத்தில் இரண்டு வாரங்கள் தங்குகிறான், அங்கே வூலிச்சுடன் பந்தயம் கட்டுகிறான் ("விதிவாதி").

5) ஐந்து ஆண்டுகளுக்குப் பின் படை வேலையிலிருந்து ஓய்வு அளிக்கப்பட்ட பிச்சோரின் பாரசீகம் செல்லும் வழியில் விளாதிகாக்கே ஷியா என்னும் இடத்தில் மக்ஸீம் மக்ஸீமிச்சைச் சந்திக்கிறான் ("மக்ஸீம் மக்ஸீமிச்").

6) பாரசீகத்திலிருந்து திரும்புகையில் பிச்சோரின் இறந்து விடுகிறான். (பிச்சோரினின் நாட்குறிப்புக்கு முன்னுரை.)

கதையை இந்த வரிசையில் அன்றி வேறு வரிசையில் அமைத்த தன் வாயிலாக லேர்மன் தவ் முதலில் பிச்சோரினை

வேறு சமூக வட்டத்தைச் சேர்ந்த, அடக்கமுள்ள உதவிக் காப்டனின் நோக்கிலிருந்து அறிமுகப்படுத்துகிறார்; அடுத்த கதைப் பகுதியில் பிரயாணக் குறிப்புக்களின் ஆசிரியர் தாமே பிச்சோரினை அவதானிக்கிறார். பின்னர் வாசகர்கள் பிச்சோரின் இறந்த செய்தியைத் தெரிந்து கொள்கிறார்கள். முடிவில் அவனது நாட்குறிப்பைப் படிக்கிறார்கள். கதா நாயகனது சுபாவத்தின் பல்வகைப்பட்ட, ஒன்றுக்கொன்று முரணான தன்மைகள் இவ்வாறு வெளிப்படுகின்றன.

பிச்சோரின் கூர்ந்து அவதானிப்பவன், மதிநுட்பம் வாய்ந்தவன், சிறந்த கல்விப் பயிற்சி பெற்றவன். அவன் இளைஞன், அழகன், செல்வன். ஆயினும் அவன் எவ்விதக் குறிக்கோளும் விருப்பமும் இன்றி, காதலிலோ நட்பிலோ இன்பம் காணாதவனாக வாழ்கிறான். அவனது வாழ்வின் சிறந்த ஆண்டுகள் செயலின்மையில் கழிகின்றன. தன் உள்ளத்தில் அவன் உணரும் அளவற்ற ஆற்றல்கள் பயனின்றி அழிந்து போகின்றன. அருஞ்செயல்கள் ஆற்றுவது பற்றிய அவனது கனவுகள் கனவுகளாகவே இருந்து விடுகின்றன. அவன் தனியன், இன்பம் அற்றவன். வாழ்க்கையில் தன்னுடன் உறவுகொள்ள நேரும் ஒவ்வொருவருக்கும் அவன் அழிவையோ துன்பத்தையோ விளைக்கிறான்.

பிச்சோரினை இளமையிலேயே கிழவனாக்கிவிட்ட நோய் எது? தான் செய்ய முயன்ற அருஞ்செயல்களை அவனால் ஆற்ற முடியாமல் போனது ஏன்? அவனது பேராற்றல்கள் ஏன் வீணே மடிகின்றன? அவன் செயலின்றி வெம்புவதும் போராட்டமின்றி முதுமை அடைவதும் ஏன்?

ஏனென்றால் ஜார் முதலாவது நிக்கொலாயின் சாம்ராஜ்யத்தில், மிகக் கொடுமையான பிற்போக்கு தலை விரித்தாடிய ஆண்டுகளில், பிச்சோரினுக்கு எவ்விதக் குறிக் கோளும் தென்படவில்லை, எவ்விதப் போராட்டத்தையும் அவன் காணவில்லை. அவனுக்கு வயது வந்தபோது, தலை சிறந்த ருஷ்யப் புரட்சியாளர் அலெக்ஸாந்தர் கேர்த்ஸெனின் உருவகச் சொற்களில் கூறுவதானால், டிசெம்பர்வாதி

பெஸ்தேலுக்கும் அவனது தோழர்களுக்கும் மரண தண்டனை நிறைவேற்றப்பட்டதையும் பேரரசன் முதலாம் நிக்கொலாய் முடிசூட்டப்பட்டதையும் ருஷ்யாவுக்கு அறிவிக்கும் கண்டாமணி ஒலித்தது. பிரபுவம்சத்தைச் சேர்ந்த புரட்சியாளர்கள், உயர்ந்த பண்புடையவராகிய ருஷ்ய தேசபக்தர்கள், தலைமைவகித்து நடத்திய எழுச்சி 1825ம் ஆண்டு டிசெம்பர் மாதம் பீட்டர்ஸ்பர்க் நகரின் செனேட் சதுக்கத்தில் அடக்கி ஒடுக்கப்பட்டது. விடுதலை விரும்பிய இளைஞர்களின் முழுத் தலைமுறையினது நம்பிக்கைகள் அன்று தகர்க்கப்பட்டுவிட்டன. பிச்சோரினின் சமவயதினர் இந்த எழுச்சியில் கலந்து கொள்வதற்கு உரிய பக்குவம் அடையவில்லை. ஆனால் அடுத்த பத்து ஆண்டுகளுக்கு அவர்கள் "முதிர்ச்சி அடைய முடியவில்லை. உயிரோட்டமுள்ள அக்கறைக்குரிய விஷயங்கள் அற்ற, பரிதபிக்கத்தக்க, பேடிமை வாய்ந்த, அடிமைத்தனத்துடன் குழைகின்ற சமூகத்தால் சூழப்பட்டு அவர்கள் முறிந்து போயினர், வெம்பிவிட்டனர்" என்று எழுதுகிறார் கேர்த்ஸெண்.

கோடிக்கணக்கான மக்களின் வெட்கக்கேடான அடிமைத்தனம் பற்றிய எண்ணத்தால் ஒரு காலத்தில் பிச்சோரின் மனம் உளைந்தான். ஆனால் நாளடைவில் தன் உணர்ச்சிகளை உள்ளத்தின் அடியாழத்தில் புதைத்துவிட்டு, பிறரது துன்பங்களை அசட்டையுடன் நோக்கப் பழகிக்கொண்டான். தனது பலவீனத்தால் ஆரம்பத்தில் அவன் உளஞ் சோர்ந்தான். அப்புறமோ, எதையும் நம்பாதிருப்பதற்கும், எந்த நன்மையையும் எதிர்பார்க்காதிருப்பதற்கும் தன்னைப் பயிற்றிக் கொண்டான். இவ்வாறு அவன், தனது சொற்களிலேயே, நீதிநெறி முடவன் ஆகிவிட்டான். இந்த நீதிநெறி முடவனைத் தான் லேர்மன்தவ் தம் காலத்து நாயகன் என அழைத்தார்.

"எந்த வகையில் இவன் நாயகன்? இது நகைப்பான நையாண்டியல்லவா?" என்று வாசகர்கள் கேட்டார்கள்.

லேர்மன்தவ் நவீனத்தின் முன்னுரையில் இதற்கு விடையளித்தார். "... நம் காலத்து நாயகன்... உருவச் சித்திரம் என்பது சரியே, ஆனால் ஒரு மனிதனது அல்ல. நமது தலைமுறை அனைத்தின் குறைபாடுகள் அடங்கிய உருவச் சித்திரம் இது..."

வாசகர்கள் புரிந்து கொண்டார்கள். பிச்சோரின் - ஜார் நிக்கொலாயின் ஆட்சியில் வளர்ந்த தலைமுறையின் நாயகன் - அத்தகையவனாக இருப்பதற்குத் தான் பொறுப்பாளி அல்ல. தீமை வேரோடியிருப்பது அவனுக்குள் அல்ல, அவனது சுபாவத்தின் தன்மைகளில் அல்ல, ஆனால் பண்ணையடிமை முறையின் நிலைமைகளில், ஜாரின் எதேச்சாதிகார ஆட்சியில். பிச்சோரினது "உள வரலாற்றை" லேர்மன்தவ் அந்தக் காலகட்டத்தின் தன்மையைப் புலப்படுத்தும் நிகழ்ச்சி என்ற வகையில் வெளிப்படுத்துகிறார். "நம் காலத்து நாயகன்" உளவியல் நவீனம், அதே சமயம் சமூக நவீனமும் ஆகும்.

"நம் காலத்து நாயகன்" வெளிவந்ததை ஒட்டி ஜாரின் கொடுங்கண் பார்வை மீண்டும் கவிஞர் மீது விழுந்தது. பல ஆண்டுகளாக நீடித்த இரத்தக் களரி நிகழ்ந்து கொண்டிருந்த காக்கேஷியாவுக்கு அவர் இரண்டாம் முறை நாடு கடத்தப்பட்டார் (மகாகவி பூஷ்கினைப் பற்றிக் "கவியின் மரணம்" என்ற கவிதை எழுதியதற்காக அவர் 1837 ம் ஆண்டு முதல் தடவை காக்கேஷியாவுக்கு அனுப்பப்பட்டிருந்தார்.) லேர்மன்தவின் கட்டற்ற போக்கும், பிரபு வம்சப் பிரமுகர்கள்பால் அவர் கொண்டிருந்த அலட்சிய பாவமும், தம் காலச் சமூகத்தின் குறைகளைத் துணிகரமாக, சீற்றத்துடன் விளாசிய, போராட்ட உணர்ச்சியும் விடுதலைப் பற்றும் பொங்கித்ததும்பிய அவரது நூலின் ஆன்மா முழுவதுமே ஜார் முதலாம் நிக்கொலாயும் அவனைச் சார்ந்தவர்களும் அவர்பால் வெறுப்புக் கொள்ளுமாறு செய்தன. 1840ம் ஆண்டுத் தொடக்கத்தில் லேர்மன்தவின் பகைவர்கள், இருவர் போராட்டத்துக்கு அவரைத் தூண்டிவிடுவதில்

வெற்றி பெற்றார்கள். இந்தப் போராட்டத்தில் பங்கு கொண்டதற்காகக் கவிஞர் மீது வழக்கு தொடரப்பட்டது. நாடு கடத்தப்பட்ட லேர்மன்தவுக்குத் திரும்பி வர வாய்க்கவில்லை. 1841ம் ஆண்டு ஜூலை மாதம் 27ந் தேதி அவர் இருவர் போராட்டத்தில் கொல்லப்பட்டார். அப்போது அவருக்கு 27 வயது கூட நிரம்பவில்லை.

லேர்மன்தவையும் அவரது நவீனத்தையும் இழிவு படுத்துவதற்காகச் செய்யப்பட்ட முயற்சிகளுக்கு விடையாக மாபெரும் விமர்சகரும் ஜனநாயகவாதியும் ஆன விஸ்ஸாரி யோன் பெலீன்ஸ்க்கிய் பிச்சோரினைப் பற்றிப் பின்வருமாறு எழுதினார்: " 'தன்னலமி, போக்கிரி, பாதகன், ஒழுக்க வீனன்...' என்று கண்டிப்பான நீதிநெறிவாதிகள் ஒரே குரலில் கத்தலாம். நீங்கள் சொல்வது உண்மை, கனவான்களே, ஆனால் நீங்கள் எதற்காகத் தொல்லைப்படுகிறீர்கள்? எதற்காகக் கோபித்துக்கொள்கிறீர்கள்? நீங்கள் அவனைச் சபிப்பது அவனுடைய குறைகளுக்காக – அல்ல - உங்களிடம் அவை இன்னும் அதிகம், உங்களுடைய குறைகள் இன்னும் கருமையானவை, இன்னும் இழிந்தவை - ஆனால் எந்தத் துணிவு மிக்க சுதந்திரத்துடன், ஒளிவு மறைவற்ற சிடுசிடுப்புடன் அவன் தன் குறைகளைப் பற்றிப் பேசுகிறானோ அவற்றுக்காக..." ருஷ்யப் புரட்சிகர - ஜனநாயக விமர்சகர்கள் லேர்மன்தவின் நவீனத்தைச் சுதந்திரச் சிந்தனையின் மாபெரும் வெளியீடு எனவும் பிச்சோரினின் உருவை விரிவான சமூக நிகழ்ச்சியின் வடிவமைப்பு, ஒரு தலைமுறை அனைத்தினதும் குறைகளின் மூர்த்தீகரிப்பு எனவும் ஏற்றுக்கொண்டார்கள்.

டிசெம்பர் எழுச்சிக்குப் பிறகு வாழ்க்கையில் அடி எடுத்து வைத்த பிச்சோரின், ருஷ்யப் புரட்சியாளர்களின் அடுத்த தலைமுறை - புரட்சிகர ஜனநாயகவாதிகளின் தலைமுறை - வரலாற்று அரங்கில் பிரவேசிப்பதற்கு முன் இறந்து போனான். பிச்சோரின் நடுவாந்தரக் காலகட்டத்தின் நாயகன். அவனது உள்ளத்தின் இடைமாற்ற நிலையைச்

சுட்டிக்காட்டுகையில் பெலீன்ஸ்க்கிய் இதைப் பற்றியே கூறுகிறார்: "அந்த உள்ளத்தில் மனிதனுக்குப் பழையவை எல்லாம் தகர்ந்து சிதைந்துவிட்டன, புதியவையோ இன்னும் உருவாகவில்லை; அதில் மனிதன் நிலவுவது வருங்காலத்தில் உண்மையாகப் போகிற ஏதோ ஒன்றின் சாத்தியப்பாடு ஆகவும் நிகழ்காலத்தில் முற்றிலும் ஆவியாகவும் மட்டுமே."

பிச்சோரின் தனி நபர் சுதந்திரத்தை அடைய விழைந்தான். தனது வெறுப்புக்கு உள்ளான சமூகத்திலிருந்து தன்னைத் துணித்துக்கொள்வது, தனக்கு அளவிட முடியாதவாறு தாழ் நிலையில் இருந்த மனிதர்களிடமிருந்து தனியாக விலகி விடுவது என இந்தச் சுதந்திரத்தை அவன் அர்த்தப்படுத்திக் கொண்டான். அவன் தனக்குள் அடைபட்டுக் கிடந்தான், துன்பகரமான தனிமையில் மடிந்து போனான். பகைமை நிறைந்த சுற்றுச்சார்புடன் போராடுவதற்கு ஏற்ற சாதனங்கள் அவனிடம் இல்லை.

இந்தச் சாதனமாக, இந்தக் கருவியாக லேர்மன்தவுக்குப் பயன்பட்டது அவருடைய கவிதை. நிலவும் அமைப்பின் குறைகளைத் தமது நவீனத்தில் அம்பலப்படுத்தியதன் வாயிலாக அவர் முற்போக்கான சமூகக் கருத்துக்கள் வளர்ச்சியடைய உதவினார். "நம் காலத்து நாயகன்" ஆற்றிய வரலாற்று முக்கியத்துவம் வாய்ந்த முதன்மைப் பணி இதுவே.

குறிப்புகள்

[1] ஜெனரல் அலெக்ஸேய் பெத்ரோவிச் யெர்மோலவ், காக்கேஷியாவில் ருஷ்யப் படைகளுக்குத் தலைமைத் தளகர்த்தராக இருந்தார். காக்கேஷியாவுக்கு நாடு கடத்தப்பட்ட டிசெம்பர்வாதிகள்பால் பரிவு காட்டியதற்காக 1827 ம் ஆண்டு அவர் ஜாரினால் பதவியிலிருந்து நீக்கப்பட்டார்.

பக்கம் 18

[2] ருஷ்ய மகாகவி அலெக்ஸாந்தர் பூஷ்க்கினின் "மேகம்" என்னும் கவிதையின் முதல் வரி.

பக்கம் 135

[3] 1825 டிசம்பர் 14ந் தேதி நடந்த எழுச்சியில் கலந்து கொண்ட பிரபுவம்ச இராணுவ அதிகாரிகள் சாதாரணப் படைவீரர்கள் ஆக்கப்பட்டு காக்கேஷியா அனுப்பப்பட்டார்கள். இவர்களே இங்கு குறிக்கப்படுகிறார்கள். காக்கேஷியாவில் படைவீரர்கள் வெள்ளைத் தொப்பிகளும் தங்கள் ரெஜிமெண்ட் இலக்கம் பொறித்த பொத்தான்கள் உள்ள உடுப்புக்களும் அணிந்தார்கள்.

பக்கம் 137

[4] ருஷ்ய எழுத்தாளர் கிரிபயேதவ் இயற்றிய "அறிவால் விளைந்த துன்பம்" என்னும் நகைச்சுவை நாடகத்தின் கதாநாயகன் சாத்ஸ்க்கிய், உயர் சமூகத்தினரிடையே "பிரெஞ்சு, நீஷ்னிய் நோவ்கரத் மொழிகளின் கலப்படம்" இன்னும் வழங்கி வருகிறது

என்று கூறுகிறான். அவனுடைய சொற்களே இங்கு மாற்றிக் கையாளப்பட்டுள்ளன.

பக்கம் 175

[5] கிரிபயேதவ் இயற்றிய "அறிவால் விளைந்த துன்பம்" என்னும் நகைச்சுவை நாடகத்திலிருந்து எடுத்த மேற்கோள்.

பக்கம் 222

[6] அலெக்ஸாந்தர் பூஷ்க்கின் இயற்றிய "யெவ்கேனிய் ஓனேகின்" என்னும் காவியத்தில் வரும் வரிகள்.

பக்கம் 224